தீர்ப்புகளின் காலம்

அபிமானி

தடாகம்

தீர்ப்புகளின் காலம்

* ஆசிரியர் : அபிமானி
* முதற்பதிப்பு : நவம்பர் 2019 ♦ அட்டை ஓவியம் : ரோஹிணி மணி
* வடிவமைப்பு : வெ. பாலாஜி

Theerppukalin Kaalam

* *Author : **Abimaani***
* *© Author ♦ First Edition - November - 2019*

Published by Thadagam, 112,Thiruvalluvar Salai,
Thiruvanmiyur, Chennai 600041
Phone : +91- 44 - 4310 0442 | +91 - 89399 67179
www.thadagam.com ♦ info@thadagam.com

ISBN: 978-93-88627-11-5
INR : 150

அபிமானி

இயற்பெயர் மணி. திருநெல்வேலி மாவட்டத்தின் தென்கோடியில் வசிப்பிடம். 1980லிருந்து எழுத்துப் பணித் துவக்கம். முதலில் கவிதை. அதைத் தொடர்ந்து சிறுகதை. தாமரை, கல்கி, கணையாழி, தாய், கலைமகள், குமுதம், மனஓசை, ஆனந்தவிகடன், உயிர் எழுத்து, காக்கைச் சிறகினிலே என்று ஜனரஞ்சக மற்றும் தீவிர இலக்கிய இதழ்களில் கவிதைகள் மற்றும் கதைகள் பிரசுரமாகியிருக்கின்றன. ஒரு நாவல், ஒரு குறுநாவல் தொகுதி, 6 சிறுகதைத் தொகுதிகள், 2 கவிதைத் தொகுதிகள் என்று படைப்புகள் புத்தகங்களாகியிருக்கின்றன. தமிழ்நாடு அரசின் பரிசு, திருப்பூர் தமிழ்சங்க விருது, சேலம் நாகம்மாள் அறக்கட்டளை விருது, முற்போக்கு எழுத்தாளர்கள் மற்றும் கலைஞர்கள் சங்க விருது, பாரதி முற்போக்கு வாலிபர்கள் சங்க விருது என்று பல விருதுகளைப் பெற்றிருக்கிறேன்.

என் படைப்புகளில் ஆகப்பெரும்பாலானவை தலித்துக்களைப் பற்றியதே. அவர்கள் எதிர்கொள்ளும் அவல நிகழ்வுகளை மட்டும் அல்ல... அவர்கள் முரண்படும் அம்சங்களை, போராட்டங்களை கலாப்பூர்வமாய் வெளிப்படுத்தும் முயற்சிகளே என் எழுத்துக்கள். இலக்கியம் என்றால் அது மேல்தட்டு வர்க்கத்தினருக்கு மட்டுமே உரியதாயிருந்ததை உடைத்து நொறுக்கிவிட்டு கீழ்த்தட்டிலிருந்தவர்களுக்கும் உரியதாய் ஆக்கியது ‘தலித் இலக்கியம்’. என்னைத் ‘தலித் எழுத்தாளர்’ என்று பிரகடனப் படுத்திக் கொள்வதில் பெருமை உண்டு எனக்கு. இலக்கியத்திலும் சாதியா என்று எகத்தாளமாகக் கேட்கிற ஆதிக்கவாதிகள், ஏன் சமூகத்தில் இன்னும் சாதி இருக்கிறது என்று கிஞ்சித்தும் கவலைப்பட்டதில்லை...எதிர்த்துக் கேட்டதுமில்லை. தலித்துக்களும் தலித் சிந்தனையாளர்களும் (ஆதரவாளர்களும்)தான் அதைக் கேள்விக்கு உட்படுத்துகிறார்கள்...அவற்றுக்கு எதிராகவும் போராடுகிறார்கள்.

என்னை நான் ‘தலித் எழுத்தாளன்’ என்று பிரகடனப்படுத்திக் கொள்வது ஆதிக்கவாதிகளின் தூக்கத்தைக் கெடுக்குமானால் மீண்டும் மீண்டும் என்னைத் ‘தலித் எழுத்தாளன்’ என்றே சொல்லிக்கொள்வேன், மகிழ்ச்சியுடன்.

அபிமானி,
10, பாஸ்கரபுரம், பணகுடி,
ராதாபுரம் வட்டம்,
திருநெல்வேலி மாவட்டம்-*627019.*
அலைபேசி : *94429 13497.*

வட்டாரச் சொற்கள்

அக்கிசி	-	அக்கறை
அகோந்தரமாய்	-	மிக அதிகமாய்
அச்சலாத்தியாய்	-	அசதியாய்
அசங்கல்மசங்கலாய்	-	தெளிவில்லாமல்
அயித்து	-	மறந்து
அலுசியம்	-	அதிசயம்
அடாதுடியாய்	-	வன்மையாய்
அரசல்புரசலாய்	-	அக்கம்பக்கமாய், அற்பசொற்பமாய்
அருவமற்று	-	ஓசையற்று
ஆதாளித்தனம்	-	வம்பு செய்தல்
ஏக்காச்சம்	-	ஏமாற்றுதல்
எடுப்பெடுத்து	-	தன்முனைப்பாய்ச் செயல்பட்டு
எசலிப்பு	-	போட்டி
ஏண்ட	-	இயன்ற
ஒத்தாசன	-	உதவி
ஒருவாடு	-	அதிகமாக
கருக்கடையாய்	-	கவனமாய்
கொறச்சாலம்	-	நடித்துக்கொண்டு வருதல்
கலந்துகட்டி	-	கலந்துகொண்டு
கச்சைக்கட்டிக்கொண்டு	-	சண்டைக்குத் தயாராய் வேட்டியைக் கட்டிக்கொண்டு
கெந்தளிப்பு	-	உற்சாகம்
கலகண்டரமாக	-	கலகலப்பாக
கெலி	-	பயம்
கருமிசம்	-	மனதில் வன்மம் வைத்துக்கொள்ளுதல்
கொணங்கி	-	பழுதாகி
தாக்காட்டி	-	தாமதப்படுத்தி

திகச்சல்	-	திகைப்பு
தொடுபிடியாக	-	தொடர்ச்சியாக
தொரட்டு	-	தொந்தரவு
தரியாத்தனமாய்	-	மிகக்கோபமாக
தேரம்	-	நேரம்
தின்னகம்	-	நெஞ்சழுத்தம்
தவிதாயப்பட்டு	-	தவித்துக்கொண்டு
திட்டாந்திரமாய்	-	வேண்டுமென்றே
தாண்டுகால்	-	வேகமாக நடந்துபோதல்
தினவு	-	திமிரு
தோதாக	-	சாதகமாக
தெளிச்சலாக	-	தெளிவாக
தட்டழிதல்	-	தடம் அழிதல், தெரியாமல் திண்டாடுதல்
தடுதலை	-	தடை
தன்னக்கட்டி	-	தன்னைக் கட்டுப்படுத்திக்கொண்டு
படப்பு	-	படையல்
பங்கப்பட்டு	-	பாதிக்கப்பட்டு
பரசலாய்	-	பரவலாய்
பரிசரிக்க	-	பரிகாசிக்க
பொசலாந்து	-	சோர்ந்துபோய்
பொசக்கெட்டுப்போய்	-	உடல் தளர்ந்துபோய்
பெருமிசமாக	-	பெருமையாக
சழம்பிக்கிட்டு	-	புலம்பிக்கொண்டு
சாய்மானம்	-	சாய்ந்திருத்தல்
சமானமாய்	-	சமமாய்
சிலாத்தாக	-	சவுகரியமாக
சிலாகிப்பாக	-	சந்தோசமாக
சீண்டரம்	-	சீரழிவு
சூச்சியம்	-	சூழ்ச்சி
சூட்டிப்பாய்	-	சுறுசுறுப்பாய்
செழமா	-	சீக்கிரமாய்
செழம்பர	-	நிறைய
நெறுபறியாய்	-	நெருக்கடியாய்
நொத்திய	-	நெற்றியை
மானாங்கண்ணியாய்	-	ஒழுங்கில்லாமல்
மொகச்ச	-	முன்னேற்றம்
ரோசன	-	யோசனை
வல்லிசாய்	-	சிறிது அளவு
வேசடை	-	வேதனை

1

கருக்கல்பூசை தடபுடலாக நடந்துகொண்டிருந்தது. அம்மன் கோயி லுக்குள் தெருச்சனங்கள் படைக்கெணக்கா திரண்டுவந்து நின்றி ருந்தார்கள்... எல்லோரும் வடக்குத்தெருச்சனங்கள். அவர்களின் கோயில் கொடைவிழாவுக்கு அவர்கள் வந்து நிற்காவிட்டால் எப்படி! பந்தலுக்குள் பளிச்சென்று ஒளிர்ந்துகொண்டிருந்த குழல்விளக்குகளின் ஜோடனையில் அவர்களின் கறுத்தத் தேகங்கள் பாறைகளாகத் தெரிந்தன...சிறியதிலிருந்து பெரியது வரையிலான பாறைகள்! எல்லோரும் புத்தாடைகள் அணிந் திருந்தனர். அந்த ஆடைகளின் பளபளப்பை போலவே அவர்களின் முகங்களும் பார்வைகளும் பளபளப்பாய்த் துலங்கிக்கொண்டிருந்தன. கோயில் வளாகத்திற்குள் கொத்தாக நின்று ஆடிக்கொண்டிருந்த அம்மன், சாமிகளின்மீதே அவர்களின் ஒட்டுமொத்தப் பார்வைகளும் அருவிப் பாய்ச்சலாய் விழுந்துகொண்டிருந்தன.

அம்மன் சாமிகள் ஆடியவர்கள் எல்லோரும் வடக்குத் தெருக்கார ர்கள்தான். எல்லோரும் குணசீலனுக்குத் தெரிந்தவர்கள். அவர்களில் குண சீலனின் மாமனார் செல்லப்பாவும் ஒருத்தர். கையில் வேப்பிலைக் கொத்தைக் கட்டாகப் பிடித்துக்கொண்டு அளவோடு காலடிகள் எடுத்து வைத்து நளினமாக ஆடிக்கொண்டிருந்தார். அவர் அம்மன் ஆடுகிறவராக இருக்கவேண்டும். அம்மன் ஆடுகிறவர்கள்தான் ஓர் ஒழுங்கோடு ஆடு வார்கள்.

அம்மன்கள் ஆடிய மற்ற இரு பெண்களின் கைகளிலும் வேப்பிலைக் கொத்துக்கள் நின்று குதியாளம்போட்டுக்கொண்டிருக்க, அவர்களில் ஒருத்தி தன் கூந்தலைச் சிதறலாய் அவிழ்த்துவிட்டுத் தரையில் உட்கார்ந்து மண்டிப்போட்டு ஆடிக்கொண்டிருந்தாள். தலைதெறித்த ஆட்டம்! அவளுக்கு முன்னால் கைகளில் தீப்பந்தங்கள் ஏந்திய மூன்று ஆண்கள், மேளங்களின் தாள லயத்திற்கு இசைவாய் தங்கள் ஆட்டங்களை வேகப் படுத்தியிருந்தனர். தீப்பந்தங்களின் வெப்பம் மிகுந்த ஜுவாலைகள் அவர்களின் நெஞ்சாங்கூடுகளின் மேல்பரப்பில் உரசி உரசி சாகசம்

செய்துகொண்டிருக்க, அவற்றை உன்னிப்பாய்ப் பார்த்துக்கொண்டிருந்த சனங்கள் திகிலடைந்துபோயிருந்தார்கள்... பக்திப்பரவசத்தில் மெய்மறந் திருந்தார்கள்.

கைகளில் சந்தனக் கரைசல் பாத்திரத்தை அதறபதறத் தூக்கிக்கொண்டு ஓடிவந்த பக்தன் ஒருவன் குணசீலனுக்குப் பழக்கமான சோமுப்பயல் தான் - தீப்பந்தங்கள் காய்த்தெடுத்த சாமியாடிகளின் கருத்த மார்புகளில் சந்தனத்தைச் செழம்பரப் பூசி விட்டுச் சென்றுகொண்டிருந்தான். பூசப் பட்டக் குளிர்ச்சியான சந்தனக் கரைசலின் அனுசரணையால்தான் சாமி யாடிகளால் தீப்பந்தங்களைத் தங்கள் நெஞ்சருகே ஒட்டப் பிடித்து க்கொண்டு ஆடமுடிகிறது என்பது அவனுக்குத் தெரிந்திருக்காது என்பதை குணசீலன் நினைத்துப்பார்த்துச் சிரித்துக்கொண்டான்.

சாமியாடிக்கொண்டிருந்த ஒருவரின் - முக்குவீட்டு மாரியப்பனின்- கையில் மட்டும் இறுக்கமாய் பிடிபட்டிருந்த குத்தீட்டி அவரைப் போலவே மேலும் கீழும் உயர்ந்து தாழ்ந்து எல்லோரையும் மூர்க் கமாய் பயங்காட்டிக்கொண்டிருந்தது. அவன் சுடலைச்சாமி ஆடிக் கொண்டிருக்கவேண்டும். அந்தச் சாமியை ஏற்றுக்கொண்டவர்கள்தான் இப்படி நிலைகொள்ளாமல் தரியாத்தனமாய் ஆடிக்கொண்டிருப்பார்கள் என்பதை இயல்பாய் நினைத்துப்பார்த்தான் குணசீலன். அம்மன், சாமி கள் தலைதெறிக்க ஆடுவதற்குத் தோதாய் ஏர்வாடி சின்னச்சாமியின் மேளக் குழுவினர் தங்கள் தாளங்களை ஏகத்துக்கும் முடுக்கிவிட்டிருந் தனர்...

'டண்டாண்ட டணக்கு டண்ட... டண்டாண்ட டணக்கு டண்ட....'

மேளங்களுக்கு ஒத்திசைவாய் ராகமிழைத்த வள்ளியூர் கந்தசாமியின் நாயனம் - 'பீபிப்பீப்பீ... ப்பிப்பீப்பீ.... பீப்...' - தன் பங்குக்குத் தாராளமாய் வாசித்தது.

முண்டியடித்தது கூட்டம். எப்படியோ முக்கித்தக்கி உள்ளேயே நின்று கொண்டிருந்தான் குணசீலன். அம்மன், சாமிகளின் ஆட்டங்களைப் பார்ப்பதற்கு அத்தனை ஆசை அவனுக்கு.

கோயிலுக்குள் நின்றிருந்த பெருவாரியான சனங்களின் கவனமும் அம்மன், சாமிகளின் ஆட்டங்களின்மீது அழுத்தமாய் பதிந்திருக்க, எசகுப்பிசகாய் இப்போது குணசீலனின் பார்வை மட்டும் கோயில் சுவருக்கு வெளியே - மேற்குப் பக்கம் - நின்றிருந்த கூடாரத்தைப் பார்த்து திரும்பியது.

மெதுவாக நகர்ந்து கோயிலுக்கு வெளியே வந்தவன், கூடாரத்திற்குமுன் நின்றிருந்த கூட்டத்திற்கு முன்னால் போய் நின்றுகொண்டான்.

கூடாரத்திற்கு முன்னும் சனங்கள் பெருவாரியாய் கூடியிருந்தார்கள். ஆயினும் கோயிலுக்குள் நின்றிருந்த கூட்டத்தைவிடக் குறைவுதான். ஒரு தப்புக்கட்டை மட்டும் தனியாய் நின்று குதித்துக் குதித்து ‘சண்டக்கு சண்டக்கு‘ என்று முழங்கிக்கொண்டிருக்க, கூடாரத்துக்கு முன் ஒரு பெண்- ஓ! அது சந்திரமதி அத்தை அல்லவா! - தலைதெறிக்க ஆடிக்கொண்டிருந்தாள். கூடாரத்திற்குள் அம்மன், சாமி யாராவது சிலை வடிவில் உட்கார்ந்திருக்கவேண்டும்தான். முகப்பில் ஒளிர்ந்த குழல்விளக்கின் வெளிச்சத்தில் உள்ளே இருப்பது அரசல்புரசலாகத்தான் தெரிந்தது அவனுக்கு...

துல்லியமாய் அடையாளம் காணமுடியவில்லை.

சந்திரமதிக்குமுன் கொம்பு மீசையும் கொழுத்த உடம்பும்கொண்டு நின்றிருந்த ஒரு தாட்டியமான ஆம்பளையும், அவனுக்குப் பக்கப்பலமாய் நின்றிருந்த ஒரு பொம்பளையும், அவள் பக்கத்தில் நின்றிருந்த பத்து வயதில் ஒரு பெண்குழந்தையும் சந்திரமதியை நோக்கியே கைக்கூப்பித் தீவிரமாய் வணங்கிக்கொண்டிருந்தார்கள். அவர்களின் முகங்களில் பயத்தின் சாயல் அழுத்தமாகப் பதிந்திருக்க, தேகங்கள் உறுதியில்லாமல் நடுங்கிக்கொண்டிருந்தன. அவர்களை உன்னிப்பாய் பார்த்தபோது அவர்கள் தெற்குத்தெருக்காரர்கள் என்பது தெளிச்சலாகத் தெரிந்தது அவனுக்கு. தெருவுக்கு மேற்கிலிருந்த பாலத்தின் அருகில் அவன் அவர்களை எக்குத்தப்பாய் பார்த்திருக்கிறான். அவர்களையொட்டி இன்னும் வேறு சிலர் - ஆண்களும் பெண்களுமாய் - வடக்குத்தெருக்காரர்களும் தெற்குத்தெருக்காரர்களுமாய் கலந்துகட்டி நின்றிருந்தார்கள்.

சந்திரமதி குரலெடுத்துக் கத்தத் தொடங்கியிருந்தாள். ‘‘ஆய்...? ஆய்...? உம்ம்ம்...?’’.

பூமி குலுங்கியதுபோலிருந்தது அவள் கத்தலில். அவளின் ஆட்டம் தொடர்ந்துகொண்டுதானிருந்தது...வேகம் மட்டும் செத்தம் குறைந்திருந்தது. தன்முன்னே நாய்க்குட்டிகளைக் கெணக்கா பம்மலாக வந்து நின்று பணிவாக வணங்கிக் கொண்டிருந்தவர்களைப் பார்த்து நாக்கைத் துருத்திக்கொண்டு கர்ஜித்தாள். சற்றைக்கெல்லாம் எல்லோருக்கும் கிலிப் பிடித்துக்கொண்டது.

‘‘இங்க ஒருத்தி குத்துக்கல்லாட்டம் உக்காந்துகிட்டிருக்கென். என்னைய மதிக்கியளா நீங்க? எங்கண்ணு முன்னாலயே கையக் கால வீசி நிசாரமா நடந்துபோயிக்கிட்டிருக்கீய? ஆ...ங்... ? நெஞ்சிலப் பயமில்ல ஓங்களுக்கு... என்ன? ம்...? இப்போ எங்கிட்ட வந்து நல்லப் புள்ளையக் கெணக்கா நிக்கிய? ம்...?’’

தப்புக்கட்டையின் முழக்கம் நின்றிருந்தது.

‘‘இல்லயேம்மா. நாங்க மேக்கக் கெழக்கப் போவும்போ ஒன்னைய வணங்கிட்டுத்தானம்மா போறோம். ஒன்னையப் பகச்சிக்கிட்டுப் போவதுக்கு எங்களுக்குத் துணிச்சல் ஏது தாயே?’’ பவ்யமாய் குனிந்து வணங்கிக்கொண்டிருந்த நடுத்தர வயதுப் பொம்பளை ஒருத்தி சந்திரமதியைப் பார்த்து அழாத குறையாக நாத் தழுதழுக்கச் சொன்னாள். அம்மன் இன்னும் கொஞ்சம் அதட்டியிருந்தால் அவள் அழுதிருப்பாள்போல.

‘‘இல்ல. நீ என்னைய ஏய்க்கப் பாக்க. எங்கிட்ட முடியாது. நா பனங்காட்டு நரியாக்கும். ஒன்னய...?’’

மீண்டும் நாக்கைத் துருத்திக்கொண்டு ஆவேசமாய் தலையைக் குலுக்கினாள் சந்திரமதி! அவளின் பனை போன்ற நெடுப்பமான வளாத்திக்கும், புதர்போல அடர்ந்து தொங்கிய கூந்தல் மயிர்களுக்கும் - அவளைப் பார்க்கவே எரிச்சலாக இருந்தது குணசீலனுக்கு. கூட்டத்திற்குப் பின்னால் சென்று ஒதுக்கமாய் நின்றுகொண்டான். மற்றவர்களைப்போல அவனுக்கும் அங்கு நடப்பதைப் பார்ப்பதற்கு ஆர்வம் மேலோங்கிதானிருந்தது. அதுவும் தெற்குத்தெருச் சனங்கள் வடக்குத்தெரு சந்திரமதியிடம் வந்து நின்று வழிந்து வழிந்துப் பேசுவதைப் பார்த்து ரொம்பவும்தான் ஆச்சரியப்பட்டுப்போயிருந்தான்.

வடக்குத்தெருக்காரர்களிடம் எப்போதும் விறைப்பாகவும் வீராப்பாகவும் பேசுகிறவர்கள் தெற்குத்தெருக்காரர்கள். தெற்குத்தெருவின் சிறுசுகள் முன்னால்கூட வடக்குத்தெருச் சனங்கள் அடக்கம் ஒடுக்கமாய் செல்கிறவர்கள்... அதிராமல் பேசுகிறவர்கள் - சந்திரமதி உட்பட. அப்படித்தான் அடக்கி ஒடுக்கி வைக்கப்பட்டிருந்தார்கள் வடக்குத்தெருக்காரர்கள். இப்போது சந்திரமதியை அவர்கள் தயக்கமே இல்லாமல் ‘தாயே... தெய்வமே...’ என்றபோது ரொம்பவும் ஆச்சரியமாகத்தானிருந்தது குணசீலனுக்கு.

‘‘நாங்கள்லாம் ஒம் புள்ளையத்தானத் தாயே. நீயில்லாம எங்கத் தவற வேறயாருப் பொறுப்பா? சொல்லு தாயே. நாங்க ஏதாச்சிம் தப்புத் தண்டா செஞ்சிருந்தா அதுக்கு என்னப் பரிகாரம் செய்யணும்? சொல்லு. எங்கமேலக் கருமிசம் மட்டும் வச்சிராத ஆத்தா.’’

முறுக்கிய மீசையுடன் முன்னால் நின்றிருந்த தாட்டியமான மனிதன் பணிவாய் வணங்கிக்கொண்டே சொன்னான். அட்டைக் கறுப்பு நிறம் அவன். அவன் அணிந்திருந்த வெள்ளைச் சட்டையின் பளபளப்பு அவனின் கருப்பு நிறத்தை இன்னும் அடர்த்தியாகக் காட்டிக்கொண்டிருந்தது போலத் தோன்றியது.

சந்திரமதி மீண்டும் ஆவேசமானாள். நாக்கைத் துருத்திக்கொண்டும், கண்களை உறுத்துப் பார்த்துக்கொண்டும் எதிரில் நின்றிருந்தவனை ஏறிட்டாள். அவளின் பார்வையை விகாரப்படுத்தும் முனைப்பில் தப்புக்

கட்டை மீண்டும் வேகமெடுத்து முழங்கியது. கோயிலுக்குள் முழங்கிக் கொண்டிருந்த மேளங்களின் ஓசைகளைவிட உக்கிரமான முழக்கம்.

''எனக்கு என்னப் பரிகாரம் செய்யணும்? ஒனக்குத் தெரியாதா? என்னையே பரிசோதிக்கியா நீ? ஆங்?''

''தெரியாமத்தான தாயே கேக்கென்''

''ஆ...ங்...? அப்படியா? சரி, சாமக் கொடைக்கு வா... சொல்லுதன்''

''உத்தரவு தாயே''

செத்தநேரம் தன் தேகத்தை ஆக்ரோசமாய் குலுக்கிவிட்டு பின் ஆவிஅடங்கி நின்றுகொண்டாள் சந்திரமதி. நினைவு வந்தவளாய் பீடத் திற்கு முன்னாலிருந்த திருநீற்றுக் கொப்பரையைக் குனிந்து கையி லெடுத்துக்கொண்டு எல்லோருக்கும் வரிசைக்கிரமமாக விளம்பத் துவங்கினாள். பொஞ்சாதி பிள்ளையுடன் தன் முன்னால் நின்றிருந்த தாட்டியமானவனிடம்தான் முதன்முதலில் திருநீறைத் தந்தாள். அடுத்து அவன் பொஞ்சாதிக்கு. அதற்குப் பிறகே மற்ற எல்லோருக்கும்.

சந்திரமதியிடம் திருநீறு வாங்கிக்கொண்டவர்கள் மனத்திருப்தியுடன் பொலபொலவெனக் கலைந்து சென்றுகொண்டிருந்தார்கள். செத்த நேரத்தில் கூடாரம் வெறிச்சோடிப் போயிற்று. சந்திரமதிக்கும் தேகம் சடைந்துபோயிருக்கவேண்டும். பீடத்திற்கு முன்னால் அச்சலாத்தியாய் உட்கார்ந்துகொண்டாள்.

தப்புக்கட்டைக்குத் தற்போது வேலை இல்லைதான். எப்போது சந்திர மதி கால்தூக்கி ஆடுகிறாளோ அப்போதுதான் அதற்கு வேலை. தப்புக் கட்டையைக் கையில் தாங்கிக்கொண்டு கோயிலுக்குள் சென்று கொண்டான் அவன். செத்தநேரம் கோயிலுக்குள் ஒதுக்கமாய் உட் கார்ந்து ஓய்வெடுத்துக்கொண்டால் சிலாக்கியமாக இருக்கும் என்று தோன்றியிருக்கவேண்டும் அவனுக்கு.

கோயிலுக்குள்ளும் இப்போது மேளங்களின் முழக்கங்கள் நின்று போயிருந்தன. மேளக்காரர்கள் கோயிலைவிட்டு வெளியேறிப் போயிருந்தார்கள். தெருவில் அவர்களுக்கென்று ஒதுக்கியிருந்த வீட்டுக் குச் சென்றிருக்க வேண்டும் அவர்கள். இனி சாமக்கொடைக்குத்தான் அவர்கள் எல்லோருடைய வருகைகளும் தேவைப்படும் என்பதை எல்லோருமே அறிந்திருந்தார்கள். உண்மையும் அதுதான். அம்மன் சாமி ஆடியவர்கள் தங்கள் தேகங்களில் பூசியிருந்த அரிதாரங்களோடு தூண் களைச் சார்மானமாகக்கொண்டு சடவாக உட்கார்ந்திருந்தார்கள்.

குணசீலனுக்கு அளவளப்பாயிருந்தது. இப்போதே வீட்டுக்குச் சென் றால் அங்கு 'போர்' அடித்துக்கொண்டுதான் உட்கார்ந்திருக்கவேண்டும்

என்பது நிச்சயம். எத்தனை நேரத்துக்குத்தான் மனைவியின் முகத்தையும், அத்தை, மைத்துனனின் முகத்தையும் மாறிமாறிப் பார்த்துக் கொண்டிருப்பது? இங்கேயாவது பல முகங்களை மாறிமாறிப் பார்க்க முடிகிறது; அவர்களுடன் வாய்குளிரப் பேசவும் முடிகிறது. அடர்ந்த மரங்களும், விரிந்தப் பாறையும், அதன் ஓரத்தில் சலசலத்து ஓடும் நீரோட்டத்தையும் ரசனையுடன் பார்த்துக்கொண்டிருக்கமுடிகிறது.

நிதானமாக நடையெடுத்துவைத்து பாறையை நோக்கி வந்தான். கோயிலின் முகப்பில் கட்டியிருந்த குழல்விளக்குகளின் பிரகாசமான வெளிச்சத்தில் பாறையும் அதைச் சுற்றி நின்றிருந்த மரங்களும் தெளிச் சலாகவே தெரிந்தன. பாறையின் துவக்கத்திலே தன் பயணத்தை நிறுத்திக் கொண்டான். ரொம்பவும் உள்ளே சென்றால் அங்கு பூச்சிப் பொட்டுகள் இருந்துவிடக்கூடாது என்கிறப் பயம் நியாயமானதுதான். வனாந்தரக் காற்று அவன் தேகத்தை இதம்பதமாய் வருடிக்கொடுத்தது போலிருந்தது. இருள்வெளியில் தலையாட்டிக்கொண்டு நின்றிருந்த மரங்களை அம்மன் சாமிகளாய் பாவித்துக்கொண்டு ரசித்தான்.

2

பாறையைக் கிழித்துக்கொண்டு நீர் ஓடிக்கொண்டிருந்தது. பாறையின் தோளில் சரிகைத் துண்டைப் போர்த்திக்கொண்டது மாதிரி அது தெரிந்தது அவனுக்கு. ஒளியின் தகதகப்பில் நீரோட்டம் பளிங்குக் கற் களாய் மின்னியது. மணிமுத்தாறு அணையில் நீர் திறந்துவிடும்போது ஓடையை நிறைத்துக்கொண்டு ஓடிய நீர் அதன் போக்கிடமானப் பாறையின் குழிந்தப் பாகத்திலும் தாராளமாய் ஓடித் தன் பாதையைச் சமைத்துக்கொண்டிருந்தது.

நீர் தொடுபிடியாக ஓடியக் காலங்களில் தெற்குத்தெருக்காரர் களைப்போல வடக்குத் தெருக்காரர்களும் பானைத்திரிப் போட்டு கருக் கடையாய் நின்று மீன் பிடித்தார்கள். பாறையைக் கடந்து மண்வெளியில் ஓடிவந்த நீரின் போக்கில் பனங்கம்புகளையும் களிமண்ணையும் வைத்துப் பூசி, நீரை மறித்து, மறக்காமல் பனங்கம்பின் ஒரு விளிம்போரம் சிறிதாய் வழிபண்ணிக் கொடுத்து, தண்ணீரை விளிம்போரம் ஓடவிட்டார்கள். விளிம்போரம் வழியெடுத்து ஓடிய தண்ணீர் ஒரு பள்ளத்திற்குள் விழுந்து திமிறியது. திமிறிய நீர்த் திவலைகளிலிருந்து வெளிக்கிளம்பிய மீன்கள் நீரை எதிர்த்து மேல்நோக்கித் தாவின. நீரோட்டத்தின் எதிர்த்திசையில் நீச்சலடிப்பது மீன்களின் இயல்பு என்பதால் இப்படிப் பானைத் திரிப்போட்டு லெகுவாக மீன்களைப் பிடிக்கமுடிந்தது அவர்களுக்கு. இது

அவர்களுக்கு அனுபவம் கற்றுத் தந்திருந்த பாடம்...வாழ்க்கை அனுபவம். பள்ளத்திற்குச் சற்றுத் தள்ளி இன்னொரு பள்ளம் தோண்டியெடுத்து, அதற்குள் மண்பானை ஒன்றை புதைத்தார்கள். மேல்நோக்கி வாய் திறந்து கொண்டு நின்றது பானை. பானையின் விளிம்பிலிருந்து பனங்கம்பு மேடு வரைக்கும் மெத்தை விரிப்பாய் கோரைப்புற்களைப் பரப்பிவைத்தார்கள். பனங்கம்பின் மேட்டுக்கு வந்த மீன்கள் வேறு வழியில்லாமல் கோரை விரிப்பில் தெறித்து விழுந்தன. விரிப்பின் சாய்மானம் பானைக்குள் இறங் கியிருந்ததால் மீன்கள் வழுக்கி வழுக்கிப் பானைக்குள் சரிந்தன.

மேற்கு அற்றத்தில் தெற்குத்தெருக்காரர்கள் பானைத்திரிகள் போட்டுக் கொண்டார்கள். வடக்குத்தெருக்காரர்களுக்கு கிழக்கு அற்றம்தான் அனு மதிக்கப்பட்ட இடமாக இருந்தது. அவர்களிடமிருந்து தப்பி வந்த மீன்களே இவர்களுக்குப் புதையல்கள்.

சில நேரங்களில் சமாதானமாய் நிறைவேறிக்கொண்ட மீன்பிடிப்புகள், சில நேரங்களில் சண்டைச் சல்லியங்களில்போய் முடிந்தன. வடக்குத் தெருக்காரர்கள் என்றால் தெற்குத் தெருக்காரர்களுக்கு அத்தனை எளக் காரம். 'சாதிகெட்டப் பயலுவ... எப்பிடிச் சமானமா நம்மளக் கெணக்கா மீன்பிடிக்க வந்திட்டானுவ?'. தெற்குத்தெருக்காரர்கள் எடுப்பெடுத்தப் பேச்சுக்களை மானாங்கண்ணியாக வீசிவிடுவதும், வடக்குத் தெருக் காரர்களை நையப் புடைத்துவிடுவதும் உண்டு. தெற்குத்தெருக்காரர்கள் நாசமாய்ப் போவதற்கு... சில நாட்கள் வடக்குத்தெருக்காரர்கள் அக்கிசியாய் பிடித்துவைத்திருக்கும் மீன்களைத் தெற்குத்தெருக்காரர்கள் வந்து அடாதுடியாய் பிடுங்கிக்கொண்டதும் உண்டு.

குணசீலன் இந்த ஊருக்கு வந்திருந்தபோதெல்லாம் அவன் கண் ணாரக் கண்ட காட்சிகளாவும், காதாரக் கேட்ட செய்திகளாவும் அவை இருந்திருந்தன. அப்படிப்பட்ட தெற்குத் தெருக்காரர்கள் இன்று பெரு வாரியாய் வடக்குத்தெரு சந்திரமதியின் முன்னால் கைகளைக் கட்டிக் கொண்டும் வாயைப் பொத்திக்கொண்டும் விழிகள் பிதுங்க நின்றிருந் ததைப் பார்த்தபோதுதான் அவனால் அதிர்ச்சியடையாமலிருக்க முடிய வில்லை.

''என்னங்க...இங்கனயா நிக்கிய? கோயிலுக்குள்ளயெல்லாம் போயி ஒங்களக் தேடிக்கிட்டு வர்றென் தெரியுமா?''

குணசீலனின் பக்கத்தில் வந்து நின்ற யாரோ ஒரு பெண் நறுக்கென்று அவனின் முழங்கையைக் கிள்ளிவிட்டிருந்தாள். அவளின் தவிப்பானக் குரல் மட்டும் அவனுக்கு முதலில் கேட்டிருந்தது.

வலியில் துடித்துப்போனான் குணசீலன்... ''ஸ்ஆ...''. கோபம் தலையின் உச்சிக்கு ஏறியது அவனுக்கு. படக்கென்று திரும்பிப் பார்த்தான். அது தன் மனைவி ராணி என்று தெரிந்துகொண்டதும், உச்சிக்கு ஏறியிருந்த கோபத் தைப் படக்கென்று கீழே இறக்கிக்கொண்டான்.

''என்ன நீ? எப்படி வலிக்குது தெரியுமா? ஏன் அப்படிக் கிள்ளுன?''

அவளைக் கடிந்துகொள்ள விரும்பவில்லை அவன். பிள்ளைத்தாய்ச்சி அவள். வடிவாய் இன்னும் இரண்டு மாதங்கள்தான் இருக்கின்றன, அவள் தாயாய் பிறப்பெடுப்பதற்கு. எதேச்சையாய் அவளின் வயிற்றைப் பார்த்தான். என்னவோ நாளைக்குத்தான் அவள் பிள்ளைப் பெறப் போகிறவள் கெணக்கா இப்போதே அவளின் வயிறு இறங்கியும், முகம் சொடிந்தும் கிடந்ததைப் பார்த்ததும் அவனுக்குக் கவலையாக இருந்தது.

நெடுநேரமாக அவனைத் தேடிக்கொண்டு அலைந்திருந்ததன் ஆத்திரம் அவளுக்கு. மதியம் வயிற்றுக்குக் கொட்டிவிட்டுக் கோயிலுக்கு வந்திருந்தான் குணசீலன். இவ்வளவு நேரமும் அவன் வீட்டுக்கு வராதிருந் ததால் அவனில்லாமல் ரொம்பவும் தவிதாயப்பட்டிருந்தாள் அவள். வீட்டில்வேறு நச்சரிப்பு... 'அப்பவே வூட்டவுட்டு வெளியப்போன மனுசன்...எங்கப்போயி நின்னுத் தட்டழியுதாரோ. அவரச் சீக்கிரம் பார்த்து வூட்டுக்குக் கூட்டிட்டு வா...'.

''நீ ஏன் என்னையத் தேடிக்கிட்டு வர்ற? கொஞ்ச நேரத்துல நாந் தான் வீட்டுக்கு வந்திருவேன்ல?''. தன்மையாகவே அவளிடம் வார்த் தையாடிக்கொண்டான் அவன்...விசனப்படவில்லை.

கொடைவிழா விருந்தாளி என்பதால் நல்ல பகட்டாகத்தான் உடுத் தியிருந்தான். மாமாவீட்டுச் சீதனம். சிமெண்டுக் கலரில் பளீரிட்ட பேண்ட்டும், அதற்கு மாறுபாடான வண்ணங்களில் அடர்நீலப் பின்ன ணியில் சிவப்பு, மஞ்சள்நிறக் கோடுகள் போட்டிருந்த அரைக்கைச் சட்டையும் அணிந்திருந்தான். அவனுக்கு எப்போதும் முரண்பட்ட வண்ணங்களில் பேண்ட் சட்டை அணிவதில்தான் விருப்பமிருந்தது. நல்ல வளர்த்தியானத் தேகம் அவனுக்கு. அவனின் வளர்த்திக்கு இப்போது அவன் அணிந்திருந்த அந்த உடைகள் ரொம்பவும் கச்சிதமாகப் பொருந் தியிருந்தன.

அவளும் குறைச்சலான ஒப்பனையில் நின்றிருக்கவில்லை. சரிகை இழைகள் பரிணமித்தப் பச்சைநிறப் பட்டும், அதற்கு இசைவாய் ரவிக் கையும் அணிந்திருந்தாள். ஆள்தான் கொஞ்சம் கட்டைக்குட்டையே தவிர, அந்தக் கட்டைக்குட்டையிலும் ஒரு கவர்ச்சி இருந்தது அவளிடம். இல்லையென்றால் எங்கோ இருக்கிற பணகுடியிலிருந்து இங்கு வந்து ராணியைப் பெண்ணெடுத்திருப்பானா குணசீலன்? அவள் அணிந்திருந்த உடைகளும் அவளின் தாய் வீட்டு உபசரிப்புதான். அவர்களுக்குப் புது உடுப்புகளைக் கொடைவிழாவுக்கென்று எடுத்துக் கொடுத்திருந்தார்கள்.

''செழமா வாங்க. சாப்புடுத நேரம். வூட்டுல எல்லாரும் ஓங்களத்தான் எதிர்பார்த்துக்கிட்டு இருக்காவ. 'அந்த மனுசன எதுக்குத் தனியா வுட் டே?' ன்னு கேட்டு என்னையத் தொளச்சி எடுத்திட்டாவா. சாப்பிட்டுட்டு பொறவாட்டி வருவோம். பொறவுதானக் கும்ப ஆட்டம் நடக்கும்''. அவள் அவனை அவசரப்படுத்தினாள்.

கும்ப ஆட்டம்தான் கொடைவிழாவின் உச்சபட்சக் கேளிக்கை. அதுவும் நாங்குநேரி நாச்சியார் ஆட்டம் என்றால் நாடித் தளர்ந்துபோனக் கிழடுகளும் கூட்டத்தில் முன்னுக்கு வந்து உட்கார்ந்து வாய்பிளந்து பார்த்துக்கொண்டிருப்பார்கள். அத்தனைத் துடிப்பாய் ஆடுவாள், பாடுவாள் அவள். பாதவத்திக்கு, கால்கள் எப்படித்தான் அவளின் பேச்சைக் கேட்டுக் கொண்டு ஆடுகின்றனவோ என்று அவளின் ஆட்டத்தைப் பார்த்ததும் அலுசியமாக நினைக்கத்தோன்றும். சும்மா ரப்பர் குழாய்களைக் கெணக்கா அவள் நினைத்த மாதிரி எல்லாம் அவை வளைந்து நெளிந்துகொடுக்கும்.

குணசீலனுக்கும் அவளின் ஆட்டத்தைப் பார்த்து ரசிக்கும் ஆசை இருந்தது. ஐந்து வருசங்களுக்கு முன்னால் அவன் தன் ஊர் கொடை விழாவில் அவளின் ஆட்டத்தைப் பார்த்தது. அதற்குப் பிறகு பணியின் நிமித்தம் சென்னைக்குச் சென்றுவிட்டிருந்ததால் ஊர்க்காட்டில் நடந்த கொடைவிழாக்களைப் பார்ப்பதற்கு முடியாமல் போயிற்று. இரண்டு வருடங்களுக்கு முன்புதான் வள்ளியூர் வங்கிக்கு மாறுதல்பெற்று வந்திருந்தான். வந்ததும் அவசரம்அவசரமாய் அவனுக்கும் ராணிக்கும் கல்யாணம். அவசரம்அவசரமாய் மூன்று மாதங்களில் வயிற்றுப் பிள்ளைக்காரியாய் ஆனாள் அவள். இப்போது அவளின் ஊரில் நடந்தக் கொடைவிழாவுக்கு இருவரும் விருந்தாளிகளாய் அழைக்கப்பட்டிருந்தார்கள்.

கும்ப ஆட்டம் ஒன்பது மணிக்குமேல்தான் நடக்கும் என்பது அவனுக்குத் தெரியாமல் இல்லை. எல்லா ஊர்களிலுமுள்ள வழமை தான். கருக்கல் பூசை முடிந்தவுடன் அம்மன், சாமிகளுக்கு ஓய்வு கொடுத்துவிட்டு, எட்டுமணிவாக்கில் கோயிலுக்கு முன்னே கும்ப ஆட்டத்தைத் தொடங்குவது வழமை.

இருவரும் வீட்டுக்கு நடைகட்டினார்கள்...நிதானமான நடைகள்.

கோயிலைவிட்டு விலகிவந்து வண்டித் தடத்தில் கால்பதித்தார்கள். வண்டித்தடம்வரை சீரியல் பல்புகளின் ஒப்பனைகளும், குழல் விளக்குகளின் அணிச்சேர்க்கையும் பகட்டாகக் காட்சி தந்துகொண்டிருந்தன. கண்ணுக்கு எட்டியத் தூரம் வரைக்கும் உடைமரச் செடிகளும், சில காட்டுச் செடிகளும் நெடும்போக்காய் வளர்ந்து நின்று அந்தப் பகுதியைக் காடுபோல ஆக்கியிருந்தன. கொடைவிழாவை முன்னிட்டு இப்போது வடக்கு அற்றம்வரைக்கும் வெளிச்சம் வஞ்சமில்லாமல் விரிக்கப்பட்டிருந்தது. சனங்கள் சிலாத்தாக உலாவிவிட்டு வருவதற்கு அதுவே தோதாகப்போயிருந்தது.

வண்டிப் பாதையைக் குறுக்காகத் தாண்டிய பிறகு அவர்களின் பாதங்கள் தெருவில்தான் தடங்களைப் பதித்தாகவேண்டும்; பதித்தன.

‘‘ஒங்க சித்தி சந்திரமதி ஆடுறாங்கள்லா? அது என்ன சாமி?’’

‘‘சாமி இல்லிங்க, அம்மன்’’

‘‘அம்மன்னா கோயிலுக்கு உள்ள இல்லா இருக்கணும்? ஏன் வெளிய வச்சிருக்கு? அதுவும் நம்மத் தெருக்காரிக்கு முன்னால பொலிகாள மாதிரித் தெக்குத்தெருக்காரன் ஒருத்தன் நின்னு பயந்துபோய் பரிகாரம் கேட்டுக்கிட்டிருக்கான்... அதான் எனக்கு ஆச்சரியமா இருக்கு. அவன் பேரு என்ன?’’

‘‘அவெம் பேரு கொம்பையாங்க. ரொம்ப அடாதுடிக்காரனாக்கும். உசிருக்குப் பயந்துபோயாங்கும் சந்திரமதி சித்திக்கு முன்ன வந்துநின்னு சரணடஞ்சிருக்கான். அந்த சித்திக்குமேல தெய்வான அக்கால்லா எறங்கியிருக்கா’’

‘‘தெய்வான அக்காவா? யாரு அது?’’

‘‘ஏழெட்டு வருசத்துக்கு முன்ன அவா இந்தத் தெருவுலத்தான் இருந்தா.’’

‘‘எந்த வீட்ல?’’

‘‘வாங்க காட்றன். அவா எனக்குச் சொந்தக்காரியும்கூட’’

இருவரும் தெருவில் வந்துகொண்டிருந்தார்கள். இரண்டு வீடுகளைக் கடந்து மூன்றாவது வீட்டை நெருங்கியதும் ‘பிரேக்’ போட்ட வாகனத்தைக் கெணக்கா சடக்கென்று நின்றுகொண்டாள் ராணி. அவளைத் தொடர்ந்து அவனும் நின்றுகொண்டான். தெருவின் வலப்புறம் இடிந்துத் தகர்ந்து சிதிலமாகிக் கிடந்த வீட்டை அவனுக்குக் காட்டினாள். அது சந்திரமதி சித்தியின் வீட்டுக்கு எதிர்த்த வீடு.

‘‘இந்த வீட்டுலதான் தெய்வான அக்கா இருந்தா. அவாக் கல்யாணத்துக்கு முன்னக்கூட்டியே தெக்குத்தெருப் படுபாவிய மூணுபேரு சேந்து அவளப் பாறைக்குத் தூக்கிட்டுப்போயித் துள்ளத்துடிக்கக் கெடுத்துக் கொன்னுப்புட்டானுவ...அதுல இந்தக் கொம்பனும் ஒருத்தன். அதான் உசிருக்குப் பயந்து இப்போ அந்தத் தெய்வானைக்கு முன்னவந்து மன்னிப்புக் கேட்டுக்கிட்டு நிக்கான்’’.

‘‘மத்த ரெண்டுபேரு?’’

‘‘அந்த ரெண்டுபேரோட சேத்து அவங் குடும்பத்துல இன்னொருத்தனையும் பலி வாங்கிட்டா தெய்வானக்கா. மூணாவதா செத்தவனுக்குச் சம்பந்தம் இல்லதான்...ஆனா அவனும் அவியக் குடும்பத்துக்காரன்தான்.

அவனும் வெறும் படுக்காளிப் பய. நம்ம ஆளுவன்னா கச்சக் கட்டிக் கிட்டு சண்டைக்கு வருவான்... கண்ணுலக் காண வுடமாட்டான். இதுவரைக்கும் மொத்த மூணுபேரக் காவு வாங்கியிருக்கா. அவனுவக் குடும்பத்தையே கருவறுக்கதாவ சபதம் போட்டிருக்கா. அதான் இவென் கிலிப் பிடிச்சிப்போய் அவாக்கிட்ட வந்து நிக்கான்''

''நம்ம ஆளுவன்னா அவனுவளுக்கு அவ்வளவு எளக்காரமா? ம்...?''

''ஆமாங்க. இப்போ ஒரு வருசமாத்தான உங்களுக்கு இந்த ஊரப் பத்தித் தெரியுது. நாங்கப் பொறந்ததிலிருந்தே அவனுவக்கிட்ட சித்திர வதப் பட்டுக்கிட்டுத்தான் இருக்கொம். நல்லவேள, என்னையக் காப் பாத்த நீங்க வந்து சேந்திட்டிய.'' மொட்டவிழ்ந்தது போல முறுவலித் துக்கொண்டாள்.

தெய்வானையின் வீட்டை உன்னிப்பாகப் பார்த்தான் குணசீலன். ஓலைக் குடிசைதான்- அந்தத் தெருவிலிருந்த அநேக வீடுகளைக் கெணக்கா. ஆனால் அது ஆள் அருவமற்று பாழடைந்துகிடந்தது. கூரை மக்கி வெறும் துகள்களாகக் கம்புகளில் ஒட்டிக்கெண்டிருக்க, கம்புகளும் தூர்ந்துபோய் பொக்குகளாகச் சுவர்கள்மேல் கிடந்திருந்தன. கட்டைக்குட்டையான மண்சுவர்கள். நிறம் அழிந்திருந்த பனங்கம்புகள் இற்றுப்போய் தெரிந்தன. முற்றத்தில் எருக்கஞ்செடிகளும் உடைமரங்களும் குறைச் சலின்றி வளர்ந்து சடைத்துக்கொண்டு நின்றிருந்தன.

இதற்கு முன்னால் அவன் பலமுறை இந்தத் தெருவுக்கு வந்திருக்கிறான். தெரு வழியே காலார நடந்து செல்லும்போது தவிர்க்கமுடியாமல் அவனின் கண்களில் விழுந்திருக்கிறது அந்த வீடு. அப்போதெல்லாம் அதை ஒரு சாதாரண காட்சியாகவே நினைத்து சமாதானம் அடைந்து கொண்டு கடந்திருந்தான். இப்போது ராணி அவனுக்கு அந்த வீட்டைக் குறிப்பிட்டுக் காட்டியதும்தான், நடந்து முடிந்துபோன ஒரு வாழ்க்கையின் துயரமிகுந்தச் சுவடுகள் அதற்குள் அழுந்தப் பதிந்திருப்பதாகத் தோன்றி யது.

ராணி சொல்லியிருந்ததை அசைபோட்டுப் பார்த்தான் குணசீலன். சந்திரமதி ஆடிக்கொண்டிருக்கும் அம்மனின் பெயர் 'தெய்வானை' என் கிறாள். தெய்வானையின் குடும்பம் அந்தக் குடிசையில்தான் வாழ்ந்து கொண்டிருந்ததாம்...

இவள் மனிதர்களைச் சொல்கிறாளா? அல்லது தெய்வத்தைப் பற்றிச் சொல்கிறாளா? மனிதர்கள் தெய்வங்களாவது உண்மைதானா? பெண்ணானத் தெய்வானை இறந்த பிறகு அம்மனாக ஆனதுக் கெணக்கா? முடிச்சவிழ்க்க முடியாத வலைப் பின்னலாய் சிந்தனை குமைந்தது அவனுக்குள்.

மீண்டும் நடக்கத் துவங்கியிருந்தார்கள். தெய்வானையின் இளமைக் காலம் தொட்டு மேலெழுந்த நிகழ்வினை விவரணையாகச் சொல்லிக் கொண்டு வந்தாள் ராணி. தான் எடுத்துவைத்துப்போன ஒவ்வொரு அடிக்கும் ராணியின் வார்த்தைகள் வலியைக் கொடுப்பதாக உணர்ந்தான் அவன்.

வீட்டு முற்றத்திற்குள் கால்களை எடுத்துவைத்திருந்தார்கள்.

''என்ன ... சாப்பிடாமக் கொள்ளாம எங்கனப் போயிட்டிய?''

வீட்டுத் திண்ணையில் மிடுக்காக உட்கார்ந்திருந்த ராணியின் அண்ணன் மாரியப்பன், குணசீலனிடம் தன்மையாகக் கேட்டுவிட்டு இணக்கமாகச் சிரித்துவைத்தான். ராணியின் வீடும் ஓலைக்குடிசைதான். என்ன, வீட்டுக்குள்ளே மண்குழைத்து மாடிப்போட்டிருந்தது. அந்த மாடி யில்தான் அவர்கள் இரவில் தங்குவது...படுப்பது...உறங்குவது எல்லாம். அந்தத் தெருவில் அநேக வீடுகளில் அப்படி மாடிகள் போட்டிருந்ததைப் பிரமிப்புடன் பார்த்திருக்கிறான் குணசீலன். அவனின் ஊரில் அப்படி யெல்லாம் பார்த்ததில்லை.

''பசி இல்ல. எப்படி சாப்புடறது?''

காலையில் சாணித் தெளித்திருந்த முற்றம் இப்போது பொருக்காய் காய்ந்துபோயிருந்தது. மேற்கிலிருந்து ஊடுபாவாய் வீசிக்கொண்டிருந்த காற்றில் முற்றத்திலிருந்து இழையறுந்தத் தூசிகள் மேல்நோக்கிப் பறந்து கொண்டிருந்தன.

''காலாகாலத்துலயே சாப்பிட்டிருங்க. அப்பொறம் எல்லாரும் கோயிலுக்கு ஆட்டம் பாக்கப் போயிருவாவா. பொறவு ஒங்களுக்குச் சோறு வச்சித்தர ஆளில்லாம சீண்டறப்படணும். ராணியும் கோயில்லதான் இருக்கப்போறா... என்ன ராணி?''

குணசீலனைப் பார்த்து இணக்கமாய் சிரித்துக் கொண்டான் மாரியப் பன். ராணியும் உண்மையை ஒப்புக்கொள்வதற்குச் சமிக்ஞையாய் மிதமாகத் தலையாட்டிக்கொண்டாள், கீழும்மேலுமாக.

வீட்டிலுள்ள உறுப்பினர்கள் அனைவரும் திண்ணையிலேதான் கூடிக் கொண்டு கிடந்திருந்தார்கள். நெடுக்குக்கொடுக்கான ராணியின் அப்பா... குள்ளமான அம்மா... களக்காட்டில் கட்டிக்கொடுத்து தற்போது தன் புருசனோடு கொடைக்கு வந்திருந்த அக்கா பூங்கனி... அவள் புருசக்காரர் செல்லப்பாக்கியம்... அனைவரும்!

அக்காவுக்குக் கல்யாணம் முடிந்து ஐந்து வருசங்கள் அடிபிடியாய் கழிந்திருந்தன. இன்னும் ஒரு குழந்தைப் பாக்கியம் இல்லாதிருந்ததே அவளின் குறையாகத் தெரிந்தது. அதனால்தான் ஒவ்வொரு கோயில்

குளமாக மாச்சல் பார்க்காமல் ஏறி இறங்கிக்கொண்டிருந்தார்கள் அவளும் அவளின் புருசக்காரரும். இந்தக் கோயிலுக்கும் இப்போது பிள்ளை வரம் கேட்டுத்தான் வந்திருந்தார்கள்.

ராணியின் வீடு தெருவின் கிழக்கு அற்றத்தில் ஒதுங்கியிருந்ததால் கோயிலில் முழங்கிய ஓசைகள் எல்லாம் எங்கோ கிணற்றிலிருந்து ஒலிப் பதுபோலவே சுரத்தில்லாமல் கேட்டுக்கொண்டிருந்தன.

''போம்மா...மாப்பிள்ளைக்குச் சோறு போட்டுக் குடு''

மாரியப்பனின் குரல் குழறலாக வெளிப்பட்டது. ரொம்பவும்தான் கெந்தளிப்புடன் உத்தரவிடுகிறான். சாராயம் குடித்திருந்தால்தான் அந்தக் கெந்தளிப்பை அவனிடம் எதிர்பார்க்கமுடியும் என்பது சமயோசிதமாக குணசீலனின் நியாபகத்துக்கு வந்தது. மாரியப்பனிடம் கேட்டால், 'ஒரு விசேச நாளும் அதுவுமா குடி இல்லைன்னா எப்பிடி?' என்று பரிகாச மாகப் பதில் தருவான் என்பதை சமயோசிதமாக நினைத்துக் கொண்டான் குணசீலன். வடக்குத் தெருவில் ஒரு கொண்டாட்டம் என்றால் தெற்குத் தெருக்காரர்களின சாராய வியாபாரம் கொடிகட்டிப் பறக்கும் என்பது அவனுக்குத் தெரியாமல் இல்லை. பாட்டில் பாட்டிலாய் வாங்கிக்கொண்டு வந்து குடித்துத் தொலைப்பார்கள் வடக்குத் தெருக்காரர்கள்.

திண்ணையிலிருந்து ராணிதான் முதலில் எழுந்து நின்றாள். பிறகுதான் குணசீலனை உசுப்பினாள். ''வாங்க... சோறு போட்டுத் தாரேன்''

3

''வணக்கம் வணக்கமய்யா
வணக்கம் வணக்கமய்யா
வந்திருக்கும் பெரியோர்க்கு
எங்களோட வணக்கமய்யா...
சந்தனமின்னா சந்தனம்
தஞ்சாவூரு சந்தனம்
சந்தனமின்னா சந்தனம்
தஞ்சாவூரு சந்தனம்
சந்தனத்தப் பூசிக்கிட்டு
சந்தோசமாப் பாருங்க.

அய்யா

பிச்சி மலரெடுத்து

பெரியோரக் கும்பிட்டோம்

பேர்போனக் கோயிலுக்குப்

பிரியமுடன் வந்திட்டோம்...''

கும்பாட்டம் களைகட்டத் துவங்கியிருந்தது. இப்போது வல்லிசாய் காற்றில்லாமல் போயிருந்தது. அதனால்தான் கோயிலுக்கு முன்னால் நின்று கெந்தளிப்பாய் ஆட்டம்போடும் கும்ப ஆட்டக்காரர்களின் பாட்டுகள் தெளிச்சலாகக் கேட்டுக்கொண்டிருப்பதாகத் தோன்றியது குணசீலனுக்கு. கெடுபிடியாய் முழங்கிய மேளம் மற்றும் நாயனங்களின் ஆர்ப்பரிப்பில் மனம் லயித்துப்போய் உட்கார்ந்திருந்தான். அவன் கும்பாட்டம் பார்க்கச் சென்றிருக்கவில்லை. ராணியின் வீட்டில் வயிறார உணவெடுத்துவிட்டு வெளியே வந்தவன் சற்றைக்கெல்லாம் 'வயிறு வலிக்கிறது...' என்று சடவாகச் சொல்லிவிட்டு வீட்டுத் திண்ணையில் உட்கார்ந்துகொண்டான். தெய்வானையின் நினைவு அவனைக் கோயிலுக்குப் போகவிடாமல் தடுத்திருந்தது.

'கொஞ்ச நேரம் ரெஸ்ட் எடுத்துட்டு அப்பொறமா கோயிலுக்கு வாரேன்...' ராணியிடம் இணக்கமாய் சொல்லி உத்தரவும் வாங்கியிருந் தான்.

தெய்வானையின் அடையாளம் தெரியாத உருவம் இப்போது அடிக் கடி அவனின் மனத்திரையில் தோன்றித்தோன்றி மறைந்ததை அவன் உணர்ந்துகொள்ளாமல் இல்லை. சற்றுமுன் அவனுக்கு உணவுப் பரிமாறிய ராணி தெய்வானையைப் பற்றி மேலும் வேதனையுடன் விவரித்திருந்தது அவன் மனசையும் மூளையையும் தீவிரமாய் குடைந்துகொண்டிருந்தது. அவளைப் பற்றிய சிந்தனைத் தாக்குதலால் ரொம்பவும் சோர்ந்து போயிருந்தான். தெற்குத்தெரு சண்டியன்கள் எந்தனைக் கொடூரமாக தெய்வானையைக் குதறி எடுத்திருக்கிறார்கள்! அதுவும் அவள் கல்யாணப் பெண்ணாகத் தயாராகிக்கொண்டிருந்த வேளையில்.

''என்ன மச்சான்... தனியா ஒக்காந்திருக்கிய? ஆட்டம் பாக்கப் போவல?. தெருவே இப்போ கோயிலுக்கு முன்னதாம் அடஞ்சிக்கெடக்கு? நீங்க மட்டும் இங்கனத் தனியா ஒக்காந்திருக்கிய?''

எதிர்த்த வீட்டு சோமுப்பயல் குழைவாக வாசலில் நின்றுகொண்டே குணசீலனிடம் கேட்டுவிட்டுப் புன்னகைத்தான். அவன் தன் வீட்டி லிருந்து இப்போதுதான் வெளியே வந்துகொண்டிருந்தான். அவன் சாப் பிட வந்திருக்க வேண்டும். சீக்கிரத்தில் கோயிலுக்குப் போகும் அவசரம் தெரிந்தது, அவன் அதறபதற நின்றிருந்ததில்.

குணசீலனுக்கு மச்சினன் முறை வேண்டும்...தூரத்துச் சொந்தம் தான். ஆனால் பாசத்துடன் பழகிக்கொண்டிருந்தான் குணசீலனுடன். இன்னும் கல்யாணமாகியிருக்கவில்லை அவனுக்கு. மற்றவர்களைக் கெணக்கா கம்பீரமாய் அவன் வேட்டி உடுத்தியிருந்தாலும், முழுக்கைச் சட்டையின் கைப்பகுதியைச் சுருட்டி முழங்கைகளுக்குமேல் ஏற்றி விட்டியிருந்தாலும், ஒரு பெண்மைக்குரியக் குழைவிருந்தது அவனின் பேச்சிலும் நடையிலும். அதுவே அவனின் கல்யாணத்தைத் தாமசப் படுத்தியதாகத் தோன்றியது குணசீலனுக்கு. தெருவில் எல்லோரும் அவனை 'சோமம்மா...' என்றே பரிகாசம் தொனிக்க அழைத்துச் சிரித்தார் கள். 'ஒங்க அப்பமார்வளப் போயிக் கூப்புடுங்கல...தாயோளியா...'. விசனமாய் சொல்லிவிட்டுத் தன் முகத்தை வெட்டி முறித்துக்கொள்வான் அவன். மற்றபடி குணமாகப் பேச்சுக் கொடுத்தால் குணமாகவே பழகிக் கொள்வான்.

குணசீலன் சோமுவிடம் குணமாகவே பேச்சுக் கொடுத்தான். அவன் ஊரிலிருந்து வந்தபோதெல்லாம் முதலில் சோமுவைத்தான் அரக்கப் பரக்கத் தேடினான். சோமுவிடம் பேச்சுக் கொடுத்தால் பொழுது போவதே தெரியாதுதான். சோமுவும் 'மச்சான் மச்சான்' என்று குணசீல னின் கையை இறுகப் பிடித்துக்கொண்டே குதூகலமாய் வளையம் வந்து கொண்டிருப் பான்.

கொடைவிழா நடந்துகொண்டிருந்ததால் தெருப் பையன்களைக் கெணக்கா சோமுவும் கோயிலில் கருக்கடையாய் நின்று பணிவிடைச் செய்யவேண்டியிருந்தது. அதனால்தானோ என்னவோ குணசீலனின் நெருக்கத்தை தற்காலிகமாகத் தவிர்த்திருந்தான் சோமு.

''வயித்துக்குக் கோளாறு பண்ணுது மாப்ள. அதான் சடஞ்சிப்போய் ஒக்காந்திருக்கென்.''

'ஆட்டம் பாக்க வாங்க மச்சான்''

''கொஞ்சம் டைம் ஆகட்டும்.''

"கோயில்ல எனக்கு வேலக்கெடக்கு மச்சான்... ஒங்களப் பொற வாட்டிப் பார்க்கேன்''

''ஆமாமா, நீ கொடவிழாக்காரன். வேல ஜாஸ்தியாத்தான் இருக்கும். சாமிகளுக்கு நீ சந்தனம் பூசிவிடறதப் பாத்தென். போயிப் பாரு. நா பின் னால வந்துகிட்டிருக்கென்''

வாசலில் நின்றமேனிக்கே கோயிலுக்குத் தாண்டுகாலில் ஓடினான் சோமு.

குணசீலன் தன் தனிமையைப் போக்கிக்கொள்ளும் உத்தேசத்தில் சட்டைப்பையிலிருந்து சிகரெட் பாக்கெட்டை வெளியே எடுத்தான். அதிலிருந்து ஒரு சிகரெட்டை உருவி எடுத்து உதட்டில் பொருத்திவைத்துக்கொண்டான். மீண்டும் சிகரெட் பாக்கெட் அவனின் சட்டைப் பைக்குள் போனது. அதே சட்டைப் பைக்குள் கிடந்திருந்த லைட்டரை எடுத்து முனையை அழுத்திச் சுடரை வரவழைத்தான். பட்டென்று ஒளிர்ந்தச் சுடரை சிகரெட்டின் முனையில் ஒட்டவைத்துவிட்டு சிகரெட் முனைப் பற்றிக்கொண்டதும் லைட்டரை மீண்டும் தன் பையில் போட்டுக்கொண்டான். உதட்டில் நின்றிருந்த சிகரெட்டை விரல்களில் பிடித்துக்கொண்டு சுண்டிப் புகை இழுத்துவிட்டபோது தன் தேகத்திலும் மூளையிலும் புது உற்சாகம் கிளர்ந்தெழுவதை உணர்ந்தான். சிலநேரங்களில் அவனின் சிந்தனைக் குமைச்சலை நிவர்த்திப்பண்ண அவனுக்கு சிகரெட் மட்டுமே உதவுகிறது.

கும்பாட்டத்திலிருந்து தொடுபிடியாகப் பாட்டுகள் கேட்டுக்கொண்டிருந்தன... சினிமாப் பாட்டுகள். நாங்குநேரி நாச்சியாரின் கணீர் குரல்தான். அதை எத்தனை வருசங்களுக்குப் பிறகு இப்போது கேட்கிறான் குணசீலன்! அப்போது கேட்ட மாதிரியே - வெண்கலப் பாத்திரத்தில் கல்லை வைத்துக் தட்டியதுபோல - இப்போதும் கணீரென்று ஒலிக்கிறது. ஆச்சரியப்பட்டான்.

''திருப்பரங்குன்றத்தில் நீ சிரித்தால் முருகா

திருத்தணி மலைமீது எதிரொலிக்கும்...''

அருவியோட்டமாய் ஓடிக்கொண்டிருந்தது அவள் பாட்டு. அருவிக்குள் இறங்கி சுவாரஸ்யமாய் நீச்சலடித்தது கெணக்கா தமுக்கடித்தத் தவிலின் ஒற்றைத் தாளமும் அவனுக்குத் துல்லியமாகக் கேட்டுக்கொண்டிருந்தது.

ராணியின் குடும்பத்தார் எல்லோரும் - ராணி உட்படத்தான் - ஆட்டத்தைப் பார்க்கும் ஆவலில் அப்போதே கோயிலுக்குக் கிளம்பிப் போயிருந்தார்கள். 'ஒத்தைக்கிருக்கப் பயமா இருக்காதா?' தணிவாகக் கேட்டிருந்த ராணிக்கு அவனைத் தனியே விட்டுவிட்டுச் செல்வதற்கு மனசில்லாமல்தானிருந்தது. அவன்தான் அவளைச் செல்லமாய்க் கடிந்துகொண்டு விரட்டியிருந்தான். 'நா என்ன சின்னப் பையனா? இல்லன்னா பொம்பளப் பிள்ளையா, பயந்துகிட்டிருக்க? நீ போ... நா அப்பொறமா வாரேன்...'

தெருவின் மேற்கு விளிம்பில் பேருக்கு ஒரு குழல்விளக்கு மட்டும் மாட்டப்பட்டிருந்தது. வாழைத்தண்டை உரித்து நிறுத்தியிருந்தது மாதிரிப் பளீரென்று ஒளிர்ந்த அதன் சிதறலில் கிழக்கே சற்று தூரம்வரைதான் வெளிச்சம் தெரிந்தது. அதற்கும் கிழக்கே நின்றிருந்த தெருவிளக்கின் கரிசனத்தால் தெருவின் கீழ்புறம் வரைக்கும் அசங்கல்மசங்கலாய் காட்சிகள் தெரிந்தன குணசீலனுக்கு.

தெருவில் மொத்தம் நாப்பது சொச்சம் வீடுகள் இருந்தன. வீடுகள் என்பதைவிடக் குடிசைகள் என்பதே தகும். வடக்கிலும் தெற்கிலுமாய் சம அளவில் நின்று மத்தியில் கரடுமுரடாய் கிடந்த பாதையைத் தெருவாக்கியிருந்தன குடிசைகள். குடிசைகளுக்குள் காலம் கழித்த எல்லோருமே அன்றாடங்காய்ச்சிகள். தெருவுக்குக் கிழக்கேயிருந்த வேறுபிரிவு மேட்டுக்குடியினர்களின் தோட்டக்காடுகளில் கூலிவேலைகள் பார்த்துதான் அவர்களின் சீவனம் அலப்பறை இல்லாமல் கழிந்து கொண்டிருந்தது. அதிலும் சங்கரசுப்பிரமணியன் என்கிறப் பண்ணையாரின் தோட்டக்காடுகள்தான் அவர்களுக்குத் தொடுபிடியாய் வேலைகள் தந்துகொண்டிருந்தன. ஓடைக்குக் கிழக்கே அவரின் சாதிச் சனங்களுடன் அவரும் ஒய்யாரமாய் வீடுகட்டிக் குடியிருந்துகொண்டிருந்தார். ஊர்முழுவதும் அவரின் தோட்டக்காடுகள் பரந்து விரிந்துகிடந்தன. ராணியும்கூட அந்தத் தோட்டக்காடுகளுக்கு ஒன்றிரண்டு நாட்கள் அற்ப சொற்பமாய் வேலைசோலிக்குப் போயிருக்கிறாள்.

ராணி அழகாயிருந்தது மட்டும் அல்லாமல் நாலெழுத்துப் படித்தவளாகவும் இருந்ததால் -பள்ளி இறுதி வகுப்புவரைப் படித்திருந்தாள் - கேள்விப்பட்டு வந்து அவளை விரும்பிக் கட்டியிருந்தான் குணசீலன். அவர்களுக்குக் கல்யாணம் முடிந்த வருசத்தில் முதல் கொடை இது. ராணிவேறு வாயும்வயிறுமாக மூச்சுவாங்க நின்றாள். பிள்ளைத்தாய்ச்சியின் விருப்பத்தை நிறைவேற்றவேண்டும் என்ற தூண்டுதலில் வங்கியில் மூன்று நாட்கள் விடுமுறைப் போட்டுவிட்டு வந்திருந்தான். வள்ளியூரிலிருந்த அரசு வங்கியில் எழுத்தர் பணி அவனுக்கு. சங்கத்தின் செயலாளராக இருந்ததால் வங்கியின் நிர்வாகத்திற்கு எதிராக எத்தனையோமுறை துணிச்சலாகக் கொடிப் பிடித்திருக்கிறான். அதைவிடவா, அமைதியில் உறைந்துகிடக்கும் இந்தத் தெருவில் உட்கார்ந்திருப்பது அவனுக்குப் பயத்தைத் தந்துவிடும்? ராணியின் அறியாமையை நினைத்து மனசுக்குள் சிரித்துக்கொண்டான்.

நேரம் கடந்துகொண்டிருந்தது. தெருவில் ஒரு சுடுகுஞ்சியின் அணக்கமும் இல்லாதிருந்தது, அவனுக்கு விரக்தியைத் தந்தது. கும்பாட்டத்தில் முழங்கிய பாட்டுச் சத்தம் தன்னைக் கயிறுகட்டி இழுத்துக்கொண்டு போனதுபோலத் தோன்றியது அவனுக்கு. சோர்வாக எழுந்துகொண்டு மேற்குநோக்கி நடைபோட்டான். தெரு மத்திக்கு வந்ததும் அகஸ்மாத்தாக அவனின் பார்வை வலது பக்கம் திரும்பியது. தெய்வானையின் குடிசையைப் பார்த்ததும் மனம் வெறுவிப்போனான். எதிர்பக்கந்தான் சந்திரமதியின் வீடு - குடிசை - இருந்தது. சந்திரமதி நாற்பது நாற்பத்தைந்து சொச்சம் வயசுக்காரி. ஆனாலும் ஆவேசம் குறையாமல் தெய்வானையைச் சுமந்துகொண்டு பொறியாய் ஆடுகிறாள்...தீப்பொறியாய்.

கோயிலை நெருங்கியிருந்தான் அவன். கோயிலும் வெறிச்சோடியே கிடந்தது. காயாத சந்தனப் பூச்சோடும் திருநீற்றுப் பட்டையுடனும் சில

சாமியாடிகள் பந்தலின் தூண்களில் சரிந்து ஓய்வெடுத்துக் கொண்டிருந்தனர். கருக்கல் பூசையில் கலவரப் பூமியாகத் துமிலோலப்பட்டிருந்த கோயில் பிரகாரம். தற்போது அமைதிப் பூங்காவாக இறுகிக்கிடந்தது தெரிந்தது. மேற்குப் பக்கமிருந்த தெய்வானைக் கோயிலிலும் ஆள் அரவமற்றிருந்தது. சந்தனம் குங்குமம் பூசியக் கற்சிலை மட்டும் கோயிலுக்குள் நின்றிருந்ததைப் பார்த்தான். அதைத் தெய்வானையாகப் பாவித்து - பூஜித்து- வழிபட்டுக்கொண்டிருக்கிறார்கள் சனங்கள். அதன்முன்னே விஸ்தீரணமாய் விரித்துவைத்திருந்தப்படையலில் பழங்களும் பூக்களுமாய் நிறைகண்டிருந்தன. படையலின் விளிம்பில் வைக்கப்பட்டிருந்த கனிந்த வாழைப்பழத்தின் மத்தியில் செருகப்பட்டு நின்றிருந்த ஊதுபத்திகளிலிருந்து ‘கமகம’வென்று மணம்வீசியப் புகைக்கீற்றுகள் மேகச் சிதறல்களாக மேல்நோக்கிக் கிளம்பிக்கொண்டிருந்தன.

எல்லா சனங்களும் கும்பாட்டத்தில் கிறங்கிப்போய் உட்கார்ந்திருந்தது தெரிந்தது. தெய்வானைக் கோயிலுக்குமுன் வெட்டா வீதியாய் கிடந்திருந்தப் பாறை வெளியில்தான் நீர் தெளித்து, குழல்விளக்குகள் நாட்டி வைத்து, அதன் மத்தியில் கிடந்த வெற்றிடத்தில் ஆட்டத்தை வைத்திருந்தார்கள். ஆட்டத்தின் கிழக்குப் பக்கம் பெண்கள் பாய்விரித்தோ, துணிகள் விரித்தோ தரையில் கொத்தாக உட்கார்ந்து ஆட்டத்தைப் பார்த்து ரசித்துக்கொண்டிருந்தது தெரிந்தது. மேற்குப் பக்கம் முன்வரிசையில் அமர்ந்து அக்கிசியாய் பார்த்துக்கொண்டிருந்த சிறுவர்களையும், சில கிழடுகட்டைகளையும் தவிர, திடமாயிருந்த இளவட்டங்கள் பின்னால் கும்பல்கும்பலாய் நின்றுகொண்டிருந்தனர். வெறுமனே நின்று பார்த்துக் கொண்டிருக்கவில்லை அவர்கள்... ஆட்டக்காரிகளைப் பார்த்து விசிலடிக்கவும் கெக்களிப்புவிட்டுச் சிரிக்கவுமாக சூழலைக் கலகலக்கவைத்துக் கொண்டிருந்தார்கள்.

‘‘ஒருவர்மீது ஒருவர் சாய்ந்து ஓடம்போலே ஆடலாம் பாடலாம்’’ - பாட்டு ஓடிக்கொண்டிருந்தது. நாச்சியார்தான் ஒலிவாங்கிக்கு முன் நின்று கர்மசிரத்தையோடு பாடிக்கொண்டிருந்தாள். அவளுக்குப் பக்கத் துணையாக நின்றிருந்த மற்ற ஆட்டக்காரி நாச்சியாருடன் இணைந்து அவளுக்கு இசைவாகப் பாடிக்கொண்டிருந்தாள். அவர்களின் பாட்டுக்கு மெருகேற்றுகிற மாதிரி தரையில் உட்கார்ந்து தவில் ஒன்று அமர்த்தலாய் தாளம்போட்டுக்கொண்டிருந்தது. இரண்டு கோமாளிகளும் ஒலிவாங்கிக்கு எதிரில் நின்று பாட்டுக்கு இசைவாய் அடவுகள் எடுத்துவைத்து நளினமாய் ஆடிக்கொண்டிருந்தார்கள்.

பிரகாசமாய் ஒளிர்ந்துகொண்டிருந்த குழல்விளக்குகளின் வெளிச்சத்தில் ஆட்டக்காரர்களின் உடுப்புகள் தங்கப்பாளங்களாய் மின்னியதைக் கண்டு ஆச்சரியப்பட்டான் குணசீலன். ஆட்டக்காரர்களுக்கு இது போன்ற உடுப்புகள் எங்கிருந்துதான் கிடைக்கின்றனவோ என்று நினைத்ததால் எழுந்த ஆச்சரியம்.

நாச்சியாரைக் கூர்ந்து கவனித்தான் குணசீலன். ஐந்து வருடங்களுக்கு முன்னால் பார்த்த மாதிரியே இப்போதும் மெட்டுவிடாமல் இருந்தாள். அவளின் ஆட்டமும் குணசீலனுக்கு வியப்பாகவே இருந்தது. அவளுடன் ஆள்துணைக்கு வந்திருந்த ஆட்டக்காரி அவளைக் கெணக்கா துடிப்பும் வெடிப்புமாக இல்லைதான். கும்பங்களைக் கீழே இறக்கிவைத் திருந் தார்கள்... தவிலுக்குப் பக்கத்தில்.

''மாமா! அத்த அந்தா உக்காந்திருக்கு. நீங்க வேண்ணா அங்க வரு வீங்களாம்... பாய் விரிச்சிருக்கு''

ராணியின் அண்ணன் மாரியப்பனின் பையன் - எட்டு வயசிருக்கும் - குணசீலனின் பின்னால் வந்து நின்று நிதானமாய் கூப்பிட்டதும் முதலில் அதிர்ந்துபோன குணசீலன், அவனை அடையாளம் கண்ட பிறகு சுதாரித்துக்கொண்டு புன்னகைத்தான். அவன் சுட்டிக் காட்டிய இடம் பெண்களின் மத்தியப் பகுதியாக இருந்தது. குவித்துப்போட்ட மொச்சைக் கொட்டைகளாகப் பொம்பளைகள் அடர்த்தியாக உட்கார்ந்திருந்தார்கள். அவரவர்களின் சவுகரியத்திற்கு ஏற்பப் பாய்களை விரித்தும், துணிகளை விரித்தும், அவற்றின்மேல் விஸ்தாரமாய் கால்களை நீட்டிக்கொண்டும், 'அக்கடா'வென்று படுத்துக்கொண்டும் இடங்களை நிறைத்திருந்தனர். அவர்களின் மத்திக்குப் போயா தான் உட்கார்ந்துகொள்ள வேண்டும் என்று நினைத்துப்பார்த்து விசனப்பட்டான் குணசீலன்.

''போடா... நா அங்க வரல. இங்கேயே நின்னுப் பாத்துக்கிடுறேன். கொஞ்ச நேரத்துல வீட்டுக்குப் போயிருவேன்னு ஒங்க அத்தக்கிட்ட சொல்லு...என்ன?''

''சரி மாமா''

சிறுவன் சிட்டாகப் பறந்துபோனான். கூட்டத்தின் விளிம்பில் நின்றி ருந்ததால் குணசீலனால் ராணியைத் தடுதலை இல்லாமல் எளிதாகப் பார்க்கமுடிந்தது.

அவன்நின்றிருந்த இடம் தெய்வானைக்கோயிலுக்குமுன்வெளியாகவே இருந்தது. குத்துக்கல்லாட்டம் நின்றிருந்த தெய்வானையை அவ்வப் போது தீர்க்கமாகப் பார்த்துக் கொண்டிருப்பதிலேதான் அவனின் சிந்தனை ஆழமாகப் பதிந்திருந்தது. தெய்வானைக்கு நிகழ்ந்திருந்த கொடுமையைப் பற்றி அவனிடம் ராணிச் சொல்லியிருந்ததை மீண்டும் மீண்டும் அசைப் போட்டுப் பார்த்துகொண்டிருந்தான். அவனுக்கு முன்னால் கிடந்திருந் தப் பாறை இடுக்கில்தானே தெற்குத்தெரு சண்டியன்கள் அவளை வல் லடியாய்க் கிடத்திக்கொண்டு தங்கள் குடிவெறித் தீரத்தீரக் குதறி எடுத்திருந்தார்கள்... கொலைகாரப் பாவிகள்.

சலசலத்து ஓடிய நீரில் தெய்வானையின் கதறல் சத்தம் அசரீரியாய் கேட்டுக்கொண்டிப்பதாகத் தோன்றியது அவனுக்கு. தெய்வானைக்கு நிகழ்ந்திருந்த கொடுமையை அவனால் ஜீரணித்துக்கொள்ள முடிய

வில்லை. அட தெய்வானை... பாவி மகளே...உனக்கா அந்த அநீதி நிகழ்ந் திருக்கவேண்டும்? உன்னையவா அந்தக் காமுகர்கள் அப்படித் துள்ளத்து டிக்கக் கெடுத்துக் கொன்றிருக்கவேண்டும்? நீ எப்படி வளர்ந்தவள்! எப்படிப்பட்டக் குணசீலி!

தெய்வானையின் சிறு பிராயத்திலிருந்து அவள் குமராகிச் சாகடிக் கப்பட்டது வரை ராணி அவனிடம் விவரமாகச் சொல்லியிருந்ததை வெப்புராளத்துடன் தன் நினைவில் அசைப்போட்டுப் பார்த்தான் குணசீலன்.

4

தெய்வானைக்கு அன்றிரவு ஏழுமணிக்குக் கல்யாணம். ஊர் வழக்கப்படி இரவில்தான் தாலிக்கட்டு. சிங்கிக்குளம்தான் மாப்பிள்ளையின் ஊர். இங்கிருந்து பேருந்தில் போனால் பத்து நிமிசப் பயணம். காலார நடந்துபோனால் ஒருமணிநேரச் சொச்சம் ஆகும். தூரத்துச் சொந்தம். சாயந்தரமே மாப்பிள்ளை வீட்டார் கல்யாணத்துக்குத் தேவையானப் பொருட்களுடன் - வேறு என்ன, பட்டுச்சேலை தாலியுடனும்தான் - பெண் ஊருக்கு வந்தாயிற்று. தெருவின் கிழக்கு அற்றத்தில் ஒதுங்கியிருந்த ராணியின் வீட்டில்தான் மாப்பிள்ளை வீட்டார் தன் சுற்றம் சூழத் தங்கியிருந்தனர்.

ராணிக்கு அப்போது எட்டு வயசு. நல்ல வெடிப்பானப் பிள்ளை. உள்ளூர் ஓட்டுக்கூரைப் பள்ளிக்கூடத்தில் நான்காம் வகுப்புப் படித்துக் கொண்டிருந்தாள். அவள்வயசுச் சேக்காளிகளுடன் சேர்ந்துகொண்டு மாப்பிள்ளையை அலுசியமாய் பார்த்துக் கேலிப்பண்ணுவதும், கல்யாண வீட்டுக்கு ஓடிவந்து தெய்வானையிடம் மாப்பிள்ளையின் நடவடி க்கைகளைப் பற்றி நக்கலாகச் சொல்லி சிரிப்பதுமாக விளையாட்டுக் காட்டிக்கொண்டிருந்தாள்.

‘‘போங்கடி சின்னச் செருக்கியளா. இன்னும் செத்த வருசத்துல நீங்களும் என்னிய மாரிக் கல்யாணம் கட்டிக்கத்தானப் போறிய. அப்பப் பாருங்க, ஒங்க மாப்பிளையப் பத்தி நா என்னல்லாம் சொல்லிச் சிரிக்கமுன்னு.’’

வெட்கப்பட்டத் தெய்வானை விளையாட்டாக அவர்களை விரட்டினாள். சில்லறைக் காசுகளைச் சிமெண்டுத் தரையில் கொட்டியது மாதிரி சின்னஞ்சிறுசுகள் கலகன்டரமாய் சிரித்துவிட்டு சிட்டுகளாகப்

பறந்து ஓடினர். இன்னும் செத்தநேரத்தில் அவர்கள் திரும்பி வருவார்கள் என்பது அவளுக்குத் தெரியாமல் இல்லை.

நேரம் கறுத்துக்கொண்டு வந்தது. சரியாக ஏழு மணிக்குக் கல்யாணத்தை அரங்கேற்றிவிட வேண்டும் என்பது தீர்மானம். முற்றத்தில் கம்புகள் நாட்டி உயர்த்திக் கட்டப்பட்டிருந்த ஒலிப்பெருக்கிக் குழாய்கள் நயமாய் பாடிக்கொண்டிருந்தன...காதல் ரசம் சொட்டும் சினிமாப் பாட்டுக்கள்.

தெய்வானையின் புண்ணியத்தால் இன்று தெரு வெளிச்ச வெள்ளத்தில் மூழ்கித் திளைத்துக்கொண்டிருந்தது. மக்கியா நாள் என்றால் இந்நேரம் பாழடைந்த குகைபோலத் தெரு இருளடைந்துகிடக்கும்.

வீட்டு முற்றம்தான் கல்யாண மண்டபமாகியிருந்தது. ஒய்யாரமாய் ஓலைப் பந்தல் போட்டு, பந்தலின் மேற்கு அற்றத்தில் ஒரு பெஞ்சும், பெஞ்சைச் சுற்றிப் பூக்களின் ஒப்பனைகளும் பிரமாதம் காட்டியது. பந்தலின் முகட்டிலிருந்து நூல் இழைகளை விழுதுகளாக இறக்கி, அவற்றின் முனைகளில் சரங்களைக் கட்டியிருந்தனர்... மல்லிகைச் சரங்களை! மாப்பிள்ளையும் பெண்ணும் பெஞ்சில்தான் இணைந்து உட்காரவேண்டும். அதுதான் கல்யாண மேடை. பந்தலுக்குள் நின்றிருக்கும் சனங்களின் ஆரவாரத்தில் அவளின் கழுத்தில் அவன் தாலிக் கட்டுவான். நாதஸ்வரம் இசைக்க, மேளம் முழங்க, கல்யாண வைபவம் கச்சிதமாய் அரங்கேறும். கல்யாண மண்டபங்கள் அருகிலில்லாத ஊர்களில் இதுதான் நடைமுறையாக இருந்தது.

‘‘தேரம் கருத்துக்கிட்டு வருதுல்ல? மேளக்காரனுவ எங்கனய்யா போயிட்டானுவ?’’ தெய்வானையின் அம்மா பார்வதம் அவசரப்பட்டாள். குடுகுடுவென்று வந்தவள், முற்றத்தில் நின்றிருந்த தன் புருசக்காரன் காசியிடம் உதிரிப் பூக்களைத் தட்டோடு தந்துவிட்டுப் பரபரப்பாக நின்றாள். உதிரிப்பூக்கள் தம்பதியர்களின் மீது தூவுவதற்கு.

‘‘ஏன் அவசரப்படுத? அவனுவ இப்பந்தான வந்தானுவ? ஒண்ணுக் குக்கிண்ணுக்குப் போயிருப்பானுவ’’

‘‘என்ன ஆம்பள நீரு? கொஞ்சமாவது அக்கிசி இருக்கா ஒமக்கு?’’

‘‘அக்கிசி இல்லாமலா பொழுதன்னிக்கும் மாங்குமாங்குன்னு பாடுபாத்துக்கிட்டிருக்கேன்? கொற சொல்ல வந்திட்டா, பெரிய குத்தத் தக் கண்டுபிடிச்சவ மாரி. போ போ...சமையல் பெறையில எல்லாம் ஒழுங்கா நடக்கிதானுப் போயிப் பாரு’’

அரக்கப்பரக்கப் புறக்கடைக்கு ஓடினாள் அவள். வீட்டுப் புறக்கடையில் வெட்டாவெளியாய் கிடந்திருந்த மண்தரையில் பந்தல் கட்டி அதற்குள் பெரிய பெரிய கற்களைத் தூக்கிவைத்து அடுப்புக் கூட்டியிருந்தனர்...

இரண்டு அடுப்புகள். ஒன்றின்மேல் வைக்கப்பட்டிருந்த கொப்பறையில் சோறும், மற்றொன்றின்மேல் வைக்கப்பட்ட கொப்பறையில் சாம்பாரும் வெந்துகொண்டிருந்தன. அவை இரண்டும் வெந்து இறக்கியப் பிறகுதான் அடுப்பில் அவியலும் பொறியலும் வைக்கவேண்டும். அவற்றுக்கு அதிக நேரமாகாது என்பது சமையல்காரருக்குத் தெரியும்.

சமையல்காரர் வேறு யாருமல்ல... சந்திரமதியின் கணவர் சித்திரைதான். வயது ஐம்பதுக்குமேலிருந்தாலும் நல்லத் திடகாத்திரமாக இருந்தார். சமையல் என்பது அவரின் தொழில் இல்லைதான். தெருவில் ஒரு விசேச வீடு என்றால் அவர்தான் ஆட்களைத் தயார் பண்ணிக்கொண்டு தடபுடலென்று சமையலில் இறங்குவார். இரண்டு கிளாஸ் சாராயம் கிடைத்தால் போதும், மனிதர் அலுங்காமல் குலுங்காமல் சிலையாக நின்று மேற்பார்வைப் பார்த்துக்கொண்டு வேலையைக் கச்சிதமாய் செய்து முடித்துவிடுவார். அவருடன் ஓடியாடி வேலைச் செய்யும் சிப்பந்திகளாக தெருக்காரர்களில் சிலர் இருந்தார்கள். அவர்களுக்கும் ஒளிப்பு மறைப்பு இல்லாமல் இரண்டு கிளாஸ் சாராயம் வாங்கிக்கொடுத்தால் போதும்.

நல்ல தாட்டியமாயிருந்த மேளக்காரரும், கூடவே பக்கத்தில் ஒரு நாயனக்காரரும் - இரண்டு பேர்களுக்கும் ஏகதேசம் சமவயதுதான் இருக்கவேண்டும் - தங்கள் கருவிகளுடன் வந்துகொண்டிருந்தனர்.

''செழமா மேளத்தக் கொட்டுங்க...தேரம் நெருங்கிக்கிட்டிருக்கு''

அவர்களைப் பார்த்ததும் காசி சன்னமாய் அங்கலாய்த்துக்கொண்டார்.

மேடைக்கு முன்னால் வரிசைக்கிரமமாகக் கட்டைப்பெஞ்சுகள் போடப்பட்டு அவற்றின்மேல் உறவுக்காரர்கள் சிலாகிப்பாக உட்கார்த்திருந்தனர். உட்கார இடம் கிடைக்காதவர்கள் நாசூக்காக விலகி நின்று மேடையை ஆவலோடு பார்த்துக்கொண்டிருந்தார்கள். இன்னும் சிறிது நேரத்தில் அரங்கேறவிருந்த கல்யாண வைபத்தைக் கண்ணாரக் காணும் ஆவல் அங்கிருந்த எல்லோருக்கும் இருந்தது.

இளவட்டம் ஒருவன் மேடைக்குப் பக்கவாட்டில் ஒரு பெஞ்சை எடுத்துக்கொண்டு வந்து போட்டுவிட, அதன்மேல் சிலாத்தாய் இடம் விட்டுக்கொண்டு மேளமும், நாதஸ்வரமும் அமர்ந்தன.

தடிமனாயிருந்த மேளக்காரர் காசியிடம் பரிகாசமாய் சிரித்துக் கொண்டு சொன்னார்:

''கவலப்படாதேருமோய்...கல்யாணத்த முடிச்சிவைக்காம நாங்க எந்திரிச்சிப் போவமாட்டொம்''.

களக்காட்டிலிருந்து மேளத்தையும் நாயனத்தையும் கூட்டிக்கொண்டு வந்திருந்தார்கள். மேளக்காரரின் வாய், வெத்தலை அரைப்பில் திளைத்

துக்கொண்டிருந்தது. அவர் பக்கத்தில் அசட்டுச் சிரிப்போடு உட்கார்ந்திருந்த நாதஸ்வரம் குழாயின் பின்புறம் சீவலைச் செருகிவைத்து ஊதிஊதி ஒத்திகைப் பார்த்தது.

சற்றைக்கெல்லாம் மேள முழக்கமும் நாதஸ்வரத்தின் இசைப் பாய்ச்சலும் பந்தலுக்குள் களைகட்டத் துவங்கியிருந்தன. ஓலைக் கீற்றுக்கள் தந்திக் கம்பிகளாய் அதிர, கல்யாண வீடு உற்சாகம் பெற்றது.

ராணியின் வீட்டிலிருந்து மாப்பிள்ளை தங்கராஜ் அவனின் உறவினர் புடைசூழ புதுமணக் கோலத்துடன் அழைத்துவரப்பட்டான். பட்டுவேட்டி, பட்டுச் சட்டையில் அவனின் கருப்பு நிறம் அடர்த்திகூடி மின்னுவதாகத் தோன்றியது. அவனைச் சுற்றி இரண்டு மூன்று இளவட்டங்கள் - மாப்பிள்ளைக்கு நண்பர்களாக இருந்தார்கள் - கிண்டலும்கேலியுமாகப் பேசிச் சிரித்துக்கொண்டு வந்தார்கள். மாப்பிள்ளையின் உறவுக்காரர்களும் அவர்களுக்குச் சோடைப்போனவர்களாக இல்லை. கும்மரிப்பும் குதூகலமுமாகத் தெருவைக் கலவரப்படுத்திக் கொண்டு வந்தனர். சந்தோசத்தில் பொங்கிய கலவரம். ஒலிப்பெருக்கிக் குழாய்களிலிருந்து உதிர்ந்துவிழுந்த பாடல்களுக்கு ஏற்பத் தெருவில் சின்னஞ்சிறுசுகள் உற்சாகம்பொங்க ஆடிக்கொண்டிருந்தனர். தெருக்காரர்களுக்கும் ஏக மகிழ்ச்சி. அன்றாடங் காய்ச்சிகளாக அவர்களின் வாழ்க்கை அவலப்பட்டுக்கொண்டிருந்தாலும், தெருவில் அவ்வப்போது நடக்கும் சடங்கு, கல்யாண நிகழ்ச்சிகளில்தான் தங்கள் துயரங்களை அற்பமாய் மறந்துவிட்டு சந்தோசப்பட்டுக்கொள்கிறார்கள்.

மேளச்சத்தம் சுருதிகூட்டி முழங்கிக்கொண்டிருந்தது. நாதஸ்வரத்தின் இசையும் முன்னைவிட முனைப்பாக ஒலித்தது. தெருக்காரர்கள் எல்லோரும் பந்தலுக்குள் நிறைந்திருந்தார்கள். கல்யாணப்பந்தலுக்குள் ஓர் இறுக்கம் தொற்றிக்கொண்டிருந்தது புரிந்தது. இன்னும் சிறிது நேரத்தில் திருமணம் அரங்கேறிவிடுவதற்கான சமிக்கை அது. இன்னும் சிறிது நேரத்தில் தங்கராஜின் பக்கத்தில் வந்து தெய்வானை அமர்ந்துகொள்ள, தெய்வானையின் பிஞ்சுக் கழுத்தில் அவன் நெகிழ்ச்சியோடு தாலியைக் கட்டிவிட, எல்லோருடைய எதிர்பார்ப்பின் உச்சத்தில் அது சுமுகமாய் முடிந்துவிடும் என்றே நினைத்திருந்தார்கள்.

''ஏ... தேவடியா மக்கா... ஒரு தாயோளியும் செருக்கியும் எடத்த வுட்டு அங்கயிங்க அசையப்புடாது. அசஞ்சா, எல்லோரையும் வெட்டிப் பொலிப் போட்டிருவொம் பாத்துக்குங்க''

திடீரென்று பந்தலுக்குள் ஒலித்த கரடுமுரடான முழக்கத்தைக் கேட்டதும் எல்லோரும் கதிகலங்கிப்போனார்கள். புயலைப்போல வேகமாய் முழங்கிக்கொண்டு பந்தலுக்குள் புகுந்திருந்த மூன்று தடியன்களின் கைகளில் வாளை மீன்களைப்போல வீச்சரிவாள்கள் நின்று

பளபளத்தன. இரத்தப் பாளங்களாய் கண்கள் மின்ன, அவர்களின் விகாரமான முகங்களும் கடா மீசைகளும் எல்லோரையும் குலைப் பதற வைத்தன. எச்சில்நீரைக்கூடத் தொண்டைக்குள் இறக்கிவிடத் துணியாமல் இறுகிப்போய் நின்றிருந்தார்கள் சனங்கள். மேளமும் நாதஸ்வரமும் சுருதிப் பிசகி தங்கள் இயக்கங்களை நிறுத்திக்கொண்டன. அவற்றை இசைத்தவர்கள் உட்கார்ந்த இடத்திலே ஒண்ணுக்கிருக்காதக் குறைதான்... அவர்கள் மிரண்டுபோயிருந்தார்கள். வந்தவர்களின் இடுப்புக்களில் அழுக்கு வேட்டிகளும், தலைகளில் வரிந்துகட்டிய முண்டாசுகளும் கொலுவேறியிருந்தது தெரிந்தது. ஆனால் அவர்களின் வெற்றுமேனிகள் பாறாங்கற்களைப்போல இறுகித் திமிறிக்கொண்டிருந்தன.

அடப் பாதரவே! அவர்கள் தெற்குத்தெரு கண்ணையாவும், அவனின் மகன் கொம்பையாவும், கொம்பையாவின் மாமன் சண்முகமும் ஆயிற்றே. கொலைகாரப் பாவிகள். ஜெயிலும் வீடும் அவர்களுக்குப் பெயர் களில்தான் மாற்றமே தவிர, இரண்டும் ஒரே இடம்தானே அவர் களுக்கு - மாறிமாறி சஞ்சரிப்பதற்கு. எப்போதாவது மாமிச உணவு அகப்படாதபோது சேரிக்குள் இறங்கிக் கோழிகளையும் ஆடுகளையும் நிசாரமாய் தூக்கிக்கொண்டு போய்விடுவார்கள். எதிர்த்துக் கேட்க யாரும் வரமாட்டார்கள் என்கிறத் தைரியம்... யாரும் வரவும் மாட்டார் கள் தான்! 'அய்யா.... அத நா கோயிலுக்கு நேந்து வுட்டுருக்கன்ய்யா... சாமிக் குத்தம் ஆயிரும் சாமி.' தவிதாயப்படும் சனங்கள் அழுது கரை வார்கள்... தரையில் விழுந்து புரளுவார்கள்.

ஆம்பளையாய் இருந்தால் அவரைப் பார்த்து விசனமாய், 'லே.... தேவடியா மொவனே...', பொம்பளையாய் இருந்தால் அவளைப் பார்த்து, 'ஏ தேவடியாச் செருக்கி...' என்று வீராப்பாய் அழைத்து, 'நாங் களும் ஒங்களுக்குச் சாமிகத்தான நாய்களா? அதான எங்களயும் சாமின் னுக் கூப்புடுதிய. அதான் எங்களுக்கு நேந்துவிட்டிருந்த உருப்படிய நாங்க இப்போ வந்து தூக்கிட்டுப் போறோம். நேச்சைக்குப் பலி குடுக்குத நேரம் வந்தாச்சி...நாங்களே பலி குடுத்துக்கிருவொம். எல்லாரும் சூத்தப் பொத்திக்கிட்டு நிக்கணும். இல்ல, ஒழுங்கா இங்கனக் குடியிருந்துகிட முடியாது...தெரிஞ்சிக்குங்க' என்று தெற்குத்தெருக்காரர்கள் விண்ணா ளமாக எச்சரித்துவிட்டுச் சென்றுவிடுவார்கள்.

பொவுலற்ற சனங்கள் 'சூத்தைப் பொத்திக் கொண்டு'தான் கிடக்க வேண்டியதிருந்தது. தெற்குத் தெருவில் சனங்கள் திமுதிமுவென்று குவிந்துகிடந்தார்கள். வடக்குத்தெருக்காரர்கள் கொஞ்சம் பேர்... பாவப் பட்டவர்கள்...அரைஞாண் கயிறுகூடப் பலமில்லாதவர்கள். அவர்கள் தெற்குத்தெருக்காரர்களிடம் எசக்குப்பிசகாய் ஒருவார்த்தைப் பேசி விட்டால் போதும், வடக்குத் தெருவை நோக்கித் தடியும் அரிவாளு மாய் படையோடு திரண்டுவந்துவிடுவார்கள். பாவம், வடக்குத் தெருக் காரர்கள், எண்ணிக்கையிலும் இளைத்துப்போய்தானிருந்தார்கள்.

எப்போதாவது தெற்குத்தெருக்காரர்கள் வித்தியாசமாய் ஆசைப்பட்ட நேரங்களில் வடக்குத் தெருவுக்குள் புகுந்து பொம்பளைகளை அசிங் கப்படுத்திவிட்டுப் போய்விடுவதும் உண்டு. அந்த 'எப்போதாவது' இப்போதும் வந்திருக்கிறதோ அவர்களுக்கு? எல்லோரும் இலையும்குலை யுமாகப் பதறிக்கொண்டு நின்றார்கள்.

புயலாய் பாய்ந்து வந்திருந்த மூவரின் கொள்ளிக்கண் பார்வைகளும் தெய்வானையின் மீதே கெத்தாக விழுந்துகொண்டிருந்தன. அவ்வளவு தான், மானைக் கண்ட புலிகளைப்போல வெறியோடு பாய்ந்துசென்று தெய்வானையின் இடுப்பில் கைக்கொடுத்து செண்டாகத் தூக்கினான் கொம்பைய்யா. மூவரில் அவன்தான் இளவட்டமாயிருந்தான்.

''அய்யோ அம்மா... என்னையத் தூக்கிட்டுப் போறாவா...என்னையச் சாவடிக்கப் போறாவா... நா செத்துப்போயிருவென்... என்னையக் காப் பாத்துங்க. என்னைய வுடுங்க...என்னைய வுடுங்க... அடப் பாவியா என்னைய வுடுங்க. அம்மா...அய்யோ... மாமா...அத்த...என்னையக் கொல்லப்போறாவா. என்னையக் காப்பாத்துங்க. அம்மா...அய்யா. சீ கொலகாரப் பாவியா...என்னைய வுடுங்கல''

கட்டுக்குள் அகப்படாதக் காளையாய் கொம்பையாவின் பிடிக்கு அடங்காமல் அவனின் தோளில்கிடந்துத் திமிறினாள் தெய்வானை. பதினைந்து வயசுக் குமரி அவள். சமைந்து ஆறுமாதந்தான் ஆகியிருந்தது. இன்னும் குழந்தைத்தனத்தை முற்றிலும் துறந்துவிடாதப் பிஞ்சுப் பருவம்.

கவட்டைக் கம்பால் இறுக்கிப் பிடித்ததுபோல கொம்பையாவின் கைகள் அவளை அவனின் தோளோடு அழுத்திப் பிடித்தன. இப்போது அந்தப் பிஞ்சுக் கொடியால் அசைந்துவிட முடியவில்லை.

தங்கராஜ் மேடையைவிட்டு இறங்கித் தூரே ஓடியிருந்தான். அவன் மட்டும் அல்ல, அவனோடு கும்மாளமடித்துக்கொண்டு நின்றிருந்த அவனின் நண்பர்கள் மற்றும் உறவினர்களின் கூட்டமும்தான். அவர் களுக்கு தற்போது அது புது இடம். உள்ளூராய் இருந்திருந்தால் கொஞ்சம் முட்டுக்கொடுத்துப் பார்க்கலாம்.

''செருக்கி... சும்மா கொறச்சாலம் வைக்காத. செத்தநேரம் நீ எங்கக் கூடப் படுத்துக்கெடந்தா ஒண்ணும் கொறஞ்சிரமாட்ட. மல்லுக் கட்டாம ஒழுங்கு மருவாதியா வா. இல்ல...?'' தன் தோளில் கிடந்து திமிறிக் கொண்டிருந்த தெய்வானையை வழிப்போக்கில் வைதுகொண்டே முன்னேறினான் கொம்பையா. அவனைத் தொடர்ந்து மற்ற இரண்டு தடியன்களும், ஆசையும் அவசரமுமாய்.

''அய்யா சாமிகளா. எம் மொவளுக்கு இன்னிக்குக் கல்யாணம் சாமி களா. அவள வாழவுடாம இப்படி வல்லடியா வந்து தூக்கிட்டுப்

போறியளே. அவா ஓங்க மவ மாரி சாமி. நல்ல மனசு வச்சி அவள வுட்டுருங்கய்யா... நல்லா இருப்பிய''

காசி குலைப்பதற்றத்துடன் ஓடிவந்து நின்று கெஞ்சினான்... கதற வும் செய்தான். இன்னும் கொஞ்சம் சத்தம்போட்டுக் கதறினால் தேகம் சிதறித் தெறித்துவிடுவான்போலத் தோன்றியது. அவனுக்குப் பக்கத்தில் பார்வதம் வந்து நின்று அவர்களிடம் மன்றாடிக்கொண்டிருந்தாள். அவளின் அழுகைக்குச் சுருதி சேர்த்ததுபோல அவர்களின் மகன் சிங்காரம் - பதினேழு வயசு விடலைப்பயல் - ஓடிவந்து நின்று அதறபதற அழுதான். பந்தலுக்குள் நின்றிருந்த உறவுகளே கண்ணீர்விட்டுக் கதறிக் கொண்டி ருந்தது. முறிந்த மரங்களாய் மூவரின் கால்களுக்கு முன்னால் வந்து விழுந்து விழுந்து கெஞ்சியது.

அந்த ஏழைச்சனங்களின் அழுகைக்கு அவர்கள் இரக்கப்படுகிறவர்களாக இருந்தால் மனிதர்களாகிவிடுவார்கள். இப்போது மிருகங்களாக உரு மாறியிருந்தார்கள்... காமவெறிப் பிடித்த மிருகங்கள்.

''போங்கல நாய்களா... எவனாவது எவளாவது எங்கப் பொறத்தால வந்திய, வெட்டிக் கூறுபோட்டுருவொம் பாத்துக்குங்க''

அவர்களின் மிரட்டலான எச்சரிக்கையும் மீறி ஆற்றாமையால் தெருவரைக்கும் கதறிக்கொண்டு வந்திருந்தார்கள். சுடுகாடு கெணக்கா தெரு அணக்கமின்றிக் கிடந்திருந்தது...தெருக்காரர்கள் எல்லோரும் மூவ ருக்கும் பின்னால் அணிவகுத்திருந்தனர். தெருவில் வெளிச்சமிருந்தது... குழல் விளக்குகளின் வெளிச்சம். அந்த வெளிச்சம் காட்டிய வழிமீது நடந்தே அவர்கள் தெருவைக் கடந்து மேற்குநோக்கி வீராப்பாய் போய்க் கொண்டிருந்தார்கள்.

''என்னைய வுடுங்க ...நல்லாயிருப்பிய. அம்மா... என்னையக் கொல்லப்போறாவா. வந்துக் காப்பாத்துங்க. அடப் பாவியளா... என்னைய வுடுங்க.''

காற்றைக் கிழித்துக்கொண்டு வந்த தெய்வானையின் கதறல் தெருவில் விழுந்து சிதறியது. அதைப் பொறுக்கி எடுத்து ஆயுதமாக்குவதற்குத்தான் சனங்கள் யாரும் தயாராக இல்லை.

''அய்யா... சாமிகளா... எம்மொவள வுட்டுருங்க சாமிகளா. ஓங்கப் பெண்டு பிள்ளைங்க நல்லாயிருக்கும்.''

காசியின் குரல் அவர்களை விரட்டிக்கொண்டே பின்தொடர்ந்தது. 'சடக்'கென்று கண்ணையா பின் திரும்பி நின்று அவனைப் பார்த்து ஆவேசமாய் சத்தம்போட்டு எச்சரித்தான். ''எல தேவடியா மொவன... இனி ஒரு அடி எடுத்துவச்சி மேக்க வந்த, ஓங்கொதவளய அறுத்துக்

கூறுப்போட்டிருவொம் பாத்துக்க. ஒம்மொவா உசிரோட ஒனக்கு வேணும்னா அப்பிடி அங்கனயே நில்லு. மீறி மேக்க வந்தா, ஒங்குடும்பமே வங்கொலையா செத்துப்போவும், ஆமா.''

சற்றைக்கெல்லாம் அவர்கள் மூவரும் அம்மன்கோயிலுக்கு முன்னி ருந்தப் பாறை இருட்டில் மறைந்திருந்தார்கள். தெய்வானையின் குரல் தேய்ந்து... தேய்ந்து... இப்போது இல்லாமலே போயிருந்தது. பாறையின் இடுக்கில் ஓடிக்கொண்டிருந்த நீரின் சலசலப்பு மட்டும் துல்லியமாய் கேட்டுக்கொண்டிருந்தது.

காசி தன் உறவுகளுடன் தெருவிளிம்பில் இடிந்துபோய் உட்கார்ந் திருந்தான். பார்வதமும் சிங்காரமும் இன்னும் சில ரத்தச்சொந்தங்களும் நெருப்பில் நின்றிருந்ததுபோல தேகம் பதறத் துடித்துக் கொண்டிருந் தார்கள். அவர்களுக்கு ஆறுதல் சொல்லத் திராணியற்று காற்றுகூட சோர்ந்து, ஓய்ந்துபோயிருந்தது. தெற்குத்தெருக்காரர்கள் என்றால் அதற்கும் பயம்தானோ என்னவோ. ஒருமணி சொச்சம் கடந்திருந்தது. மாப்பிள்ளை வீட்டுக்காரர்கள் தங்கள் உறவுப் பரிவாரங்களுடன் தெருவைவிட்டுப் போய்க்கொண்டி ருந்தது தெரிந்தது. போகிறவர்கள் காசியிடமோ, அவன் பெஞ்சாதி பார்வதத்திடமோ ஒரு வார்த்தை கூடச் சொல்லியிருக்கவில்லை. யாரோ அந்நியர்களைப்போலத் தங்கள் மூட்டைமுடிச்சிகளைப் பலமாய் கட்டிக்கொண்டு அருவமில்லாமல் சென்றார்கள். சரியாக இரவு ஒன்பது மணிக்கு அங்கிருந்து சிங்கிக் குளத்துக்குப் பேருந்து இருந்தது. அதைக் கணக்குப்பண்ணிக்கொண்டுதான் அவர்கள் குடிக் கெழப்பிக் கொண்டு போகிறார்கள்போல என்று தோன்றி யது காசிக்கு. 'போனால் போகிறார்கள். பெற்றப் பெண்ணே நிர்க்கதியாகி அல்லோகல் அலோலப் பட்டுக்கொண்டிருக்கும் போது மற்றவர்கள் எப்படிப் போனால் நமக்கென்ன?' தனக்குள்ளாக நினைத்து சமாதானப் பட்டுக்கொண்டான். பேருக்குத்தான் சமாதானம் அடைந்திருந்தான் அவன். அவன் மனம் சங்கடப்பட்டுக் குமைந்து கொண்டுதானிருந்தது.

''இவனுவ வந்தாலும் வந்தானுவ...நம்மப் புள்ளைக்குக் கெட்டக் காலத்தத்தான் கூட்டிக்கிட்டு வந்திருக்கானுவ. போறானுவப் பாரு... மனுசர் மொகத்திலயே முழிக்காத மந்திக மாரி. அவனுவப் பெண்டு பிள்ளைகள்னா இப்பிடி சொல்லாமக் கொள்ளாமப் போவானுவளா? அவனுவ நாசமாப் போவதுக்கு''

பார்வதம் ஆற்றிக்கொள்ள முடியாமல் காசியிடம் புலம்பினாள். யார்மீதோ கொள்ளவேண்டியக் கோபத்தை யாரிடமோ காட்டுகிறாள் என்று தோன்றியது காசிக்கு. அவள் குரல் கீறல்கள் விழுந்த இசைத் தட்டாய் கரகரப்புடன் ஒலித்திருந்தது. அவளின் கண்கள் நீருக்குள் ளேதான் மூழ்கியிருந்தன...கண்ணீருக்குள். மூன்று முரடர்களின் கைகளில் தன்மகள் மூர்க்கமாய் பிழிபட்டுக்கொண்டிருக்கும் அவஸ்தையை

நினைத்து மனசுக்குள் குமைந்துகொண்டிருந்தாள். அவளின் இதயத்தைக் கத்தியால் அறுத்துக் கீறுவதைக் கெணக்கா வேசடையாய் இருந்தது. இந்தக் கொள்ளையில் மாப்பிள்ளை வீட்டுக்காரர்கள் வேறு மௌனமாகச் சென்றுகொண்டிருந்தது, அவள் மனசை மேலும் ஆழமாக அறுத்துக் கிழிப்பதைப்போல அவளுக்குள் பெரும்புகைச்சலாய் முண்டியது.

"போனாப் போறானுவ, போக்கத்தப் பயலுவ. அவனுவளக் கயிறுகட்டி இழுக்கவா முடியும்? அவனுவ நம்மக்கிட்ட வந்து சொல் லிட்டுப் போனவொடன நம்ம மொவளோட மானம் திரும்பக் கெடச் சிரப்போவுதாக்கும்? எம் பொண்ணுக்கு என்ன ஆச்சிதோங்கிதக் கவலையில நாக் கெடக்கேன்... ஒனக்கு அவனுவச் சொல்லாமப் போனது தான் பெருங்கவலப்பொலுக்கு". மறுகலுடன் சொல்லிக் கண்ணீர் வடித் தான் காசி. அவன் கண்கள் அதறபதறப் பாறையைப் பார்ப்பதும், அடக்கிக்கொள்ள முடியாத வெப்புராளத்தில் அழுவதுமாகப் பரிதவித்துக் கொண்டிருந்தன.

"ஒருமணி சொச்சம் ஆவுதய்யா... அந்தக் கொலகாரப் பாவிய நம்ம மொவளக் குத்திக் கொதறி எடுக்கானுவளாய்யா? அட கடவுளே... எம் மொவளுக்கு இப்பிடியொரு சங்கடத்தையா கொடுக்கணும் நீ? அடி மாரியாத்தா..."

வெறிப்பிடித்தவளைப்போல தன் தலையில் ஆங்காரமாய் தப்பிக் கொண்டு அழுதாள் பர்வதம். அவளுடன் சேர்ந்து அவளின் மகன் சிங்காரமும் அழுது கரைந்தான். காசிக்கும் தன்னக்கட்டி உட்கார முடியாமல் அழுகைப் பீறிட்டுக்கொண்டு வந்தது. உடலை மட்டும் தறியாட்டமாய் குலுக்கிக்கொண்டு அழுகையை வாய்க்குள்ளே நிறுத்திக் கொண்டான். கண்களிலிருந்து தாரைத்தாரையாய் நீர் வடிவதை மட்டும் அவனால் தாக்காட்டி நிறுத்திவைக்க முடியவில்லை. பக்கத்தில் நின்றிருந்தத் தெருக்காரர்கள் அவர்களுக்கு ஆறுதல் சொல்லித் தோற்றுப் போயிருந்தார்கள். அவர்களாலும் 'மாங்கு மாங்கு' என்று அழத்தான் முடிந்தது.

அம்மன் கோயிலுக்கு முன்னால் விசாலமாய் விரிந்துகிடந்திருந்த பாறையில் கும்மிருட்டு குடைப் பிடித்துக்கொண்டு நின்றிருந்தது. அந்தக் குடைக்குள் உடைமரக் கிளைகள் புதர்கள்போல வளர்ந்துநின்று தலையாட்டாமல் நின்றிருந்ததில், காவல்காரர்கள் இருட்டு உடை யணிந்து அந்தப் பாறையைக் காவல் காத்துக் கொண்டிருந்ததாகத் தோன்றி யது. சற்று வடக்கே கிழமேற்காக நீண்டு கிடந்த தார்ச்சாலையில் அவ்வப்போது வெளிச்சத்தைப் பாய்ச்சிவிட்டுப் போய்க்கொண்டிருந்த

இருசக்கர வாகனங்களும் நான்கு சக்கர வாகனங்களும் மின்னல் வெட்டுக்களாய் கண்களைப் பறித்தன. சாலையில் அவை கீறிவிட்டுச் சென்ற இரைச்சல் சத்தம் மட்டுமே அப்போதைக்கு ஓசை தரும் உபகரணமாக இருந்தது. மற்றபடி எங்கும் அமைதி... அமைதி... மயான அமைதி.

''சும்மா சொல்லக் கூடாதுலே... காசி தரமானக் கொமரத்தான் வளத்து வச்சிருக்கான். பொண்ணுன்னா இப்பிடி இருக்கணும்...சும்மா சிட்டுக் கெணக்கா''

மிதப்பாக ஒலித்தக் குரல் கேட்டுத் திடுக்கிட்டு நிமிர்ந்து பார்த்தான் காசி. அவனைத் தொடர்ந்து மற்றவர்களும் தலைதூக்கிப் பார்த்தார்கள். கண்ணையா தன் மகன் கொம்பையாவிடம் பெருமிசமாகச் சொல்லிச் சிரித்துக்கொண்டு பாறை இருட்டிலிருந்து வெள்ளைப் பூதமாய் வெளிவந்தது தெரிந்தது. அவர்களைத் தொடர்ந்து சண்முகமும் தன் தாட்டியமானத் தேகத்தை மிடுக்காக நிமிர்த்திக்கொண்டு வெளியே வந்தான். கண்ணையாவுக்கு சண்முகம் மச்சினன்முறை வேண்டும்... பொஞ்சாதியின் கூடப்பிறந்த தம்பி... கொம்பையாவுக்குத் தாய்மாமன்... முறைகெட்டவன்கள்! மனசுக்குள் நினைத்து வெப்புராளப் பட்டுக் கொண்டான் காசி. மூன்று பேர்களின் முகங்களும் தேகங்களும் வேர்வைக் குளியலில் நனைந்துபோயிருந்தது தெரிந்தது. கசங்கியிருந்த வேட்டிகள் அவர்களின் இடுப்புகளில் நில்லாமல் ஏனோதானமாகத் தொங்கிக்கொண்டு கிடந்திருந்தன.

அவர்களைக் கண்டதும் பொறித் தட்டிய எந்திரங்களைப்போல காசியும் மற்றவர்களும் கலக்கத்துடன் எழுந்துகொண்டனர்.

''ஒம்மொவா பாறையிலப் படுத்துக் கெடக்காலெ... எழுப்பிக் கூட்டிக்கிட்டுப் போ''

காசியைப் பார்த்து கண்ணையா நிசாரமாகச் சொல்லிவிட்டு தெற்கு நோக்கி நடையைத் திருப்பினான். சொற்களைப் பரிகாசமாக உதிர்த்திருந்த அவனின் வாயிலிருந்து நமட்டலான சிரிப்பு தீப்பொறியாய் கழன்று விழுந்திருந்தது தெரிந்தது. கண்ணையாவைத் தொடர்ந்து அவனின் கூட்டாளிகள் இருவரும் கலகண்டரமாகச் சிரித்துக்கொண்டது கேட்டது. எகத்தாளமானச் சிரிப்பு. மூவரின் கால்களும் தெற்குத் திசை நோக்கியே மண்சாலையில் வழிப் பார்த்துப் போய்க்கொண்டிருந்தன. தெற்கில் தூராத் தொலவெட்டில் தெருவிளக்கு வெளிச்சம் தெரிகிறதே... அங்குதான் அந்த மூவரின் வீடுகளும் இருந்தன. அந்த வீடுகளுக்குப் பின்னால் புதர்க்காடுகளாய் மண்டிக்கிடக்கும் உடைமரங்களுக்குள் வைத்துதான் அவர்களின் சாராய வியாபாரம் கனஜோராக நடந்துகொண்டிருந்தது. அங்கே நூற்றுக்கும் மேற்பட்ட வீடுகளிருந்தன... அவர்களின் சாதிச் சனங்களின் வீடுகள்.

இப்படித்தான், குடி மப்பில் தங்கள் தேகம் தினவெடுக்கும்போது வடக்குத் தெருவுக்குப் படையெடுத்துக்கொண்டு வந்துவிடுகிறான்கள் தெற்குத்தெருச் சண்டியன்கள். வடக்குத்தெருப் பொம்பளைகள் என்றால் தெற்குத்தெருக் கிழடுகளுக்கும் தேன் பானையில் கையை முக்கிக் கொண்டது மாதிரி. இணங்காதப் பொம்பளைகளை வீடுகளிலிருந்து வல்லடியாய் தூக்கிக்கொண்டுபோய் உடைமரப் புதர்களின் மறைவு களிலோ, பாறையின்மேலோ கிடத்தி...அய்யோ! என்ன வக்கிரத்தனமான சந்தோசம் அது!

கீழ்ச்சாதியாகப் பிறந்துவிட்டாலே மானத்தை அடகுவைக்கத்தான் வேண்டும் போல... வாதிப்பாயிருந்தது காசிக்கு. சமைந்தக் குமருகளை அந்தத் தெருவில் நெடுநாட்கள் வைத்திருக்கமுடியவில்லை. அதனால்தான் தெய்வானை சமைந்துக் குத்தவைத்த ஆறாவது மாசத்திலே அவளுக்கு மாப்பிள்ளைப் பார்க்கத் துவங்கியிருந்தார்கள். மாப்பிள்ளையும் கச்சிதமாய் கிடைத்து... தடபுடலென்று மறுமாதமே திருமணமும் முடிவாகி...

✳

''அய்யோ என் ராசாத்தி...என் அரும மொவளே... ஒன்னைய இப்பிடிச் சக்கையா சவச்சித் துப்பிட்டானுவளேயம்மா நீசப்பயலுவ. நீ அவமானம் தாங்காம உசிர மாச்சிக்கிட்டியாம்மா? இல்லன்னா அவனுவத்தான் ஒன்னய வங்கொலையா கொன்னுப்புட்டானுவளா? எஞ் செல்லமே.''

பார்வதம்தான் எல்லோருக்கும் முன்னால் பாறைவெளிக்கு ஓடிச் சென்று தெய்வானையைப் பார்த்திருந்தாள். தொட்டில்போல மடி விரித்திருந்த பாறைவிரிப்பு ஒன்றில் கண்கள் வெறிக்க...வாய் பிளந்து கிடக்க... தேகமும், கை, கால்களும் விறைத்துப்போயிருக்க... பிறந்த குழந்தைபோல அம்மணமாய் கிடந்திருந்தாள் தெய்வானை. ''அடியே எம் மொவளே...'' பக்கத்தில் சுருண்டுகிடந்த சேலையை அதறபதற எடுத்து விரித்து தெய்வானையை அரக்கப்பரக்க மூடினாள். நாய்கள் குதறி எடுத்த எலும்புத் துண்டாய் தெய்வானைக் கந்தரிக்கோலத்தில் கிடந்திருந்தாள். தன் மகள் உயிரோடுதான் நொம்பலப்பட்டுக்கொண்டு கிடக்கிறாள் என்று முதலில் நினைத்திருந்தாள் பார்வதம். அருகில் சென்று அவள் முகத்தைத் தொட்டுவருடிக்கொண்டு அழுதபோதுதான் அது குளிர்ந்துபோயிருந்தது திட்டவட்டமாய் புரிந்தது அவளுக்கு. ''அய்யோ எம் மொவளே...'' தெய்வானையின் கண்களை விரித்துப் பார்த்தாள் பார்வதம்...அவை சலனமின்றி விறைத்திருந்தன. நாசியில் புறங்கையை வைத்தாள். வெற்றுக் குழலாய் மூச்சுப் பரியாமல் கிடந்திருந்தது நாசி. சுவாசமில்லை. உயிர் இல்லை. ஜடமாகிவிட்டிருந்தாள் தெய்வானை. பார்வதத்துக்கு உண்மைப் புரிந்துவிட்டது. ''அய்யோ எம் மொவளே...

எந் தங்கமே... எஞ்செல்லமே... ஒன்னையக் கொன்னுப்புட்டானுவளே அந்தப் பாவிய. அய்யோ...அய்யோ...எம் பொன்னு மொவளே... இனி ஒன்ன நா எப்படிப் பாக்கப்போறென் மொவளே? எங்களத் தவிக்க வுட்டுட்டுப் போயிட்டியே மொவளே...''

அவர்களின் வெறியாட்டத்தைத் தாங்கிக்கொள்ள முடியாமல் அவளின் தேகம் துவம்சப்பட்டிருக்கவேண்டும்... உயிர் போயிருக்கவேண்டும். கொலைகாரப் பாவிகள். தளிர்க்கொடியின் அடிவேரில் இரக்கமில்லாமல் வென்னீரை ஊற்றி அழித்துவிட்டார்களே என்று நினைத்து விம்மி விம்மி அழுதாள்.

''தெய்வான...எந் தங்கச்சீ....தெய்வான... எந் தங்கச்சீ...''

இரண்டே வார்த்தைகளை மட்டும் மீண்டும் மீண்டும் உருக் கமாக விதைத்து விதைத்துத் தன் துயரப் பாதையைச் சுமையாக்கிக் கொண்டிருந்தான் தெய்வானையின் அண்ணங்காரன் சிங்காரம். அவ்வப் போது தன் அப்பாவுடன் கூடமாடச் சேர்ந்து காட்டுச்சோலிக்குப் போய்க் கொண்டிருந்தான். ''அய்யோ என் தெய்வானையம்மா...'' திடீரென்று வெடித்து அழுத காசி அந்த இடத்திலே நிலைகுலைந்து விழுந்துவிட்டான். அவனின் அலறல் சத்தத்தில் ஓடைநீரின் சலசலப்பு சற்று மட்டுப்பட்டது கெணக்கா தெரிந்தது, பக்கத்தில் நின்று தவிதாயப் பட்டுக்கொண்டிருந்த மற்றவர்களுக்கு. அவர்களும் தெய்வானை பிணமாய்க் கிடந்ததைப் பார்த்தக் கணத்தில் மனம் வெதும்பிச் சத்தம் போட்டு அழத்துவங்கிவிட்டிருந்தார்கள்.

''அடியே என் ராசாத்தி. ஒன்னைய நா இப்பிடி கொரங்கு கிழிச்சத் துணி மாரியாப் பாக்கணும்? ஒன்னையக் கோபுரத்துலத் தூக்கிவச்சி மகாராணியைக் கெணக்கா கொஞ்சணுமின்னுல்லா நெனச்சிருந்தேன். இப்பிடிப் பாறையிலக் கெடந்து பங்கப்பட்டுட்டியே என் ராசாத்தி... இனி என்னிக்கு ஒன்னய நா கண்கொண்டு பாக்கப்போறென்? ஒன் தங்க ஒடம்ப தாறுமாறாக கிழிச்சவனுவ ஒன் உசிரையுமில்லா விட்டுவைக் காம அழிமாட்டம் படுத்திட்டானுவ. அவனுவ நல்லா இருப்பானுவளா? அவனுவப் பொண்டாட்டிப் புள்ளைய நல்லா இருக்குமா? குடும்பம் தழைக்குமா? அகம்பாவம் பிடிச்சவனுவ... சீக்கிரத்துல அழிஞ்சிரமாட் டானுவளா?''

பர்வதம் தெய்வானையைத் தன் மடியில் எடுத்துவைத்து மறுக மறுக அழுது கரைந்தாள். எதையுமே கேட்க முடியாத ஜடமாய் மட்ட மல்லாக்கக் கிடந்திருந்தாள் தெய்வானை. தன் கல்யாண ஒப்பனைகள் மறைந்து தான் கருமாதி வைக்க நின்றதுபோல கந்தரிக்கோலத்தில் உருமாறியிருந்தாள் அவள். சிதைந்த வாழைத் தண்டாய் அவளின் தேகம் குலைந்து புண்ணாகிக் கிடந்தது.

‘‘மெதுவா ஏசுங்க தாயீ...இருட்டு மறைவுல எந்தத் தாயோளியாவது நின்னுக் கேட்டுக்கப்போறானுவ.’’ பர்வதத்திற்குப் பக்கத்தில் வாட்டமாய் உட்கார்ந்திருந்த சந்திரமதி கமுக்கமாகச் சொல்லி பர்வதத்தை எச்சரித்தாள். அவளுக்குப் பக்கத்தில் கும்பலாக உட்கார்ந்திருந்த தெருக்காரர்களும் சந்திரமதி சொல்லியிருந்ததையே சொல்லி பர்வதத்தை சமாதானப்படுத்த முயற்சித்துக்கொண்டிருந்தனர்.

சட்டென்று சமாதானம் அடையக்கூடிய விசயமா அது? வருசக் கணக்கில் உட்கார்ந்து வருத்தப்படவேண்டிய விசயம். ஒரு பெண்ணடியின் மானமும் வாழ்க்கையும் உயிரும் வங்கொலையாய் பறிபோன விசயம். அவர்களின் சமாதான வார்த்தைகள் பர்வதத்தை மேலும்மேலும் கொந்தளிக்கவே செய்தன...குமுறிக் குமுறி அழுதாள். சுற்றிலும் இருட்டு மிரட்டுவதுபோல இறுகிப்போய் நின்றிருந்தது.

‘‘என்னிக்குத்தான் இந்தத் தெக்குத்தெருக்காரனுவத் தொரட்டுலருந்து நாம ஒதுங்கிப் போவப்போறோமோ தெரியலயே. ரொம்பவும் சீண்டரம் பிடிச்சப் பொழைப்பாப் போச்சே தாயே.’’

பர்வதத்துக்கு எதிர்த்தாப்பில் நின்றிருந்த வடிவு வேசடையுடன் புலம்பிக்கொண்டாள். ரொம்பவும் நொந்துபோயிருந்தது அவள் மனசு. அவளின் சேலைத் தலைப்பைப் பிடித்துக்கொண்டு நின்றிருந்த சிறுமி ராணிக்குத் திகைச்சலாக இருந்தது. கருக்கலில் தெய்வானையிடம் தன் சிநேகிதிகளுடன் ஓடிவந்து ஓடிவந்து மாப்பிள்ளையைப் பற்றி பிராது சொல்லி சிரிப்பாணிக் காட்டிக்கொண்டிருந்தாள் ராணி. தெய்வானையும் அதில் திளைத்துப்போய்தானிருந்தாள். பேருக்குத்தான் சிறுமிகளைக் கோபத்துடன் விரட்டிவிட்டிருந்தாளே தவிர, அவள் மனசில் உண்மையாகவே ரசனைக் கூடியிருந்தது. புதுப்பெண்ணுக்குரிய வெட்கமும் விரகதாபமும் அதில் ஒண்ணாமண்ணாய் கலந்திருந்தன. அடப்பாவமே...மல்லிகைப் பூ விரிந்தது கெணக்கா கருக்கலில் வெள்ளந்தியாய் சிரித்திருந்த அந்த தெய்வானையக்காவா இப்போது வண்டு அரித்த மாம்பழமாய் சிதிலமாகிக் கிடக்கிறாள்! வாதிப்பாயிருந்தது ராணிக்கு.

கணிசமானப் பொம்பளைகளும் ஆம்பளைகளும் தெய்வானையைச் சுற்றி கலக்கத்துடன் நின்றிருந்தனர். காசிக்கு இப்போதுதான் சுய நினைவு வந்திருந்தது. இதுவரைக்கும் தெய்வானையின் காலடியில் நடைப்பிணமாய் மயங்கிக்கொண்டு கிடந்திருந்தான். பக்கத்தில் சலசலத்து ஓடிய ஓடைநீரில் தன் தலைத்துண்டை நனைத்துக்கொண்டு வந்து அவன் முகத்திற்குமேல் வைத்துப் பிழிந்து குளிரவைத்திருந்தான் சித்திரை. சமையல் பொறையில் வேர்க்க விறுவிறுக்க நின்று பதார்த்தங்கள் தயாரிப்பில் மும்முரமாயிருந்தவன், படுபாவிகள் தெய்வானையை வலுக்கட்டாயமாகத் தூக்கிக்கொண்டு வந்தபோதே அடுப்புச் சமையலை அப்படி அப்படியே போட்டுவிட்டு அடித்துப்பிடித்துக் கொண்டு

வெளியே ஓடிவந்திருந்தான். சாராயப் போதை அவனை விட்டு முழுவது மாய் இறங்கிப்போயிருந்தது.

''சரி சரி... இனி அழுதுகிட்டிருந்தா ஆவப்போவது ஒண்ணுமில்ல. பிள்ளையத் தூக்கிக்கிட்டு வூட்டுக்குப் போவொம். அவனுவளுக்குத் தெனவெடுக்கும்போவெல்லாம் நம்மப் பொம்பளையளத்தான் பதம் கொலைய வைக்கிதானுவ. அவனுவப் பொம்பளையளுக்கு சாமான்க எல்லாம் அவிஞ்சிக்கெடக்கோ என்னவோ. எந்திரிங்க எந்திரிங்க...இனி ஆவவேண்டியக் காரியத்தப் பாப்பொம்''

தெய்வானையைப் பர்வதத்தின் மடியிலிருந்து விலக்கி எடுத்து தன் தோளில் பதனமாகக் கிடத்திக்கொண்டான் சித்திரை. கனம்கூடித் தெரிந்தாள் அவள். மனிதர்கள் பிணமானப் பிறகு கனம் கூடுவது இயற்கைதான் என்பதைத் தெரிந்திருந்தான் அவன்.

இருட்டில் தடம் பார்த்து நிதானமாக நடந்துவந்தான் சித்திரை. அவனைத் தொடர்ந்து கேவலையும் விம்மலையும் உதிர்த்துக்கொண்டு சனங்கள் குலைப் பதற்றத்துடன் நடைபோட்டு வந்தார்கள். அம்மன் கோயிலைக் கடந்துதான் வரவேண்டியதிருந்தது அவர்களுக்கு... சந்தன மாரி அம்மன் கோயில்! இருட்டாய் துலங்கிய அறைக்குள்ளிருந்து ஏதோ ஒன்று ஒளிப் பாய்ச்சிக்கொண்டிருப்பதாகத் தோன்றியது. எல்லோருக் கும்தான். அது ஒரு அனுமானம்தான்.

ஒளியை ரொம்பவும் அலட்சியமாகப் பார்த்துவிட்டு நடையை விரைசலாக எட்டிப்போட்டான் சித்திரை. அவனின் பக்கவாட்டில் வந்துகொண்டிருந்த பர்வதமும் காசியும் ஆற்றமுடியாமல் உடைந்து உடைந்து அழுததைத் தாங்கிக்கொள்ள முடியாமல் அவனின் நடை வேகப்பட்டது.

''அழாதிய. காலம்பற விடிஞ்சதும் நம்மப் பண்ணையார்கிட்டப் போயி ரோசனக் கேப்பொம். இது இப்பிடியே தொடுபுடியா நடந்து கிட்டிருந்தா நல்லா இருக்காதுல்லா? பண்ணையாரோடக் கைய நம்பித் தான நாமப் பொழச்சிக்கிட்டிருக்கொம்? அவரே நியாயம் சொல்லட்டும்.''

'பண்ணையார்' என்று சித்திரை சிலாக்கியமாய் சொன்னது அவர்கள் தெரு முழுதும் வேலைசோலிப் பார்த்து கூலிவாங்கிப் பிழைத்துக் கொண்டிருந்த சங்கரசுப்பிரமணியனைத்தான்.

தங்கள் தெருவுக்குள் கால் வைத்திருந்தார்கள். குழல்விளக்கு வெளிச் சத்தில் தெரு பகட்டாக ஒளிர்ந்துகொண்டிருந்தாலும் தெருவின் மேற்பரப் பில் குமுறலும் கொந்தளிப்பும் மிகையாகப் பரவிக்கிடப்பதாகச் சிந்தனை ஓடிற்று அவர்களுக்கு. தங்கள் கண்ணீரிலே தாங்கள் மிதித்துக்கொண்டு நடந்ததுபோலிருந்தது அவர்களுக்கு. எல்லோரும் முற்றத்தில் கால்

பதித்ததும் உடைந்த அணையாய் ‘ஓ’வென்று குரலெடுத்து அழுது விட்டனர். கல்யாண வீட்டின் களைப் போயி, சாவு வீட்டின் துக்கம் கூடி நின்றிருந்தது.

தெய்வானையை வீட்டுக்குள் கொண்டுபோய் தரையில் கிடத்தி னான் சித்திரை. தொய்ந்த கயிறாய் குதங்கிப்போய் கிடந்திருந்தாள் அவள். மூடியக் கண்களும், உலைந்த கூந்தலும், கிழிந்த உதடுகளும், நைந்தத் தேகமும்... பங்கப்பட்டுக்கிடந்த அவளைப் பார்த்ததும் சித்திரைக்கே அடக்கமுடியாமல் அழுகைப் பீறிட்டு வந்தது. இத்தனைக் கும் அவன்தான் மன உறுதியோடு கலங்கிவிடாமல் அவளைத் தன் தோளில் தூக்கிப்போட்டுக்கொண்டு வந்திருந்தான். இப்போது துக்கத் தைத் தாங்கிக்கொள்ள முடியாமல் தலைத் துண்டால் வாயைப் பொத்திக் கொண்டு வாசலைக் கடந்து வெளியே வந்தான். ஒய்யாரமாய்க் கட்டப் பட்டப் பந்தல். வாசலில் வாழைத் தோரணம்... பந்தலுக்குள் சீரியல் செட் அலங்காரம்... பூச்சரங்களின் வரிசைக்கிரமமானத் தொங்கல்கள்... மணமேடை ஒப்பனை... எதிரே நாற்காலி இருக்கைகள். எல்லாம்... எல்லாமே தெய்வானையின் இறப்புக்குத் துக்கம் அனுஷ்டிப்பதுபோல சோர்ந்துபோய் கிடப்பதாகத் தோன்றியது. எப்படிப்பட்டக் குழந்தை, தெய்வானை! அவளுக்கா இந்தக் கதி என்று நினைத்தபோது வெட்டுப் பட்ட ஆட்டுக் குட்டியாய் மனம் துடித்துத் துவண்டுகொண்டிருப்பதாக வலித்தது சித்திரைக்கு... ரண வலி.

✳

எப்படிப்பட்டக் குழந்தை தெய்வானை!

“என்ன மயினி! சோளம் இடிக்கிதியளா, வவுத்துப் பிள்ளைக்காரியும் வயிறுமா? ஒத்தாசனப் பண்ண அண்ணே இல்ல?”

“தெய்வானையா? வா! ஒங்க அண்ணே இருந்தாலும் ஒத்தாசனப் பண்ணிக் கிழிச்சிருவாரு. சவம், போக்கத்த மனுசரு. இப்ப எந்த சாராயக் கடையில நிக்காரோ!”

சந்திரமதி சடைத்துக்கொண்டு உரல் குத்தலைத் தொடர்ந்து கொண்டிருந்தாள். உரலிலிருந்து நேராக மேலெழுந்துகொண்டிருந்த உலக்கை நேராகவே கீழே இறங்கி உரல் குழிக்குள் விழுந்துகொண்டிருந் தது. நிதானமாகத்தான் உலக்கையை இயக்கமுடிந்தது சந்திரமதிக்கு. இந்த லச்சணத்தில் நிதானமாய் உலக்கையை இறக்கினால் எந்த ‘மதி யத்தில்’ தானியத்தைக் குத்தி முடிப்பது? தெய்வானைக்கு ரோசு னையாக இருந்தது. சாயந்தர நேரம். பொழுது மந்தகாசமாய் நிழல் போர்த்திக்கொண்டு உயிரினங்களுக்கு உற்சாகம் தந்துகொண்டிருக்கும்

தருணம். தெருவில் சின்னஞ்சிறுசுகள் 'குய்யோ முறையோ' என்று கூச்சம் எழுப்பிக்கொண்டு விளையாட்டில் லயித்திருந்தனர். சந்திரமதியின் இரண்டு பொடியன்களும் அவர்களில் சேர்த்தி என்பது தெய்வானைக்குத் தெரியாமல் இல்லை. இப்போது அவள் வயிற்றில் மூன்றாவது குழந்தை. ஆணோ பெண்ணோ... பிறந்தால்தான் தெரியும்.

காடுகரைகளில் வேலைச்சோலிகள் பார்த்துவிட்டு வீட்டுக்கு வந்திருந்தப் பெரிசுகளால் வெளித் திண்ணைகள் நிரம்பியிருந்தன. சந்திரமதியும் பண்ணையார் வயலுக்குக் களைப் பிடுங்கத்தான் போயிருந் தாள் - தெய்வானையின் அம்மாக்காரி பார்வதத்துடன் சேர்ந்து. செத்தம் மின்னாடிதான் தோட்டத்திலிருந்து வந்திருந்தார்கள். வீட்டுக்கு வந்ததும் சந்திரமதி தன் வயிற்றுக்குக் கொஞ்சம் கொட்டிவிட்டு - புளித்தச் சோளக்காடி பானையில் கிடந்தது - பிள்ளைகள் இருவரையும் கூப்பிட்டு அவர்களுக்கும் காடியை ஊற்றிக்கொடுத்துக் குடிக்க வைத்துவிட்டு - முற்றத் தில் கிடந்த உரலில் சோளத்தைப் போட்டு இடிக்கத் துவங்கியிருந்தாள். சோளக் காடிதான் அவர்களின் - அந்தத் தெருக்காரர்களின் - நித்திய உணவாக இருந்தது. மாலையில் ஒருபடிச் சோளத்தை அள்ளி இடித்து மாவாக்கிப் புளிக்கவைத்து காலையில் உலையில் போட்டுக் கிண்டிக் காடியாக்கிவிட்டால், மூன்று நான்குப் பேர்கள்கொண்ட குடும்பத்துக்கு ஒருநாளைக்கு இரண்டு பொழுதுகளுக்கு அலப்பறை இல்லாமல் போசனம் தந்துவிடும். ராத்திரி ஒரு வேளை மட்டும் அரிசிச்சோறு சாப்பாடு.

இன்று ராச் சாப்பாட்டுக்காக இனிதான் உலைக் கூட்டிவைத்து சோறு பொங்கவும் வேண்டியதிருந்தது அவளுக்கு. போக்கத்த மனுசன். கொஞ்சமாவது அவள்மீது கரிசனப்படுகிறானா? வேலையை முடித்து விட்டு வீட்டுக்கு வந்ததும் நேரே தெற்குத்தெருக்காரன்களைத் தேடி உடைமரத்துக்கு ஓடிவிடுகிறான். காசு தந்து ஒரு கிளாஸ் சாராயத்தை வாங்கிக் குடித்துவிட்டு, போதை மயக்கத்தில் அங்கனயே செத்தநேரம் நின்று வாயாடிவிட்டு, அந்தா இந்தா என்று ராவுச் சாப்பிடுகிற நேரத்துக்கு -ஒன்பது மணிவாக்கில் - வீட்டுக்கு வருகிறான். என்ன ஜென்மமோ அவன்! பிள்ளைத்தாய்ச்சி என்னவெல்லாம் செய்வாள் என்கிற அக்கிசி இருக்கிறதா மனுசனுக்கு?

''அண்ணனப் போட்டு ஏன் சடச்சிக்கிடுதிய மயினி? கொழந்த உண்டாவதுக்கு முன்னயில்ல நீங்க அதப்பத்தி ரோசிச்சிருக்கணும்?''

கலகண்டரமாகச் சிரித்துக்கொண்ட தெய்வானை, சந்திரமதியின் கையைப் பிடித்து அவள் உலக்கைப் போடுவதை நிறுத்திக்கொண்டு, ''கொண்டாங்க... செத்தநேரம் நானும் போடுதன். என்னச் செய்ய... வாயும் வயிறுமா நிக்கவியளப் பாத்தா எம்மனசுக் கேக்கமாட்டங்கே...'' என்று நக்கலாகச் சொல்லியவாறே உலக்கையைத் தன் கைக்கு மாற்றிக் கொண்டாள். அப்போது தெய்வானைக்குப் பன்னிரெண்டு வயசு

இருக்கும். அப்போதே ஒரு திடமானத் தேகத்துக்குச் சொந்தக்காரியாகத் தெரிந்தாள். படிப்பு வாசனைதான் இல்லாதிருந்தது அவளுக்கு. அம்மா வுக்கு ஆள்துணைக்காகத் தோட்டக்காடுகளுக்குக் களைப் பறிக்கவோ, கத்திரிக்காய் பறிக்கவோ போய்விட்டு வந்தாள். இன்றும் அம்மா, சந்திர மதி மயினியுடன் சேர்ந்துதான் பண்ணையார் தோட்டத்தில் கத்தரிக்காய் பறிக்கச் சென்றுவிட்டு வந்திருந்தாள் தெய்வானை.

''வூட்டுல ஒனக்கு வேலயெல்லாம் முடிஞ்சிருச்சா? ஓங்க அம்மா ஒன்னையத் தேடமாட்டாவா?'' உலக்கையை தெய்வானையிடம் கொடுத்துக்கொண்ட சந்திரமதி அவளிடம் கருக்கடையாகக் கேட்டு வைத்தாள். தெய்வானை அடுத்த வீட்டில் வேலை செய்வதைப் பார்த்தால் அவளின் அம்மாக்காரி தரியாத்தனமாய் நின்றுவிடுவாள்தான்.

''அது அப்பமே முடிஞ்சிருச்சி. இனி என்ன வேல இருக்கு? சோறுப் பொங்கி வயித்துக்குக் கொட்டவேண்டியதுதான்.''

முற்றத்தில் நின்றிருந்த வேப்பமரம் குளிர்ந்த காற்றை இலவசமாக வீசிக்கொண்டிருந்தது. அவ்வப்போது மரத்திலிருந்து வெள்ளிக்காசுகளாக உதிர்ந்து விழுந்த பழுத்த இலைகள் இருவரின் தலைகளிலும் தர்பார் பண்ணி உட்கார்ந்திருந்தன. தட்டிவிட்டுக்கொண்டார்கள் அவற்றை.

உரலுக்கு அருகாமையில் கீழே உட்கார்ந்து சோளத்தைக் குழிக்குள் தள்ளிக்கொடுத்துக்கொண்டிருந்தாள் சந்திரமதி... உரல் குழிக்குள்! அவளிடம் உரல்பெட்டி இல்லாதது பெருங்குறையாக இருந்தது. உரல் பெட்டியைக் குழிக்குமேல் வைத்துவிட்டால் போதும், ஒரு சோளமும் வெளியே துள்ளி விழாது... மெனக்கெட்டு உட்கார்ந்து தள்ளிக் கொடுக் கவும் வேண்டியதிருக்காது.

அரைமணிநேர சொச்சமாவது உலக்கைப் போட்டிருக்கவேண்டும் தெய்வானை. பொழுது மயங்கி சன்னமாய் இருள்பரவத் துவங்கியிருந்தது. சோளமும் நன்றாக இடிபட்டு மாவாகியிருந்தது தெரிந்தது. இனி அதைத் தோண்டியெடுத்து சட்டியில்போட்டு நீரூற்றிக் கரைத்து மூடிவைக்க வேண்டியதுதான்.

''சரி தெய்வான... இவ்வளவுத் தேரம் நீ எனக்கு ஒத்தாசனப் பண்ணதே போதும். ஓங்க அம்மா தேடினாலும் தேடுவாவ. வூட்டுக்குப் போ.''

தன் வீட்டுக்கு உடனே எங்கே போகப்போகிறாள் தெய்வானை! தெருத் திண்ணைகளில் உட்கார்ந்திருக்கும் கிழடுகளிடமும், மாமன் மச்சான் முறை உள்ளவர்களிடமும் வழமைப் பேசிச் சிரித்துவிட்டுத்தான் படுக்கிற நேரத்துக்கு வீட்டுக்குப் போவாள்.

''என்ன மாலதி அக்கா... கொழந்த கொறச்சாலம் வச்சி அழுதா? பால் குடுக்க வேண்டியதான? அழுதப் பிள்ள பால் குடிக்குமில்ல?''-

தெய்வானையின் சலங்கையொலிச் சிரிப்பு மாலதி அக்காவின் முற்றத்தில் கேட்கும்.

‘‘பாலெல்லாம் குடிச்சித் தொலச்சிட்டு தெய்வான. வவுறு வலிக்கும் பொலுக்கு... சில்லரக்கட்டி அழுது.’’

‘‘சில்லரக்கட்டி அழுதுன்னா கொஞ்சம் காயத்தைத் தட்டிப் பால்லக் கலந்து குடுக்க வேண்டியத்தான? ஒனக்குத் தெரியாததா?’’

‘‘ஒரு நிமிசம் அதக் கீழவைக்க முடியலியே...கொலப்பண்ணப் போவுற மாரில்லா அழுது? அத இடுப்புல வச்சிக்கிட்டு நா என்ன வேலப் பாக்க முடியுது?’’

‘‘இதானா சங்கிதி? கொண்டா கொழந்தைய... நா வச்சிக்கிருதென். மொதல்ல காயத்த எடுத்து தூள் பண்ணு...’’

எல்லாம் இரண்டு நிமிடத்தில் நடந்து முடிந்தன. காயத்தூளை வயிற்றுக்குள் வாங்கிக்கொண்ட குழந்தை செத்தநாழியில் விழிகள் மூடி தூங்கத் தொடங்கிவிட்டது. புயல் ஓய்ந்த அமைதி!

இப்படித்தான் அந்த தெருவில் தெய்வானையின் பரோபகாரங்கள் ஒவ்வொரு வீட்டிலும் அழுத்தமாய் படிந்துகிடந்தன. தெய்வானை என்றால் எல்லோருக்கும் செல்லப்பிள்ளையாக... இறுக்கமாய் அடர்ந்து நிற்கும் சோகத்திலிருந்து சிறிதுநேரம் விடுதலையை வாங்கித் தரும் சிரிப்பு நடிகையாக... தோழியாக... தலைவியாக - அந்தத் தெருவில் எல்லோரின் மனசிலும் நிறைவாக ஆக்கிரமித்திருந்தாள்.

அவள் பதினான்கு வயதில் ருதுவாகி வீட்டு மூலையில் குத்தவைத்தப் பிறகுதான் தெருவில் அவள் வலம் வந்திருந்தப் பொழுதுகள் கனவுகளாகப் போயிருந்தன. பர்வதம் தெய்வானையைத் தன்னோடு வேலைசோலி களுக்குக்கூட அநேக நாட்கள் கூட்டிக்கொண்டு சென்றதில்லை. தவிர்க்க முடியாதிருந்த என்றைக்காவதுதான் ஆள் கணக்குக்கு அவளை அழைத்து கொண்டு சென்றிருந்தாள். காரணம் இல்லாமலில்லை. வடக்குத் தெருப் பொம்பளைகள் என்றால் எப்போதும் வேட்டியைத் தூக்கிக்கொண்டு வெறியோடு அலைந்தனர் தெற்குத்தெரு சண்டியர்கள். அதிலும் தெய்வானைப் போன்ற இளங்குருத்துகள் என்றால் அதைப் பிடுங்கித் தின்னப் பழியாய் நாக்கைத் தொங்கப்போட்டுக்கொண்டு அலைந்தன சில முள்ளம்பன்றிகள்.

கடந்த காலங்களில் எத்தனை வன்முறைகள்! எத்தனை வரைமுறை மீறல்கள்! புருசக்காரன் வீட்டில் இருக்கும்போதே வல்லாதல்லையாய் உள்ளே நுழையும் சண்டியன், அவனின் கண்முன்னாலே அவளைப் படுக்கை விரிக்கச் சொன்ன அநியாயங்கள் அந்தத் தெருவில் எத்தனை

நடந்திருக்கின்றன! காட்டிலும் மலையிலும் குளத்திலும் ஆற்றிலும் வைத்து எத்தனை, எத்தனை? பார்வதம் இந்த ஊருக்குக் கால் பதித்தப் புதுசில் ஓடையில்வைத்து அவளுக்கே அந்தக் கொடுமை நடந்திருக்கிறது.

எந்நாளும்போல அன்றும் கருக்கலில் காட்டுச்சோலி முடிந்து ஓடைக் கரையில் இறங்கித் தனியாய் தெருவுக்கு வந்துகொண்டிருந்தாள் அவள். அன்று அவளின் ஆகாத காலமோ என்னவோ, அவள் ஒற்றையாகவே பண்ணையார் வயலுக்குத் தண்ணீர்ப் பாய்ச்சப் போகவேண்டியதிருந்தது. மற்றப் பொம்பளைகளுக்குப் பண்ணையாரின் வீட்டில் வேலைகள் இருந்தன...பெருவாரியாய் குவிந்துகிடந்திருந்த தானியங்களைக் காயப் போடவும், அவற்றைச் சீராகச் சாக்குகளில் கட்டி அடுக்கவுமான வேலை கள். ஓடைக்கரையில் ஆட்களின் அணக்கமில்லை. வனாந்தரமாய் விரிந்து கிடந்தது மணல். கரையோரங்களில் உடைமரங்களின் நெருக்கமானப் புதர்கள் அவளை வெறித்துப் பார்த்துக்கொண்டு நின்றிருந்தன. திடீரென்று அந்தப் புதர் மறைவிலிருந்து இரண்டு கால்களைக் கொண்டிருந்த 'தெரு நாய்' ஒன்று கொலைவெறியோடு அவளை நோக்கி ஓடிவந்து படக் கென்று அவள் வாயைப் பொத்தியது. திமிறிய அவளைக் கொத்தாகத் தூக்கிக்கொண்டுபோய் புதர் மறைவில் கிடத்தி... அவள் மல்லுக்கட்ட மல்லுக்கட்ட.... மன்றாட மன்றாட.... கொஞ்சமும் இரக்கமில்லாமல் நாய் தன் குறிக்கோளை நிறைவேற்றியிருந்தது.

எப்போதாவது அந்த நாய் தெற்குத் தெருவிலிருந்து வருவதை அகஸ்மாத்தாய் பார்த்திருக்கிறாள் அவள். அதைத் துப்புத் துலக்கி அந்த நாயைத் தன்னால் என்ன செய்துவிடமுடியும் என்றிருந்தது அவளுக்கு.

தனக்கு நடந்திருந்த அவலத்தை யாரிடமும் சொல்லிக்கொள்ளவில்லை அவள். சொன்னால் மானம் போகும்... மரியாதைப்போகும்... வாழ்க் கைப் போகும். வெட்டுவெடுக்கென்று வெளியில் சொல்கிற விசயமா இது? விரக்தியுடன் நினைத்து வேதனைப்பட்டுக்கொண்டாள். அந்தக் களங்கமான நினைவுகள் நெஞ்சில் காயங்களாக அழுத்திக் கொண்டிருக் கவே, தெய்வானை சமைந்து மூலையில் உட்கார்ந்த மறுவாரமே அவளுக்கு மாப்பிள்ளைப் பார்க்கத் துவங்கியிருந்தாள் பார்வதம். காசியும் அதற்கு உடன்பட்டிருந்தான். தெருவின் நிலவரம் அவனுக்குத் தெரியாமல் இல்லை.

சரியாக ஆறாவது மாதத்தில்தான் சிங்கிகுளத்திலிருந்து தங்கராஜ் கிடைத்திருந்தான் தெய்வானைக்கு மாப்பிள்ளையாக. முறைப்படிப் பேசி முடித்து, முறைப்படி நடந்துகொண்டிருந்த திருமணத்தைத்தான் துக்க வீடாக மாற்றியிருந்தார்கள் தெற்குத்தெருச் சண்டியன்கள் மூவர். துக்க வீட்டின் பிணமாக தெய்வானை ஆக்கப்பட்டிருந்தாள், அநியாயமாக.

✳

காலைக் கங்குல்முங்கலில் செல்லப்பாவையும் இன்னும் நான்குப் பேர்களையும் அதறபதற அழைத்துக்கொண்டு பண்ணையார் வீட்டை அடைந்தான் காசி. இன்னும் மூடுதிரையை முழுவதுமாக விலக்கியிருக் கவில்லை திசைகள். சாம்பல் நிறம் மறைந்து லேசாகத்தான் நரைக்கத் துவங்கியிருந்தது கீழ்வானில். சூரியன் ஆழத்திலிருந்து தலைதூக்கிப் பார்க்கும் நேரம் அது.

இரும்புக் கேட்டைத் திறந்துகொண்டு நேராகப் பங்களாவின் வாசலுக் குச் சென்றுவிட முடியாது. கடித்துக் குதறிவிடுவதைப்போல வெறியோடு பாய்ந்துகொண்டு வரும் இரண்டு ராஜபாளையத்து நாய்கள். கேட்டுக்கு உள்ளே வாசலில் கட்டப்பட்டிருந்தன அவை. அவர்களைக் கண்டதும் விசுக்கென்று எழுந்துநின்று தம் ஈரக்குலைகள் தெறிக்கக் குரைக்க ஆரம் பித்தன. அந்தத் தெருவே அதிர்ந்து குலுங்கும்படியானக் குரைப்பு. வழக்கமாக வந்து போகும் இடம் என்பதால் நாய்களின் குரைப்புக்கு சிறி தும் நடுக்கம் கொள்ளவில்லை அவர்கள்.

“அய்யா...! எசமான்... அய்யா...!”

செல்லப்பாதான் ‘கேட்’டின் திறந்த வெளியில் ஓணானைப்போல தலையை நுழைத்துக்கொண்டு உள்ளே பார்த்து சத்தம்போட்டுக் கூப்பிட்டான். பண்ணையாரின் பணிவான அடியாள் அவன். அவனும் அவன் பொஞ்சாதி வடிவும் ஆதிகாலத்திலிருந்தே பண்ணையாரின் கட்டுப் பாட்டுக்குள் வந்திருந்தார்கள். சங்கரசுப்பிரமணியனின் அப்பாக் காலத் தில் செல்லப்பாவின் அப்பாவும் அம்மாவும் பதிவுக் கூலிகளாக - அடியாக் கமார்களாக - வேலைசெய்து கொண்டிருந்ததன் தொடர்ச்சியாக இப்போது செல்லப்பாவும், வடிவும். செல்லப்பாவைப் பார்த்தால்தான் பண்ணையார்விசனப்படாமல்விசாரிப்பார்என்றுகாசிநினைத்திருந்தான். அதனால் தனக்குப் பதிலாக செல்லப்பாவை முதலில் பண்ணையாரைக் கூப்பிடச்சொல்லி ஏவியிருந்தான்.

சடக்கென்று முன்வாசலின் கதவுத் திறக்கப்படும் சத்தம் கேட்டது. சாட்சாத் பண்ணையார்தான் கொழுக்மொழுக்காக வந்து நின்றார். மேலுக்குச் சட்டை இல்லை. கொழுத்த உடம்பு. மேனியில் அங்கங்கே மண் கட்டியைப்போல சதைகள் புடைத்து விடைத்துக்கொண்டு நின்றி ருந்தன. சுருள்கள் விழுந்த தலைமயிர்கள்... கட்டி மீசை... சன்னமாய் நரைத்திருந்தன. இடுப்பு வேட்டியை ஏனோதானமாக இழுத்துக் கட்டிக் கொண்டே ‘கேட்’டை எரிச்சலுடன் பார்வையிட்டார். அவரைக் கண்டதும் நாய்கள் குரைப்பதை நிறுத்திக்கொண்டன. அவர் அடிக்க வந்து விடுவார் என்று பயந்திருக்கலாம் அவை.

“யாருல அவன்? காலைல விடியறதுக்கு முன்னால வந்து நின்னுக் கழுத்த அறுக்கது? ஆங்... யாரது?”

''அய்யா நாந்தான்... செல்லப்பா வந்திருக்கென்.''

''செல்லப்பனா? என்னல இந்நேரத்துல... மனுசனத் தூங்கவுடாம.''

தூக்கக் கலக்கத்தில் 'அவக்தொவக்'கென்று நடைப்போட்டுக் கொண்டே 'கேட்'டை நோக்கி வந்தார். வீட்டு முன்வாசலுக்கும் 'கேட்'டுக் கும் நாற்பது ஐம்பதடி தூரமாவது இருக்கும். ஒரு குட்டியானை ஆடி அசைந்து நடந்துவருவது போலிருந்தது அவரின் ஆத்தலான வருகை.

நிதானமாகக் 'கேட்'டைத் திறந்து விட்டார். இரவில் அவர் அடித் திருந்த 'தண்ணி'யின் வாசனை 'குபுக்'கென்று செல்லப்பனின் நாசியைத் தாக்கிற்று. பண்ணையாரின் கண்கள் கோவைப் பழமாய் உருமாறி யிருந்ததைப் பார்த்தான் அவன்.

திறந்துகொண்ட 'கேட்'டினைத் தொடர்ந்து நான்குப் பேர்களும் சரம்சரமாய் உள்ளேவந்து நின்றனர். விரிந்த மைதானம் கெணக்கா முற்றம். அதன் ஓரங்களில் பாந்தமாக நின்றிருந்தன, பல வண்ணங்களில் குரோட் டன்ஸ் செடிகள்... கொஞ்சம் மல்லிகைச் செடிகளும். மல்லிகைச் செடிகளின் கீழே தரையில் நட்சத்திரங்களாக உதிர்ந்துகிடந்தன மல்லிகை மலர்கள். நேற்று சாயந்தரமே பூத்ததாக இருக்கவேண்டும். பறித்துத் தொடுக்க அக்கறையின்றி வாடித் தரையில் உதிர்ந்துகிடக்கின்றன. ஊடே ஊடே கொஞ்சம் கனகாம்பரமும், ரோஸ் செடிகளும் பூத்து நின்று பண்ணையாரின் ரசிப்புத் தன்மையைப் பளிச்சென்று காட்டிக் கொண்டிருந்தன.

''என்ன? காலம்பறவே வந்து கலாட்டா பண்ணிக்கிட்டு நிக்கறீங்க? என்ன விசயம்?'' அதட்டலாகவே வெளிப்பட்டிருந்தது பண்ணையாரின் கேள்வி. தூக்கச் சடவில் முகம் உப்பலாகத் தெரிந்தது அவருக்கு...பனங்காய் உப்பல்.

செல்லப்பாதான் முன்னால் வந்துநின்று அவரை அமைதிப்படுத்தினான். தன் பக்கத்தில் காசியை இழுத்து நிறுத்திவைத்துக்கொண்டான். காசியின் கண்கள் ரத்தத்தில் தோய்ந்திருந்ததுபோல கனன்றுகொண்டிருந்தன. பாவிமகன், இரவெல்லாம் தூங்கியிருக்கவில்லை. தன் மனைவி, மகனுடன் சேர்ந்து பச்சைப்பிள்ளையாட்டம் தேம்பித் தேம்பி அழுது கொண்டிருந்தான்.

''எசமான்...நேத்து ராவு நம்மக் காசியோட மொவள தெக்கத் தெருக் காரவிய மூணுபேரு வந்து தூக்கிட்டுப்போயி கெடுத்துக் கொன்னுப் புட்டாவ எசமான். இப்போ இவம் மொவா பொணமா வூட்டுக்குள்ளக் கெடக்கா.''

செல்லப்பாவின் அடித்தொண்டையிலிருந்து ஆவேசமாய் மேலெழுந்து ஒலித்தக் குரலின் சிதறல்கள் காசியை வெகுவாய் கலங்கவைத்தன.

அவனின் இதயத்தை வாளால் அறுப்பதுபோன்ற வலி. குலுங்கிக் குலுங்கி அழுதான் அவன். அவனின் தோளைத் தொட்டு அமைதிப்படுத்திவிட்டு மீண்டும் பண்ணையாரை வெறுப்புடன் திரும்பிப் பார்த்துகொண்டு சொன்னான் செல்லப்பா:

''இனி நாங்க என்னச் செய்யணும் எசமான்? ஒங்களத்தான் நம்பி வந்திருக்கொம். நீங்கதான் ஒரு வழி சொல்லணும். அதக் கேக்கத்தான் வந்திருக்கொம்.''

''நேத்து அவளுக்குக் கல்யாணமில்லா! ஏற்கெனவே காசி வந்து கடிதாசி தந்திட்டுப் போயிருக்கானே.''

''ஆமாய்யா... நேத்துத்தாம்ய்யா எம்மொவளுக்குக் கல்யாணம். அதையே கருமாதி நாளா ஆக்கிப்புட்டானுவ நாசமாப்போறவனுவ. இனியும் நாங்க எத்தனை நாளய்யா அவியக் கொடுமைய அனுபவிச் சிக்கிட்டிருக்கது? நீங்கதான் ஒரு பொவுலச் சொல்லணும்ய்யா.''

அடக்கிக்கொள்ள முடியாமல் அழுதேவிட்டான் காசி. அவனின் ஒல்லியானத் தேகத்துக்கு குழந்தைத் தனமான அழுகை ரொம்பவும் விகாரமாகத் தெரிந்தது.

''இப்போ எம் மொவள நா என்னய்யா செய்யணும்? போலிசிலக் கேஸ் குடுத்திரவாய்யா? கேஸ் குடுக்க நீங்கதான்ய்யா ஒத்தாசனப் பண்ணணும்.''

''போலிசுலக் கேஸ் குடுக்கணுமா? அப்பொறம் ஓம் மகள அறுக்கணும், கிழிக்கணும்பாங்க. அவா ஒடம்பு பாதியாத்தான் ஒனக்குக் கெடைக்கும். பொறவு கோர்ட் கேசுன்னு நீ அலைய வேண்டியதிருக்கும். ஓம் பொழைப்புப் போச்சி. ஒரு தடவைக்கு ரெண்டு தடவ நல்லா யோசனப் பண்ணிக்க.''

''வேற நா என்னய்யா செய்யணுமிங்கிய?''

''பாடிய யார்கிட்டயும் சொல்லாமக் கொள்ளாம எரிச்சிரு.''

''என்னோட சொந்த பந்தங்களுக்கெல்லாம் தெரியுமேய்யா... எல்லாரும் கல்யாணத்துக்கு வந்திருக்காவளே தெருக்காரர்களுக்கும் தெரியும்... கல்யாண வூட்டுக்குள்ள வந்துகிட்டும் போய்கிட்டும் இருந் தாவ.''

''அவுங்க எல்லாம் போலிசிலப் போயிச் சொன்னா நாப் பாத்துக் கிருதென்... போலிசிகிட்டப் பேசிக்கிருதென். பொணத்த எரிச்சிரு... ஒன்னோட நன்மைக்குத்தான் சொல்றன்.''

இப்போது சித்திரை வாய்ப்பாறினான்: ‘‘அய்யா... அவியளோட அக்குருமம் நாளுக்கு நாள் அகோந்திரமாவிக்கிட்டுத்தான் வருதய்யா... எங்களால நிம்மதியா வாழமுடியல. நீங்கதான் ஒரு வழிக் காட்டணும் எங்களுக்கு.’’

சங்கரசுப்பிரமணியன் சித்திரையைப் பார்த்து விசனப்பட்டார். ‘‘என்னைய என்ன ஒங்கத் தெருவுல வந்துநின்னுக் காவல் காக்கச் செ ால்றியா? ஆங்? நா வேலக்காரனா ஒங்களுக்கு? ஆங்? பேசத் தெரிஞ்சா பேசு... இல்லன்னா வாய மூடிக்கிட்டு செவனேன்னு நில்லு.’’

‘‘அய்யா நா அந்த அர்த்தத்துல சொல்லல... என்னையத் தப்பா நெனச் சிக்கிராதிய.’’

‘‘நீ வாய மூடு முதல்ல.’’

சங்கரசுப்பிரமணியன் சித்திரையைப் பார்த்து அதிகமாகவே விச னப்பட்டார். சித்திரை வாயை மூடிக்கொண்டான்... அவரை வாட்டத்து டன் பார்த்துகொண்டு நின்றான்.

‘‘காசி?’’

‘‘அய்யா’’

‘‘நா ஒன் நல்லதுக்குத்தான் சொல்றன்... ஒம்மொவளச் சுடுகாட்டுல கொண்டுபோயி எரிச்சிரு. நா தெக்கத்தெருக்காரனுவக்கிட்டப் பேசி எடுத்து ஒனக்குக் கொஞ்சம் நஷ்ட ஈடு வாங்கித் தாரென். கவலப்படாமப் போ. நா சொன்னத வெளிய யாருகிட்டயும் சழம்பிக்கிட்டு அலையா தீங்க...சரியா? போங்க.’’

‘‘நல்லதுய்யா.’’

நால்வரும் சங்கரசுப்பிரமணியனை வணங்கிவிட்டு அந்த இடத்தை விட்டு அரைமனதுடன் நகன்று வந்தார்கள்... அரை மனதுடன்தான். பண்ணையாரிடம் வந்து முறையிட்டதும் உடனே அவர் போலிசுக்குப் போன் பண்ணி எதிராளிகளைக் கைதுசெய்யவைப்பார் என்று முழு நம்பிக்கையோடு வந்திருந்தார்கள். இப்போது அந்த நம்பிக்கை உதாசீனப் படுத்தப்பட்டிருக்கிறது என்றால் அவர்கள் அரைமனதோடுதானே திரும்பி வந்திருக்கவேண்டும்?

✳

ஓடையைக் கடந்து மேலேறினார்கள். விரைசலான நடைகள். அவர் களின் நிழல்களாகவே வேதனைத் தொடர்ந்துவந்து அவர்களை வேக மாகச் செல்லுமாறு விரட்டிக்கொண்டிருந்தன.

‘‘பண்ணையானும் தெக்கத்தெருக்காரவிய மாரி தின்னகம் பிடிச்ச வன்தான். இந்த நீசப்பாவியும் நம்மத்தெருப் பொம்பளைங்க எத்தனப் பேர நாசமாக்கியிருக்கான். இவன் அவனுவகிட்டப் பேசி நமக்கு நஷ்ட ஈடு வாங்கித் தருவானாக்கும்? சம்பூர்ண யோக்கியரு சொல்லுதாரு, செம்ப எடுத்து உள்ள வையிங்கிதக் கததான். இவென் ஒண்ணும் நமக்கு நஷ்டஈடு வாங்கித்தர வேண்டாம். இவன் சொல்லிவுட்டு அவனுவ நம்மக் குடியைக் கெடுக்காம இருந்தா சரிதான்.’’

சித்திரை தனக்குத் தெரிந்த விவரங்களை எல்லாம் தயக்கம் இல்லாமல் சொல்லிக்கொண்டு வந்தான். சித்திரை சொல்லியிருந்த மாதிரியே நடந்தது.

எண்ணி இரண்டாவது நாள் இரவில் கொம்பையா, கண்ணையாவுடன் சேர்ந்த கூட்டாளிகள் மொத்தம் ஐந்து பேர்கள் கைகளில் கம்பு, அரிவாள் களைத் தூக்கிக்கொண்டு வடக்குத் தெருவுக்கு ஓடிவந்தார்கள். காசி மற்றும் அவனோடு சேர்ந்து பண்ணையார் வீட்டுக்கு ஆவலாதி சொல்லப் போயிருந்தவர்களின் வீடுகளுக்கு முன்னேபோய் நின்று ஆதாளித்தன மாய் மிரட்டினார்கள்.

‘‘எல நாய்களா... எங்களப் பத்திப் பண்ணையார்கிட்டப்போயிப் போட்டுக் குடுத்திருக்கிய என்னல? ஒங்களுக்கு அவ்வளவுத் திமிராவிப் போச்சால? ஒங்களால எங்க மசிரக்கூடப் புடுங்கமுடியாதுல. வாங்கல வெளிய... ஒங்கக் கொடல உருவிருதொம். பயம் விட்டுப்போச்சால ஒங்களுக்கு? நாய்களா?’’

கையில் ஏந்தியிருந்த அரிவாளுடன் காசியை நோக்கிப் பாய எத்தனித்தான் கொம்பையா. பர்வதம் படீர் என்று ஓடிவந்து அவனின் காலில் விழுந்துகொண்டு கதறினாள்: ‘‘அய்யா... எம் புருச னக் கொன்னுப்புடாதிங்கய்யா... நாங்க இனி ஒங்க சங்காத்தத்துக்கே வரமாட்டோம்ய்யா. ஏதோ... பறிகொடுத்த மனசு... அந்தப் பரிதாவுத் துல பண்ணையார் அய்யாக்கிட்டப் போயிச் சொல்லிட்டாவ. இனி யார்ட்டயும் சொல்ல மாட்டொம்ய்யா. ஒங்கப் புள்ளய மாரி நெனச்சி இந்த ஒரு தடக்கயும் மன்னிச்சிருங்கய்யா.’’

மழையில் நனைந்தக் கோழியைப்போல வீட்டு வாசலில் காசி பம்மிக் கொண்டு உட்கார்ந்திருந்தான். இன்னும் சாவுக்களை மறையாதிருந்த வீட்டில் அவர்கள் நால்வரும் அடாதுடியாய் வந்து மிரட்டிக்கொண்டு நின்றதில் தெருவே விரக்தியில் திணறிக்கொண்டிருந்தது.

செல்லப்பா அரக்கப்பரக்க ஓடிவந்தான். ‘‘ஒங்களப் பத்தி அவன் ஒண்ணும் தப்புத்தண்டாவா சொல்லலய்யா. மொவாப் ‘பாடி’யத்தான் என்னச் செய்யதுன்னு பண்ணையார் அய்யாக்கிட்ட ரோசனக் கேட் டான். ஒங்கக்கிட்ட எசலிப்புப் பண்ணிக்கிட்டு எங்களால இந்த ஊர்லக்

குடியிருக்க முடியுமாய்யா? அவென் செஞ்சது தப்பாத் தெரிஞ்சா தயவுத் தாச்சண்யம் பண்ணி அவன மன்னிச்சி விட்டிருங்க சாமிகளா... நல்லா இருப்பிய''

''நாங்க நெனச்சொமின்னா இந்தத் தெருவையே தீக்கொளுத்திட்டுப் போயிருவொம்... எச்சரிக்கையா இருந்துக்குங்க.''

ஐந்து தடியன்களும் தங்கள் கை அரிவாள்களால் ஓலைக்கூரையைச் 'சரக்'கென்று ஓசையெழக் கொத்திவிட்டு – பயங்காட்டத்தான் – மிடுக்காக வெளியேறிப் போனார்கள். அவர்கள் ஆங்காரமாய் சிந்திவிட்டுப் போயிருந்த மிரட்டல் தொனி முற்றத்தில் நின்று தணல்களாய் கனன்றுகொண்டிருப்பதாகவே தோன்றியது. செத்தநேரம் அமைதியில் உறைந்து போயிருந்தார்கள் அவர்கள்...பயத்தில் இறுகிய அமைதி.

அன்றிரவே வீட்டிலிருந்த தட்டுமுட்டுச் சாமான்களை எல்லாம் மூட்டைக்கட்டி அடைத்துக்கொண்டு தெருவை விட்டு வெளியேறத் தயாரானார்கள், காசி வீட்டார்.

''ஒங்களுக்கு ஒத்தாசனையா நாங்க இருக்கொம் சித்தப்பா. அவச ரப்பட்டு ஊரவுட்டுப் போவாண்டா...''

சித்திரை பல தடக்கக் காசியிடம் மன்றாடிப் பார்த்தான். பக்கத்தில் படைபோலத் திரண்டுகொண்டு நின்றிருந்த தெருக்காரர்களும்தான்.

''மாமா போவாண்டா...''

''அண்ணே போவாண்டாம்.''

''ஒங்களுக்கு ஆள்தொணைக்கு நாங்க இருக்கொம். ஒம்மக்கிட்ட இனி ஒரு பயலும் சரவிக்கிட்டு வரமாட்டானுவ பெரியப்பா. நீங்க இங்கயே இருங்க...''

''ஆமா மச்சான். நீங்கப் போவாண்டாம்...இங்கனயே இருங்க''.

ஆளாளுக்குகாசியிடம்கெஞ்சிக்கெரவிப்பார்த்தார்கள்...தோல்விதான் முடிவில் கிடைத்தது.

''இல்லப்பா... இவனுவக் கண்ணு முன்னால இனி கிருமமா வாழ முடியாது. வெசம் பிடிச்சவனுவ. எப்பமெல்லாம் தண்ணிப் போடுதானு வளோ அப்பமெல்லாம் எங்க நெனைப்பு வந்து மெரட்டுவானுவ... அடிக்கக்கூடச் செய்வானுவ. அவனுவள யாராலத் தட்டிக்கேக்க முடி யுது சொல்லு? இங்கனயே நாங்க இருந்தா வீம்புக்குப் பல்ல ஒடச்சிக் கிட்ட கதையாத்தாம் போய்முடியும்... எம்மொவாக்காரி நெனப்புதாம்

தொடுபிடியா எங்க நேபகத்துக்கு வந்துகிட்டிருக்கும். பண்ணையாரும் அவனுவப் பக்கந்தாம் நிக்குதாருன்னு தெரியுது. இது என்ன, உசிருக்குப் பயந்தப் பொழப்பு? நாங்க ஊருக்குப் பொறப்படுதொம்.''

''எங்கப் போயி இருக்கப்போற சித்தப்பா? குடும்பத்தோட கிளம்புத?''

''பாப்பாங்கொளத்துக்குத்தாம் போறொம். பர்வதத்தோட ஊருக்கு.''

ராதாபுரத்துக்குப் பக்கத்திலிருந்தது பாப்பாங்குளம். கொஞ்சம் தூரம் தான். இங்கிருந்து ஐம்பது மைல் தொலவெட்டில் ஒதுங்கியிருந்தது. பர்வதம் பிறந்த ஊர். காசிக்குப் பெண் தேடியபோது அவனின் சொந்தக்காரரின் துப்பில் கிடைத்திருந்தாள் அவள். ஊர் தூரம்தான் என்றாலும் பெண்ணின் அழகும், வீட்டு வசதியும் அவனை அவளுடன் நெருங்கவைத்திருந்தன.

பாப்பாங்குளத்தில் அவளின் பெற்றோர்களும் தம்பியும் இருந்தனர். தம்பிக்கு குடும்பம் இருந்தது...பொஞ்சாதியும் இரண்டு பிள்ளைகளுமானக் குடும்பம். ஊரில் சொற்பமாய் நிலபுலன்கள் இருந்தன அவர்களுக்கு. அவற்றில் பாடுபட்டே அவர்களின் சீவனம் அலப்பறை இல்லாமல் கழிந்துகொண்டிருந்தது. அவர்களோடு ஒண்ணாமண்ணாய் உட்கார்ந்து கொண்டு பாடுபார்த்தாலே தங்கள் சீவனமும் அலப்பறை இல்லாமல் கழியும் என்று தோன்றியது காசிக்கு. அவர்களின் வீட்டு மனையில் இவர்களுக்கென்று ஒரு ஓலக் குடிசையை முடக்கிக்கொண்டு உட்கார்ந்துவிட வேண்டியதுதான்.

மேலும் இங்கே இருக்கிற மாதிரி அங்கே மேச்சாதிக் கொம்பன்களின் அவமரியாதையும் அட்டூழியங்களும் கிடையாது என்பதை மானசீகமாக நினைத்துப் பார்த்தபோது காசிக்கு உள்ளூர மகிழ்ச்சியே பொங்கியது. அங்கே சாம்பாக்கமார்கள் பெருவாரியாக இருந்தார்கள். பாதிப் பேர்கள் கூலிகளாக இருந்தாலும், பாதிப் பேர்கள் செத்தம்போலயாவது தங்கள் கைவசம் நிலங்களை வைத்திருந்தார்கள். அயித்து மறந்துகூட மேச்சாதிக்காரன் எவனும் சாம்பாக்கமார்களிடம் வந்து நின்று வாலாட்டிவிட முடியாது. வால் மட்டும் அல்ல...நாயே இல்லாமல் போய்விடும்.

அங்கிருந்து இரவு பத்தரை மணிக்குக் களக்காட்டுக்குப் பேருந்து இருந்தது. களக்காட்டில் இறங்கி பேருந்து நிலையத்தில் முடங்கிக் கொண்டால் அதிகாலை இரண்டு மணிக்குப் பாபநாசத்திலிருந்து நாகர் கோயில் போகும் பேருந்து வரும். அது அந்தா இந்தாவென்று மூன்று மணிவாக்கில் வள்ளியூரில் கொண்டுபோய் விடும். வள்ளியூரிலிருந்து ராதாபுரத்திற்குத் தொடுபிடியாய் பேருந்துகள் இருந்தன. விடியக் கருக்கலில் ராதாபுரத்தில்போய் இறங்கிவிடலாம். ராதாபுரத்திலிருந்து பொடி நடையாய் நடந்துபோனால் பத்து நிமிசப் பயணம் பாப்பாங்குளத்துக்கு.

தெருவே திரண்டு வந்துநின்று கண்ணீர் மல்க அவர்களை வழியனுப்பி வைத்தது. பேருந்து நிறுத்தம்வரை அவர்களுடன் செல்லப்பா, சித்திரை போன்றவர்கள் ஆற்றாமையால் வந்துகொண்டிருந்தார்கள்.

அம்மன் கோயிலைக் கடந்தபோதுதான் காசியின் நெஞ்சில் படீர் என்று ஒரு அடி விழுந்தது மாதிரி இருந்தது...வலி இல்லாத அடி. மனப் பிரமைதான் என்பதைப் பிறகுதான் உணர்ந்துகொண்டான். இப்போது அவன் பார்வை கோயிலைச் சுற்றி ஏக்கத்துடன் வலைவிரிக்கத் துவங் கியது. கோயிலுக்கு முன்னால் மேடும் பள்ளமுமாய் உயர்ந்து தாழ்ந்து கொண்டு கிடந்திருந்த பாறைகள்... அவற்றைக் கிழித்துக் கொண்டு ஓடிய நீர்... பாறையின் இடுக்கில் தொட்டிலாய் மலந்துகிடந்த வெட்டா வெளி... அதன்மேல் வல்லடியாய் கிடத்தப்பட்டு கொத்திக் குதறி எடுக்கப்பட்ட தெய்வானையின் கதறல்கள்... ' அப்பா...என்னையக் காப் பாத்துங்க... என்னையக் கொல்லக் கொண்டுபோறாங்க... என்னையக் காப்பாத்துங்கப்பா... '

உடைந்துபோய் அழுதுவிட்டான் காசி. அவனின் தொண்டைக் குள்ளிருந்து 'வீக்கிரு வீக்கிரு' என்று மேலெழுந்த அழுகை அவன் தோள் களைத் 'தடக்தடக்' கென்று தறியாட்டம்போட வைத்தது. குலுங்கிக் குலுங்கி அழுதான். செல்லப்பாவும் சித்திரையும் பொறிகலங்கிப் போனார்கள். காசியின் தோளை அனுசரணையாய் தட்டிக்கொடுத்து அமைதிப்படுத்தினார்கள். 'தெய்வானை...? எம் மொவளே...?' சத்தம் போட்டு அழைத்துக் கதறவேண்டும் போலிருந்தது காசிக்கு.

'போயிட்டு வாப்பா... நா இங்கதான் இருக்கென்...'

தெய்வானை அசரீரியாய் சொன்னதுபோலிருந்ததும் சட்டென்று தன் அழுகையை நிறுத்திவிட்டு விரைசலாய் அடியெடுத்துவைத்து நடையைத் தொடர்ந்தான். என்ன ரணப்பட்ட வாழ்க்கை இது! அடைந்தால் விடிந்தால் வீட்டில் நிம்மதியாகக் கிடந்து வாழமுடியாத வாழ்க்கை...

எப்போது வேதாளம் முருங்கை மரம் ஏறுமோ என்று நினைத்துத் தவிதாயப்பட்டுக்கொண்டு வாழ்ந்தார்கள் வடக்குத்தெருக்காரர்கள். வேதாளம் - தெற்குத்தெருச் சண்டியன்கள். முருங்கை மரமாய் நின்றிருந் தார்கள் வடக்குத்தெருக்காரர்கள். கம்பளிப் பூச்சிகளும் கட்டெறும் புகளும் அடைந்துகிடந்த முருங்கை மரங்கள் நொம்பலப்பட்ட வாழ்க் கையாய் தம் கிளைகளை ரணங்களாக்கிக்கொண்டிருந்தன. அந்தரணங் களுடனே தங்கள் இச்சையை தணிக்கத் துடித்துக்கொண்டிருந்தார்கள் - தினவெடுத்தத் தெற்குத்தெருக்காரர்கள். வடக்குத்தெருப் பொம்பளை கள் என்றால் அவர்களுக்கு இலவசமாய் கிடைத்த கரும்புத் தட்டைக ளைப்போல... வாட்டமில்லாமல் சவைத்துத் துப்பிவிட முடிந்தது. இந்தக் கொள்ளைக்குத்தான் தெருவில் திடுதிப்பென்று சமைந்து குந்தவைத்தக்

குமருகளை தடபுடலென்று வேறு ஊர்களுக்குக் கல்யாணம்பண்ணிக் கொடுத்துக்கொண்டிருந்தார்கள் வடக்குத்தெருக்காரர்கள்.

ஆதிகாலத்திலிருந்தே அரங்கேற்றப்பட்டுக்கொண்டு வந்த காட்சி களாக இருந்தன அவை. காட்சிகளின் கொடுமைக்குப் பயந்தே அநேகக் குடும்பங்கள் அவ்வப்போது தெருவிலிருந்து வெளியேறிவிட்டிருந்தன. அங்கு நிலையாய் இருந்திருந்தவர்களுக்கு வேறு போக்கிடம் இல்லா திருந்தது ஒரு காரணம். அடித்தாலும் பிடித்தாலும் வலியைத் தாங்கிக் கொண்டே மீண்டும் அந்தத் தெருவிலிருந்த தங்கள் வீட்டுக்குள் வந்துதான் முடங்கிக்கொள்ள வேண்டியதிருந்தது அவர்களுக்கு.

பண்ணையாரும் அவர்களைக் காபந்து பண்ணுகிற ஆளாயில்லை. அவரும் சேரிப் பொம்பளைகளைச் சீண்டுவதில் கில்லாடியாகத் தானிருந்தார். என்ன, தெற்குத்தெருக்காரர்களைப்போல வீட்டுக்குள் அடாதுடியாய் புகுந்து பெண்களை அபகரித்துக்கொண்டு சென்றதில்லை அவர். அவரின் வீட்டுக்கு வேலைக்குப் போகும் பெண்களையும், தோட்டக் காடுகளில் ஒத்தைச்செ த்தையாய் நின்று பாடுபார்த்துக்கொண்டிருக்கும் குமருகளையும் மிரட்டிப் பணியவைத்துத் தன் தாகத்தைத் தணித்துக் கொண்டிருந்தார்... காமத் தாகத்தை!

தெற்குத்தெருக்காரர்கள் அடாதுடிப் பண்ணுவதும், வடக்குத் தெருக் காரர்கள் பண்ணையாரே தஞ்சமென்று ஓடிப்போய் நின்று அவரிடம் பாதுகாப்புக் கேட்பதும், அவரும் கூலிக்கார அடிமைகள் தன் கையைவிட்டு ஓடிவிடக்கூடாது என்ற அக்கிசியில் தெற்குத்தெருக்காரர்களுக்கு ஆள் அனுப்பி அவர்களைக் கூப்பிட்டு வரச்செய்து பாம்பும் சாகாமல் கம்பும் ஒடியாதப் பக்குவத்தில் அவர்களை நாசூக்காகக் கடிந்துவிட்டு அனுப்பி வைப்பதும்... ஒத்திகைப் பார்த்துக்கொண்டிருப்பதுபோல அவ்வப்போது நாடகம் அரங்கேறிக்கொண்டுதானிருந்தது... கபட நாடகம். ஆனால் இதுவரை தெற்குத் தெருக்காரர்களிடமிருந்து ஒரு தம்பிடிகூட நஷ்ட ஈடாக வாங்கி வடக்குத்தெருக்காரர்களுக்குக் கொடுத்ததில்லை பண்ணையார் என்பதே உண்மை. பண்ணையாரிடம் அவர்கள் அதறபதற ஓடிவந்து முறையிட்டுவிட்டுச் சென்ற பிறகு மீண்டும் தெற்குத் தெருக்காரர்கள் படையோடு திரண்டுபோய் வடக்குத் தெருக்காரர் களிடம் வம்புக்கு கச்சைக்கட்டிக்கொண்டு நின்றதுதான் பலமுறை நடந்திருக்கிறது. இதுவரை நடந்திருந்த ஆதாளித்தனத்தில் வடக்குத் தெருவில் யாரும் மண்டையைப் போட்டிருந்ததில்லை என்பதே ஆறு தலான விசயம். அந்தக் குறையை இப்போது தெய்வானைத் தீர்த்து வைத்திருந்ததுதான் தெற்குத்தெருக்காரர்களிடம் வடக்குத் தெருக்காரர் களுக்குப் பயம் அதிகரிக்கக் காரணமாக இருந்தது.

✳

ஆறேழு வருடங்களாவது கடந்திருக்கும், தெய்வானையை அவர்கள் அயித்துமறந்து. அவளைப் பற்றிய நினைவலைகள் அவர்களிடமிருந்து சன்னஞ்சன்னமாய் வடிந்து காய்ந்து வெறுமையாகிப்போனக் காலம்.

அன்று சந்திரமதி தங்கள் சாப்பாட்டுக்காகச் சோளத்தை இடித்து மாவாக்கி, தோண்டியெடுத்து, சட்டியில்போட்டு நீரூற்றிக் கரைத்து வைத்துவிட்டு வந்து, வெளித்திண்ணையில் சடவாக உட்கார்ந்திருந்தாள். அந்திக் கறுத்து இருள் அடர்த்தியாகி இரவாகிக்கொண்டிருந்தது. வழக்கம் போல அவள் புருசக்காரன் சித்திரை சாராயக் கடைக்குப் போயிருந்தான். அவள் பிள்ளைகளில் இரண்டுபேர்கள் மற்ற சேக்காளிகளுடன் சேர்ந்து தெருவிளக்கின் ஒளி விரிப்பில் குறிக்கோளில்லாமல் விளையாடிக் கொண்டிருந்தனர். மூத்தவன் எங்கயாவது ஊர் சுற்றப் போயிருக்க வேண்டும்... ஓடுகாலிப் பயல். தெருவில் அரசல்புரசலாய் சனங்களின் அணக்கமிருந்தது. எல்லோரும் அவளைப்போலத்தான் காடுகரைகளில் நின்று பாடுபார்த்துவிட்டு வந்து வீட்டில் உட்கார்ந்துகொள்ள அவகாச மில்லாமல் வேலைகளோடு அல்லாடிக்கொண்டிருந்தவர்கள். வேலை முடிந்ததும் அக்கடாவென்று வெளித்திண்ணைகளில் அச்சலாத்தியாய் வந்து உட்கார்ந்திருந்தார்கள்.

தெருவிளக்கின் வெளிச்சக் கீற்றுகள் அவளின் திண்ணைவரைக்கும் கை நீட்டியிருந்தன. அந்த வெளிச்சத்தின் அனுசரணையோடுதான் எதிர்த்த வீட்டை நிமிர்ந்து பார்த்தாள் சந்திரமதி. இடிந்து விழுந்து அருமாண்டுபோய் கிடந்திருந்தது அது. தெய்வானை வாழ்ந்திருந்த குடிசை. கூரையெல்லாம் இற்றுப்போய் தும்புகளாக ஆகியிருந்தன. கூரையைத் தாங்கியிருந்த வரிசைக் கம்புகள் - பனங்கம்புகள் உட்பட - மக்கிப்போய் மாவுப்பிடித்துக் கிடந்தன. முற்றத்தில் சடைத்து நின்றிருந்த ஒன்றிரண்டு எருக்கஞ்செடிகளும், அதன் தரைப்பரப்பில் படுக்கை விரித்திருந்த பூச்சமுள் செடிகளும் - அறைக்குள்ளும் செடிகள் அந்தரகொந்தரவாக வளர்ந்து நின்றிருந்தன - சந்திரமதியின் கண்களில் ஈட்டிகளைப் பாய்ச்சின. காசியும் பர்வதமும் எப்படி வாழ்ந்த வீடு அது! காசியின் குடும்பம் இப்போது எப்படி இருக்கிறதோ! காசியும் பர்வதமும் இப்போது உயிருடனிருக்கிறார்களோ என்னவோ! ஏகதேசம் ஆறேழு வருசங்களுக்கு முன்னால் இந்தத் தெருவை விட்டுத் தேசாந்தரிகளாய் விலகிப்போனவர்கள். அதற்குப் பிறகு அவர்களில் யாரும் ஆசைக்காக ஒருமுறை கூட இந்தப் பக்கம் வந்து எட்டிப் பார்த்திருக்கவில்லை. நினைத்துப் பார்த்தபோது சந்திரமதிக்குச் சங்கடமாகப் போயிற்று. தெய்வானை உயிரோடிருந்தால் பிள்ளைகளும் குட்டிகளுமாகப் பெருவாழ்வு வாழ்ந்துகொண்டிருப்பாள். எப்பேர்ப்பட்டப் பெண்பிள்ளை அவள்! அடுத்தவர்களின் கைகள் சடைக்க விடமாட்டாள்... பரோபகாரி. சந்திரமதியுடன் எத்தனைப் பிரியமாயிருந்திருந்தாள்! ‘மயினி... மயினி’ என்றே வாய் நிறைய அழைத்துக்கொண்டு சந்திரமதியின் வீட்டு வேலைகளில்

ஒத்தாசனைப்பண்ணித் தருவாள். சில நேரங்களில் வாய்த் தர்க்கத்திற்காக 'சந்திரமதி...' என்று அவளைப் பேர்சொல்லி அழைத்துவிட்டுக் கலகண்டர மாகச் சிரித்துவிடுவாள்...குசும்புக்காரி.

''என்ன சந்திரமதி... வூட்டு வேலையெல்லாம் முடிஞ்சிருச்சா? காத் தாட ஒக்காந்திருக்கியா?''

இப்போதும் அப்படித்தான்...அசரீரியாய் சந்திரமதியின் பெயர் சொன் னது மாதிரிக் கேட்டது. சன்னமாய் அதிர்ந்துபோனாள் சந்திரமதி. அடர்த் தியாக இருள் குழுமி நின்றிருந்த எதிர்த்த வீட்டு முற்றத்தில் மஞ்சள்நிற ஒளிப் பிழம்பாய் தெய்வானை நின்று இணக்கமானத் தொனியில் குரல் கொடுத்தது மாதிரித் தோன்றியது.

சந்திரமதியின் தேகம் புல்லரித்துப் போயிற்று. 'அட வேசக்காரி! ஒனக்கு அவ்வளவுத் திமிரா?'. வழக்கம்போலவே மனசுக்குள் ஏசிக் கொண்டு உதட்டுக்குள் சிரித்தாள் சந்திரமதி. திடீரென்று தன்னருகில் மூர்க்கமாகச் சாராய வாடையோடு ஒரு தாட்டியமான உருவம் வந்து உட்கார்ந்துகொண்டதுதான் தாமசம், சந்திரமதி கதிகலங்கிப்போனாள்.

இப்போது சுயத்துக்கு வந்திருந்தாள் அவள். அழைத்தது தெய்வானை அல்ல, தடிமனாயிருந்த இந்த கண்ணையன்தான் என்பதை தன்னியல்பாய் உணர்ந்துகொண்டு சட்டென்று திண்ணையிலிருந்து பதற்றமாய் எழுந்து நின்றாள். கண்ணையன் குடிமப்பில் வந்திருந்தான். திட்டாந்தரமாய் அவள் கையைப் பிடிக்கப் பிடிக்கத் தாவினான்.

''அய்யா... இது அநியாயம்ய்யா... கடவுளுக்கே அடுக்காது. வீட்டுக்குப் போயிருங்க. ஓங்கப் பிள்ள மாரி நா. என்னைய வங்கொலையா சாவடிச்சி ராதியய்யா... நல்லாயிருப்பிய''. தூரத்தில் நின்றுகொண்டே அவனைக் கையெடுத்துக் கும்பிட்டாள் சந்திரமதி. குலை நடுக்கமாயிருந்தது அவளுக்கு.

குழறலோடு மிதப்பாகவே பேசினான் கண்ணையன்...

''நா நல்லா இருக்கணும்னுதான ஒன்னையத் தேடி வந்திருக்கென். எவளாவது கெடைப்பாளுவளான்னு பாத்தென்... ஓங் அதிர்ஷ்டம், நீ கெடச்சிருக்க. ஒன்னையக் காடுகரைக்கெல்லாம் தூக்கிட்டுப் போவ மாட்டென். இப்போ அதுக்கெல்லாம் எனக்குத் தெம்பில்ல. வா... வூட்டுக் குள்ள.''

முன்னைப்போல கொழுத்த உடம்புதான் கண்ணையனுக்கு. வயதாகி யிருந்ததால் சதையில் சுருக்கங்கள் கண்டிருந்தன - வரைவரையாய். கறைப்படிந்த வெள்ளை வேட்டியிலும், முண்டாப் பனியனிலும் வந்தி ருந்தான். தலைமுடிகூடப் பரசலாய் நரைத்துப்போயிருந்தது. மனுச

னுக்கு இந்த வயசிலுமா ஆசைத் தூக்கிப்போட்டு அடிக்கிறது? வெப்புராளப்பட்டுக்கொண்டு தவித்தாள் சந்திரமதி... விதிர்விதிர்த்துப்போயிருந்தாள்.தாவிப் பாய்ந்த கண்ணையனுக்குப் பிடிகொடுத்து விடாத படிக்குத் தெருவில் அங்குமிங்கும் ஏக்காச்சம் காட்டிக்கொண்டு ஓடினாள். அதற்குள் தெருச்சனங்கள் எல்லோரும் சரம்சரமாய் வந்து கூடிவிட்டிருந்தனர். சந்திரமதி தன் வீட்டுக்கு முன்னால் வளையம் வந்து கொண்டிருந்ததால் கூட்டமும் அவளின் வீட்டுக்கு முன்னே வியூகம் வகுத்து நின்றிருந்தது.

''அம்மோ... ஏ அம்மோ...''. பத்து வயசும், பன்னிரெண்டு வயசுமான இரண்டு பையன்களும் கூட்டத்திற்கு முன்னே வந்து நின்று பதைபதைத்தனர். விளையாட்டில் கலந்துகொண்டு சுற்றுச் சூழலை மறந்திருந்தவர்கள், தங்கள் வீட்டுக்கு முன்னே கூச்சல்போட்ட அம்மாவின் சத்தத்தைக் கேட்டதும் தாண்டுகால் பாய்ச்சலில் ஓடிவந்திருந்தனர். அவர்களுக்குப் பின்னால் மற்ற சிறுவர்களும் ஓடிவந்திருந்தனர். புழுதிக் காற்றில் தோய்ந்திருந்த அவர்களின் தேகங்கள், ஊறிய வேர்வைப் பிசுப் பிசுப்பில் கசகசத்துக்கொண்டிருந்தன.

''அய்யா... நா மூணுப் பையன்களுக்கு அம்மாக்காரிய்யா. என்னைய வந்து இம்சிக்கீங்களேய்யா. இது ஒங்களுக்கே நல்லா இருக்கா?''

''மூணுப் பிள்ளையளப் பெத்திருந்தாலும் இன்னும் மெட்டு வுடாம பந்தயக் குதிரையக் கெணக்கத்தான இருக்க. ஒன்னையப் பாத்திட்டு எனக்குச் சும்மா திரும்பிப்போவதுக்கு மனசு வருமா? வா... ரொம்பதான் அலட்டிக்காத. நல்ல பழுத்தப் பழம்தான் இனிக்கும். ஒன்னையக் கெழவின்னு யாரு சொன்னா? நா சொன்னனா?''

கூடி நின்றிருந்த சனங்கள் எல்லோரும் அவனிடம் கொத்தாக வந்து மன்றாடத் துவங்கியிருந்தனர். ராணியின் அம்மாக்காரி வடிவு அவன் முன்னே அதறபதற ஓடிவந்து நின்று கெஞ்சினாள். அவள் பரோபகாரி. அடுத்தவர்களின் வேதனையைப் பார்த்துவிட்டால் 'எனக்குத் தூக்கம் வராது...' என்று சொல்லி சஞ்சலப்படுவாள்.

''அய்யா... அவள வுட்டிருங்கய்யா. அவா அப்பிராணி. வேண்டாம்ய்யா. ஒங்களுக்குப் புண்ணியமாப் போவும். அய்யா அய்யா... வேண்டாம்ய்யா.''

''அப்புராணியாயிருந்தா என்ன? கோழி நொண்டின்னாலும் கொளம்பு ருசிக்கத்தானச் செய்யும்? சொல்லுதா, பெரிய ஞானி மாரி''

சந்திரமதியை விரட்டிப் பிடித்துவிட்டான் கண்ணையன். இத்தனை நேரமும் அவளை வேகம்கூட்டி விரட்டியிருந்ததில் அவனின் தொப்பைத் தேகம் உலைவாய் துருத்தியைப்போல ஏறவும் இறங்கவுமாக ஊஞ்சலாடி

யது. கிர்புர்ரென்று மூச்சிரைத்தது அவனுக்கு. ஆனாலும் அவன் விரல்கள் சந்திரமதியை விட்டிருக்கவில்லை... குரங்குப்பிடியாய் இறுக்கியிருந்தன.

அவள் திமிறினாள்.

''த்தூ... தேவடியா மொவளே. எங்கிட்டயா ஏக்காச்சம் காட்டுத? வயசானாலும் நா சிங்கம்டி. எம்பரம்பரையே சிங்கப் பரம்பரையாக்கும்... தெரிஞ்சிக்க''

வல்லடியாய் அவளைத் தள்ளிக்கொண்டு வீட்டு வாசலை நெருங்கி யிருந்தான். ஆண்களும் பெண்களும் சிறுவர்களும் சேர்ந்து கூச்சல் போட்டனர். யாருக்கும் அவனை நெருங்கி அவன் கையைத் தட்டிவிடும் தைரியம் இருந்திருக்கவில்லை. தொட்டால் விசனமாகி அவனின் ஆட் களைக் கூப்பிட்டுக்கொண்டு வந்து தெருவை நாசக்காடாக்கிவிடுவான் - மேல்சாதித் திமிரில்.

வாசல்படியில் நின்று அவளை உள்ளே தள்ளிவிட்டு அவனும் உள்ளே காலை வைத்ததும்தான் தாமசம், சந்திரமதி வெறிப்பிடித்தவளைக் கெணக்கா வலதுகாலை ஆவேசமாய் தூக்கி, ''என்னிய யாருன்னுல நெனச்ச எச்சிக்கல நாய...'' என்று சத்தம்போட்டு கதறிக்கொண்டே அவனின் அடிவயிற்றில் ஓங்கி ஒரு மிதி விட்டாள்.

''அடி ஆத்தே...''

அவன் தாக்காட்டிக் கொள்ளமுடியாமல் அலறிக்கொண்டே முற்றத் தில் போய் மட்ட மல்லாக்க விழுந்தான். அவனின் இடுப்பு வேட்டித் தொடைக்குமேல் ஏறி அந்தரகொந்தரவாக சுருண்டுகிடந்தது. இடுப்பில் சுருட்டி வைத்திருந்த சில்லறைக் காசுகள் வெளிவந்து விழுந்து முற்றத் தில் குறிக்கோளில்லாமல் சிதறி ஓடின. நல்ல வேளை, அவன் மல்லாக்க விழுந்திருந்தான். மூச்சுக் குப்புற விழுந்திருந்தால் மூக்காந்தண்டையில் அடிபட்டு செத்திருப்பான். ஊர் நிலவரம் ஏடாகூடமாய் ஆகியிருக்கும்.

''அடி தேவடியா செருக்கி... என்னையவா மிதிச்சித் தள்ளிப்புட்ட? இந்தா நா ஆட்களக் கூட்டிக்கிட்டு வந்து ஒன்னைய என்னச் செய்யுதம் பாரு''

அவன் வல்லாதல்லையாய் கையூன்றி எழுந்து நின்றான். சந்திரமதியை ஏறிட்டுப் பார்ப்பதற்கே அவன் கண்கள் கூசுவதாகத் தோன்றின... ஆனாலும் அவன் வார்த்தைகளில் வீராப்பு இருந்தது.

எந்திரகதியாய் அவள் தன் தலையைக் குலைத்துப்போட்டு, கண் களை உருட்டிக்கொண்டு, தேகத்தைக் குலுக்கக் துவங்கியிருந்தாள். அதி வேகமாகக் குலுங்கியது எந்திரம். அதன் இரைச்சலைப்போல அதட்டல் வார்த்தைகளை ஆவேசமாய் தெறித்துக்கொட்டியது.

‘‘என்னலச் செய்வ நீ? அன்னிக்கு நீயும் உன் உறவுக்காரனுவளும் என்னியப் பதம் கொலச்சீங்களால்ல? அத மாரி இனியும் செய்யலாமின்னு நெனக்கியால? ஓங்குடும்பத்தையே கருவறுக்கத்தாம்ல இப்ப நா வந்திருக் கென்.’’

முகத்தை விறைப்பாக நிமிர்த்திக்கொண்டு, கண்களைக் கோலிக் குண்டுகளாக உருட்டிக்கொண்டு, நாக்கை வெகுநீளமாய் வெளியே நீட் டிக்கொண்டு ஆடிய ஆட்டத்தோடு அவனையும் ஆவேசமாய் எச்சரிக்கவும் தவறவில்லை சந்திரமதி.

சுற்றி நின்றிருந்த சனங்கள் தங்கள் தேகங்கள் புல்லரிக்க, கண்கள் வெறிக்க, அவளை அதிர்ச்சியுடன் பார்த்துக்கொண்டே வாசலை நெருங் கினார்கள்.

‘‘ஏ, நம்ம தெய்வானல்லா சந்திரமதிமேல எறங்கியிருக்கா. அடிப்பாவி மொவா... இத்தன நாளும் எங்கன இருந்தா?’’.

எல்லோரின் மனக் குமுறலையும் ஒட்டுமொத்தமாக வெளிப்படுத்தும் முகமாக ராணியின் அம்மா வடிவு முன்னால் வந்துநின்று ஆற்றாமையால் புலம்பிக்கொண்டாள். ராணியும் இப்போது அங்குதான் நின்றிருந்தாள், சிறுமியாக. பயந்துபோய் அம்மாவின் முந்தானையை இறுகப் பிடித்திருந்தாள்.

எல்லோரும் ‘தெய்வானை’யைக் கைகூப்பி வணங்கினார்கள்... தனக் குள்ளாக உணர்ச்சிக் கொந்தளிப்பில் உருகிக்கொண்டிருந்தார்கள். ரொம்பக் காலமாகப் பிரிந்திருந்தவர்கள் மீண்டும் சந்தித்துக்கொண்டதைப் போன்ற பரவசம் ஊடாடியது அவர்களுக்குள்... கண்களிலிருந்து அருவி யோட்டமாய் நீர் கொட்டியது...ஆனந்தக் கண்ணீர்.

சந்திரமதிக்குக் கால்கொண்டு நிற்க முடியவில்லை. ‘டபக்’கென்று தரையில் உட்கார்ந்துகொண்டு ஆடினாள். அடிக்கடி ஊளைச் சத்தம்... அடிக்கடிச் சிரிப்பு-பாறை வழியில் ஓடிய நீரின் சலசலப்பைப்போல. அடிக்கடி ‘‘ஏய்...’’ அதட்டல்கள் அவளிடமிருந்து கெடுபிடியாக வெளிப் பட்டுக்கொண்டிருந்தன.

கண்ணையனுக்கு இப்போது போதைத் தெளிந்திருந்தது. அரக்கப் பரக்கப் பார்த்துக்கொண்டு நின்றான். இடுப்பு வேட்டியை எசகுப்பிச காய் கைப்பற்றிக்கொண்டவன் இப்போது அதைப் பலமாகக் கட்டிக் கொண்டான். ‘தெய்வானை’யைப் பார்த்து அவன் திருதிருவென்று முழிப்பது தெரிந்தது. அவளின் ஆட்டமும் கூச்சலும் அவனின் தேகத்தை உலுப்பியிருக்கவேண்டும். பொறியில் மாட்டிக்கொண்ட எலியாய் அவன் பேந்தப்பேந்த முழித்தான். திடீரென்று அவன் என்ன நினைத்தானோ, குதிரைப் பாய்ச்சலில் தன் தெருவை நோக்கி ஓட்டம் பிடித்தான்.

சுற்றியிருந்தப் பெண்கள் எல்லோரும் ஒன்றுசேர்ந்து தெய்வானையைக் கட்டிப் பிடித்துக்கொண்டனர். எல்லோருடைய கண்களும் உணர்ச்சிப் பெருக்கில் சொதசொதவென்று நனைந்துபோயிருந்தன... தெய்வானை யைப் பார்த்திருந்த உணர்ச்சிப் பெருக்கில். எத்தனை வருசங்களாகின்றன, பாவிமகளின் பேச்சைக் கேட்டு!

வடிவுதான் தெய்வானையிடம் தன்மையாய் கேட்டுக்கொண்டாள்: ‘‘போதும்மா... போதும். நீ இங்கன வந்ததே எங்களுக்குப் போதும். பாவி மட்ட... இத்தன நாளும் வராமலே இருந்திட்டியே...’’. தொண்டை அடைத்தது வடிவுக்கு. நாத் தழுதழுத்தது. முந்தானையை எடுத்து கண்க ளைத் துடைத்துக்கொண்டாள். தெய்வானையைச் சாகடித்துவிட்டுப் போனப்பிறகு கண்ணையன் இன்றுதான் வடக்குத் தெருவில் காலெடுத்து வைத்திருக்கிறான். அவன் நாசமாய்ப் போக, இனி இந்தப் பக்கமே வர மாட்டான் என்று தோன்றியது வடிவுக்கு.

✳

காலையில் தெற்குத் தெருவிலிருந்து சாவுமேளம் கேட்டதும் சன்னமாய் அதிர்ந்துபோனாள் சந்திரமதி. வடக்குத் தெருவில் எல்லோரும்தான்.

வேலை நிமித்தம் தோளில் மண்வெட்டியுடன் தெற்குத்தெருவைக் கடந்துபோன சித்திரை, மெனக்கெட்டுத் திரும்பிவந்து தெருவில் அதற பதறச் சொல்லிக்கொண்டு நின்றான்: ‘‘சாமத்தில கண்ணையன் ரத்தம் கக்கி செத்திட்டானாம். அவனத் தெய்வானத்தான் அடிச்சிட்டாளாம்... தெக்கத்தெருவெல்லாம் ஒரே ஓவலையா இருக்கு’’

செய்தி கேட்ட சந்திரமதிக்குத் திகிலடித்தது கெணக்கா இருந்தது... வெறுவிப்போனாள். அவளைத் தொடர்ந்து மற்றவர்களும்தான். ‘‘என்ன ஆதாளித்தனமெல்லாம் பண்ணான்? அவனுக்குச் சாவு எப்படி வந்திருக்கு பாத்தியளா?’’.

பொம்பளைகள் ஒருவருக்கொருவர் சொல்லி ஆறுதல்பட்டுக் கொண்டார்கள். இன்னும் செத்தநாழியில் அவர்களுக்குப் பண்ணை யாரின் தோட்டக்காட்டுக்கு களைப்பறிக்கப்போகும் வேலை இருந்தது... ஏக்கர் கணக்கில் சடைத்துக்கொண்டு நின்றிருந்த கத்திரிச் செடிகளுக்குக் களைப்பறிக்கும் வேலை.

மீண்டும் தான் வந்த பாதையிலே விரைசலாகத் திரும்பிப்போனான் சித்திரை. அவன் வந்திருந்தக் காரியம் முடிந்திருந்தது. அவனோடு சேர்ந்த கூலிக்காரர்கள் - அவனின் தெருக்காரர்கள்தான் - நான்குப் பேர்களும் இப்போது தெற்குத்தெருவுக்கும் தெற்கே விரைசலாய்

போய்க்கொண்டிருப்பார்கள். அவர்களைப் பிடிக்கவேண்டும் அவன். அவர்கள்தான் சித்திரையைத் தங்கள் தெருவுக்கு அனுப்பிவைத்து சேதியைச் சொல்லிவிட்டு வரும்படி விரட்டியிருந்தார்கள். தெற்குத் தெருவுக்கும் தெற்கே பண்ணையாரின் வயக்காடுகள் வெட்டாவீதியாய் கிடந்தன. வயலில் வரப்புவெட்டு வேலை இருந்தது அவர்களுக்கு. வரப்பைச் சீர்படுத்தியப் பிறகுதான் நடுவைக்குத் தொளி அடிக்கவேண்டும். ''இது என்ன மாயச் சாவா இருக்கு? நேத்துக் கருக்கல்லதான சந்திரமதிகிட்ட வந்து ஆதாளித்தனம் பண்ணிட்டுப்போனான். அடிக்க ஆளுவளக் கூட்டிக்கிட்டுல்லா வரென்னுட்டுப் போனான்? அதுக்குள்ள என்னாச்சி அவனுக்கு?''

''என்னாயிருக்கும்? தெய்வானைத்தான அவன ஆக்ரோசமா மிதிச்சித் தள்ளுனா. அவளுக்கு எவ்வளவுப் பெரிய துரோகம் பண்ணியிருந்தானுவ அவனுவ? அதான் நேத்து அவளாலே சாவத் தேடியிருக்கான்... இது சரிதான?''

''அப்போ தெய்வானத்தான் அவனக் கொன்னுட்டாள்னு சொல்லுதியா?''

''பின்ன? சந்திரமதியால அவனத் தள்ளமுடியுமா? அவன் கழுமாடு மாரி எப்பிடி இருக்கான்! அவன் தெய்வானைக்கு செஞ்சிருந்தப் பாவத்துக்கு அவக் கையாலே தண்டனக் கெடச்சிருக்கு. ஓழியட்டும், நாசமாப் போறவன்''

''தெய்வான வந்து சாவடிச்சதினாலத்தான் நம்மள அடிக்கதுக்கு தெக்கத்தெருவுலருந்து இன்னும் படத்தெரண்டு வரலப்போல''.

''அப்படியாத்தான் இருக்கும். தெய்வானைக்குப் பயந்திருப்பானுவ, நாய்க''

வடிவும் செல்லப்பாவும் - ராணியின் பெற்றோர்கள்- எல்லோரையும் போல கண்ணையாவின் சாவுக் குறித்துத் தங்களுக்குள் வியாக்கியானம் செய்துகொண்டிருந்தனர். சித்திரை ஓடோடி வந்து அவனின் பொஞ்சாதிக்காரி சந்திரமதியிடம் சொல்லியிருந்த சேதி அதற்குள்ளாக - அவள் மூலம் - தெருவின் கிழக்கு அற்றத்திலிருந்த ராணியின் வீடுவரைக்கும் சிறகுகட்டிப் பறந்திருந்தது.

''சவத்துப் பய, ரெத்தம் கக்கில்லா செத்திருக்கான். சாமியோ, பேயோ அடிச்சாத்தான ரத்தம் கக்கிச் சாவானுவ? ஒருவேள, தெய்வான அவன மிதிச்சித் தள்ளுனதுல்ல அவனோட அடிவயிறு கலங்கி இருதயம் நொறுங்கி ரத்தமாக் கக்கியிருப்பானோ?''

''சரி....வுடும். ஒரு சனியன் செத்திட்டான். அவென் எப்படிச் செத்தாங்கித ஆராச்சி எதுக்கு? இன்னும் நெறைய சனியன்க இருக்கானுவளே தெக்கத்தெருவுல''.

“இருக்கட்டும் இருக்கட்டும்.... அவனுவளுக்கும் கூடிய சீக்கிரம் அழி மாட்டம் வராமலாப் போயிரப்போவுது? உப்பத் தின்னவன் தண்ணியக் குடிப்பான்... கத்திய எடுத்தவன் கத்தியாலச் சாவான். சொலவடைய சும்மாவாச் சொல்லி வச்சிருப்பாவா? நாமளும் பாக்கத்தானப் போறோம்’’.

ராணி அவர்களின் பேச்சைக் கேட்டுக்கொண்டே முற்றத்தில் நின்று அவசரம் அவசரமாய் பற்களை விளக்கிக் கொண்டிருந்தாள். குறுமணலாய் பொடிந்திருந்த வெள்ளை உமிக்கரியை அவளின் வலதுகை ஆள்காட்டி விரல்முனை பற்களோடு அழுத்தித் தேய்த்துக்கொண்டிருந்தது. அது எப்படி, வெள்ளை உமிக்கரியில் நீர்ப் பட்டால் கருப்பாகிவிடுகிறது!

அவள் தேவநல்லூர் பள்ளிக்கூடத்தில் பத்தாம் வகுப்புப் படித்துக் கொண்டிருந்தாள். இன்னும் அரைமணி நேரத்தில் அவள் பள்ளிக்கூடத் தில் இருந்தாகவேண்டும். பனங்காட்டின் வழியே வேலிகளைக் கடந்து போனால் கால்மணி நேரத்தில் பள்ளிக்கூடம் வந்துவிடும். அவள் பற்களை விளக்கி முடித்து, வயிற்றுக்குள் கஞ்சியைக் கொட்டிவிட்டு, சீருடைகளை மாட்டிக்கொண்டு, புத்தகப் பையும் கையுமாய் புறப்படுவதற்குள் நேரம் ஒருவாடு ஆகிவிடும்போலிருந்தது. மேற்கில் மூன்று கிலோமீட்டர் தொல வெட்டில் தேவநல்லூர் இருந்தது. தன் தெரு பெருமாள்சாமி மாமாவின் மகள் பேச்சியம்மையுடன் சேர்ந்துதான் ராணி தினமும் பள்ளிக்கூடத் திற்குப் போய்வந்துகொண்டிருந்தாள்.

‘ஆமா. இவாப் படிச்சி பெரிய கலெக்டர் உத்தியோகத்துக்குப் போவப் போறா. பேசாம எங்கூட காட்டுச் சோலிக்கு வா...நாலு காசாவது கையிலக் கெடைக்கும். அலப்பற இல்லாம சோறுதண்ணி வச்சி வாட்டமில்லாம வயித்த நெரப்பிக்கிடலாம்.’

அடிக்கடி ராணியின் அம்மாக்காரி அவளிடம் சடைத்துக் கொண்ட துண்டு. ராணிதான் மல்லுக்கட்டிப் பள்ளிக்கூடத்திற்குப் போய்க் கொண்டிருந்தாள். ராணிக்குக் காட்டுச் சோலிகள் பார்ப்பதற்கு விருப் பமில்லாதிருந்தது. தான் பள்ளிக்கூடத்திற்குப் போகவில்லையென்றால் தன்னை வல்லடியாய் காட்டுச் சோலிகளில் போட்டு உளுக்கை எடுத்து விடுவார்கள் என்ற உள்ளூரப் பயமும் ராணிக்கு உண்டு. அதனாலே அவள் மெனக்கெட்டு பள்ளிக்கூடத்திற்குப் போய்க்கொண்டிருந்தாள். ராணி சமைந்து இரண்டு மாதங்கள் ஆகியிருந்தன. சின்னதாய் வேப்பிலைச் சடங்கு நடத்தி அவளை அவசரம்அவசரமாய் பள்ளிக்கூடத்திற்கு அனுப்பியிருந்தார்கள். அந்தத் தெருவில் கொமருகளை வீட்டில்வைத்து ரொம்ப நாட்களுக்குக் கருக்கடையாகப் பாதுகாத்துக்கொண்டிருக்க முடியாதுதான். பெண்ணடியைக் காலாகாலத்தில் ஒருத்தன் கையில் பிடித்துக் கொடுத்துவிட்டால் அவளைப் பற்றிக் கவலைப்படவேண்டிய தில்லை. மாப்பிள்ளைப் பார்த்துக்கொண்டிருந்தார்கள் ராணிக்கு. சரியாய் அமையமாட்டேன் என்கிறது.

வயிற்றுக்குக் கஞ்சியைக் குடித்துவிட்டு அப்பா திண்ணைக்கு வந்தார். அப்பாவுக்கு எப்போதும் அந்தப் பழக்கம் இருந்தது... பீடிப் புகைக்கும் பழக்கம்.

அவசரமாய் மடியவிழ்த்திப் பீடியை எடுத்து உதட்டில் வைத்துத் தீப் பெட்டியில் குச்சிக் கிழித்துப் பீடியைப் பற்றவைத்துக்கொண்டார். சுவாரஸ்யமாகப் புகை இழுத்துவிட்டார். வெயில் வெளிச்சத்தில் புகைக் கீற்றுக்கள் நிறம் மங்கி ஒளிர்ந்தன... சாம்பல் நிறமாய் அல்லாமல் வெள்ளை நிறமாய் - வெயில்நேர மேகத்தைப்போல.

அம்மா மதியச் சாப்பாட்டிற்காகத் தூக்குப்போணியில் கஞ்சியை ஊற்றிக்கொண்டு வெளியே வந்தாள். ''ஓங்கப் போணியிலயும் கஞ்சி ஊத்தி வச்சிருக்கென். எடுத்திட்டு வந்திருங்க''.

''அதையும் நீ எடுத்திட்டு வந்தா என்ன, கொறஞ்சிப்போயிரு வியாக்கும்?''

அப்பா சற்று எரிச்சல்பட்டு அம்மாவைக் கடிந்துகொண்டார். அம்மா எசலிப்புப்பண்ணிப் பேசவில்லை. அதற்குள் தெருவில் சந்திரமதி சித்தியின் அணக்கம் கேட்டதும் விறுவிறுவென்று நடந்து தெருவுக்கு வந்தாள். சமயோசிதமாய் சந்திரமதி சித்தி வந்திருந்ததால் அப்பாவுக்கும் அம்மாவுக்குமான வாய்ச் சண்டைக்குத் தடுதலையாகிப் போயிருந்தது. ஏக நிம்மதி ராணிக்கு.

பேச்சுவாக்கில் வடிவு சந்திரமதியிடம் சொன்னாள்: ''நேத்து வசமாத் தான் தெய்வான அந்த எடுவெட்டப் பயல மிதிச்சித் தள்ளி யிருக்கா. ஒரே மிதில ரத்தம் கக்கிச் செத்திட்டானே''.

''தெய்வான மிதிச்சதுலத்தான் அவன் ரத்தம் கக்கிச் செத்தானா? இல்லன்னா சாராயக் குடியினால ரத்தம் கக்கி செத்தானான்னு தெரிய லேக்கா'. சந்திரமதி வடிவிடம் குழறுபடியாய் சொல்லிக்கொண்டு போனாள்.

✳

என்னக் கஷ்டப்பட்டாலும் பரவாயில்லை, வருசத்திற்கு ஒரு தடக்கத் தெரு அம்மனுக்குக் கொடைவிழா நடத்துவதுதான் ஏழை பாழைகளுக்கு சந்தோசமானக் காரியமாக இருக்கிறது. வருசம் முழுவதும் காடுகரைகளில் நின்று பாடுபட்டிருந்ததன் அலுப்பை அம்மனைக் கொண்டாடும் அந்த மூன்று நாட்களிலும் அலப்பறை இல்லாமல் போக்கிக்கொள்ள முடிகிறது. அச்சலாத்தியாய் வெயிலில் வந்தப்

பயணிக்கு ஆசுவாசப்பட்டுக் கொள்ள நிழல்மரம் கிடைத்த மாதிரி சுவாரஸ்யம் உண்டாகிறது. சுத்துப்பட்டியிலுள்ள தங்கள் ரத்தச் சொந்தங்களை வரவழைத்து கொடை விழாவை அவர்களுடன் சேர்ந்து கொண்டாடுவதில் மிகையான சந்தோசம் பொங்குகிறது. சித்திரைக் கோடையில்தான் அம்மனுக்குக் கொண்டாட்டம் அதிகம்போல. கொடைவிழாவும் அவளுக்கு அப்போதுதான் நடத்தப்படுகிறது.

வடக்குத்தெரு சந்தன மாரியம்மன் கோயில் வருடம் தவறாமல் அந்த வகைப்பாட்டை மனமுவந்து ஏற்றுக்கொண்டிருந்தது. திங்கள் மாலையில் வில்லுப்பாட்டோடு துவங்கும் கொடைவிழா, செவ்வாய்கிழமை அதிகாலையில் குடிக் கிளப்பி அம்மன், சாமிகளை ஆட்டம்போட வைத்தது. குடிக் கிளப்புவது என்பது கோயிலுக்கு மேற்கிலிருந்த பொதுப் பாலத்தில் பூசைப்போட்டு அங்கிருந்து மேளதாளத்தோடு அம்மன்களையும் சாமிகளையும் ஆடவைத்து அழைத்துக்கொண்டு வரும் துவக்க நிகழ்ச்சி. அதன் பிறகு செவ்வாய் மதியம், சாமங்களில் ஆட்டம்போடுதல், மறுநாள் புதன்கிழமை ஊர்ச்சுற்றி வருதல், மதியம் கொதிக்கும் மஞ்சள் நீர்ப் பானையிலிருந்து வேப்பங்குழைகளால் நீர்க்கோரி அம்மன்கள் தங்கள் தலைகளில் வைத்துக்கொண்டு கெந்தளிப்பாய் ஆடுதல்... எப்பா! மூன்று நாட்களும் சனங்கள் 'அக்கடா'வென்று தங்கள் வீடுகளில் உட்கார முடியாமல் - மனம் இல்லாமல் - கோயிலையும், கோயிலில் நடைபெறும் உற்சாகக் காட்சிகளையும் மெய்சிலிர்க்கக் கண்டு உருகிக் கொண்டிருந்தார்கள்...பக்தியில்!

மொத்தம் நாற்பது சொச்சம் வீடுகளிலிருந்த வடக்குத் தெருக்காரர்கள் தங்களால் இயன்ற அளவுக்குத் தலைக்கட்டுக்கு வரிப்போட்டார்கள். தங்கள் வயிற்றைக் கட்டி வாயைக் கட்டி சேர்த்துவைத்திருந்தப் பணத்தைத்தான் சிரமப்பட்டு எடுத்துத் தந்தார்கள். கொடுக்கிற தெய்வம் கூரையைப் பிய்த்துக்கொண்டு கொடுக்கும் என்கிற நம்பிக்கை. நம்பிக்கையில்தான் வாழ்க்கை ஓடிக்கொண்டிருக்கிறது... அம்மன் அருளால் பிற்காலத்தில் செழிப்பாக வாழ்ந்துவிடமுடியும் என்கிற நம்பிக்கையில்!

ராணியின் அப்பா செல்லப்பாதான் பெரிய அம்மன் ஆடினார்... சந்தனமாரி அம்மன்! மற்றபடி சிறுசிறு அம்மன், சாமிகளாய் மற்றவர்கள் ஆடினார்கள்... தெருக்காரர்கள்தான்.

திங்கட்கிழமை நடுச்சாமம்வரை முழங்கிய வில்லுக்கச்சேரி பந்தலை அதிரவைத்துக் கொண்டிருந்தது. செவ்வாய்கிழமை அதிகாலையில் குடி கிளப்பச் சென்றாகவேண்டும் என்ற அக்கிசியில் தெருவின் முக்கியஸ்தர்கள் கோயில்பந்தலுக்குள் வவ்லாதல்லையாய் விழித்துக்கிடந்தார்கள்.

அதிகாலை 3 மணி வந்தது. தெருக்காரர்கள் குடிக் கிளப்பவும் போயாயிற்று. பாலத்தின் கிழக்கு விளிம்பில் தரையில் இலை விரித்து அதன்மேல்

தேங்காய் பழங்கள் இத்யாதிகளை வைத்து சாம்பிராணிப் புகைப்போட்டு தீபாராதனைக் காட்டினார் பூசாரி. பெருமாள்சாமிதான் ஊர்ப் பூசாரி. ராணிக்கு மாமா வேண்டும். அம்மாவுக்குக் கூடப்பிறந்தவர்.

மேளங்கள் சடச்சடவென தொடுபிடியாய் முழங்கத் துவங்கின. நாதஸ்வரங்கள் உச்சில் ஏறிநின்று கூக்குரல்கள் இட்டன. முதலில் முக்குவீட்டு மாரியப்பனின் மீது ஆரோசனை வந்து அவன் சுடலைச் சாமியாய் துள்ளிக் குதித்து ஆடியதும், அடுத்து செல்லப்பாவின்மீது மாரியம்மன் இறங்கி அவனும் துள்ளிக் குதித்து ஆடினான்.

தெருவிலிருந்து நிறையச் சனங்கள் வந்திருந்தார்கள்... ஆண்களும் பெண்களுமாய் நிறையச் சனங்கள்! அவர்களில் ஒருத்தியாகத்தான் சந்திரமதி வந்திருந்தாள். திடீரென அவள்மேல் ஆரோசனை வரவும், பெருங்கூச்சல் ஒன்றை வீசிவிட்டு உடலைக் குலுக்கிக் குலுக்கி ஆடத் துவங்கிவிட்டாள்.

''சந்திரமதிச் சித்திமேல தெய்வான ஏறங்கிட்டாப் பொலுக்கே. போய்ப் பிடிம்மா அவள...கீழ வுழுந்துத் தொலச்சிரக்கூடாது''. வடிவுக்கு அருகில் நின்றிருந்த அவளின் மூத்தமகள் பூங்கனி தன் அம்மாவை அதறபதற விரட்டினாள். பக்கத்தில் நின்றிருந்த மற்றப் பெண்களும் ஆள்துணைக்குச் சேர்ந்துகொண்டனர்.

மேளங்களும் நாதஸ்வரங்களும் தடங்கலில்லாமல் முழங்கிக் கொண்டிருந்தன. ஆடுகிற அம்மன், சாமிகள் ஆளுக்கொரு திசைப் பார்த்து ஆவேசமாய் ஆடிக்கொண்டிருந்தார்கள். அவர்களுடன் கூட்டுச் சேராமல் சந்திரமதி தனியாக ஓர் ஓரத்தில் ஒதுங்கிநின்று ஆடிக்கொண்டிருந்தாள். ஆனாலும் அவளின் ஆட்டத்தையும் ஆர்ப்பரிப்பையும் பார்க்கவே சனங்கள் பெருவாரியாகக் குவிந்தார்கள். புதுசாய் ஆடுகிறவளைப் பார்க்கும் ஆர்வமோ என்னவோ.

''பொருதிக் காக்கணும் தெய்வான..... நீ ஆட வேண்டிய எடம் இதல்ல''

சந்திரமதியை - தெய்வானையை - இடுப்போடு சேர்த்துப் பிடித்துக் கொண்டே வடிவு இணக்கமாய் சொன்னாள். ஆனால் சந்திரமதியின் ஆட்டம் நின்ற மாதிரித் தெரியவில்லை. சந்திரமதியோடு சேர்ந்து வடிவின் தேகமும் தறியாட்டம்போட்டு ஆடியது.

சந்திரமதி - தெய்வானை - இப்போது அடக்கமுடியாமல் ஆவேசமாய் பேசத் துவங்கினாள்: ''அப்போ நா சொல்லுத எடத்துல எனக்கு ஒரு பீடம் போட்டுத் தருவீயா?''

''தாறோம்மா. எங்கப் போடணும்னு நீ சொல்லு. அங்கனயே ஒனக் கொரு பீடம் போட்டுத் தாறொம்.''

சந்திரமதியைச் சுற்றி கூட்டம் பெருகி நிற்கத் துவங்கியது. அம்மன், சாமிகள் தனியே நின்று ஆடிக்கொண்டிருந்தனர். அவர்களைச் சுற்றி மேளக்காரர்களும் நாதஸ்வரங்களும் நின்று தங்கள் வேலைகளைக் கருக் கடையாச் செய்துகொண்டிருந்தனர்.

சந்திரமதி ஆவேசமாகவே பேசினாள்: ''அம்மன் கோயிலுக்கு மேக்க, பக்கவாட்டுல கட்டாந்தரையா ஒரு எடம் கெடக்கே... அதுல ஒரு பீடம் போட்டு, அதுக்கொரு கூடாரமும் கட்டித் தரணும்''

''கெட்டிருவோம் அம்மா. நீ கவலப்படாத. மொதல்ல இங்க ஒன் ஆட்டத்த நிப்பாட்டு... நீ ஆடவேண்டிய எடம் இது இல்ல''.

சந்திரமதியை சமாதானப்படுத்திக் கொண்டிருந்தார்கள் வடிவும், பக்கத்தில் நின்றிருந்த ஆம்பளை, பொம்பளைகளும். வடிவு சொன்ன தையே மற்றவர்களும் சொல்லிக்கொண்டார்கள், சமாதானமாய். அவர் களின் தீர்மானத்தின்படி தெய்வானை ஆடவேண்டிய இடமாக அது இல்லை. அங்கே அம்மன் சாமிகள்தான் ஆடவேண்டும். அதுதான் முறை. தெய்வானை தனியே தூரமாய் நின்றுதான் ஆடவேண்டும். ஏனென்றால் அவள் அம்மன் சாமி இல்லை...கன்னி...பேய்.

விடியக் காலத்துக்கும் சாமத்துக்கும் இடைப்பட்ட நேரம் என்பதால் மனித சஞ்சாரங்களும் வாகனங்களின் பாய்ச்சல்களும் இல்லாமல் சாலை வெறுமையடித்துக் கிடந்தது. சுற்றிலும் இருள் போர்வையின் அழுத்த மான மூடல். கிழக்கே அண்ணாந்து பார்த்தால் விடிவெள்ளி பாம்புபோல வால்முளைத்து நின்றிருந்தது, வானத்தில். அதற்கும் மேலே பூக்களைச் சிதறிப்போட்டது கெணக்காக நட்சத்திரங்கள் பரசலாக விரிந்தும், கொத்துக் கொத்தாகக் குவிந்தும் கிடந்திருந்தன.

சந்திரமதி ஒரு பெருத்த ஊளையுடன் தன் ஆட்டத்தைக் குறைத் திருந்தாள். மழைவிட்டப் பிறகும் தூறல் சிணுங்கிக்கொண்டிருப்பது போல, ஆட்டம் நின்றுபோயிருந்தாலும் அதன் அதிர்வுகள் அவளைச் சன்னமாய் குலுங்கவைத்துக் கொண்டிருந்தன. கையணைப்பாய் அவளைத் தன் தோளில் சாய்த்துப் பிடித்துக்கொண்டாள் வடிவு.

அம்மன், சாமிகள் தங்கள் ஆட்டத்துடனே வந்துகொண்டிருந்தனர். அவர்களின் பயணம் இப்போது கோவிலை நோக்கி இருந்தது. அவர்களின் ஆட்டங்களுக்கு இசைவாக மேளங்களும் நாதஸ்வரங்களும் சுருதிகூட்டி முழங்கிக்கொண்டு கூடவே வந்தன.

கோயிலை நெருங்கியிருந்தார்கள்.

''கோயிலுக்குப் போவோமா, வீட்டுக்குப் போவோமா?'' வடிவு தணிவாகக் கேட்டாள் சந்திரமதியிடம்.

''கோயிலுக்குப் போவம்''. சந்திரமதி உறுதியாகச் சொல்லிக் கொண்டதன் சூக்குமம் தெரிந்திருக்கவில்லை வடிவுக்கு.

கோயிலுக்குமுன் சென்றதும் வடிவின் கைத்தாங்கலிலிருந்து விருட்டென்று விடுவித்துக்கொண்டு கோயிலுக்குப் பக்கவாட்டில் கிடந்திருந்த வெற்று நிலத்தில்போய் வெறிகொண்டவளாக ஆடினாள் சந்திரமதி - தெய்வானை! அவள் பார்வை வடக்கே விரிந்துகிடந்தப் பாறையை நோக்கியே திருதிருவென வெறித்துக்கொண்டிருந்தது. அந்தப் பாறையில் கிடத்தித்தானே தெய்வானையை அந்தரக்கொந்தரவாக சீரழித்துவிட்டிருந்தார்கள்!

கோயிலுக்குள் ஆடிய அம்மன், சாமிகளின் அடவுகளுக்கு ஏற்ப மேளங்கள் முழங்கிக்கொண்டிருக்க, அவற்றையே தனது தாளமாகப் பாவித்து சந்திரமதி ஆட்டம் போட்டாள். சிறுசுகளிலிருந்து மூப்புகள்வரை கும்பலாய் 'தெய்வானை'யிடம் வந்து வணங்கி நின்று பயபக்தியுடன் திருநீறு வாங்கிக்கொண்டு போயினர். எல்லோரும் வடக்குத்தெருவாசி கள்தான்.

✳

''என்ன பொன்னம்மாத் தாயே...ஒங்கக் காலுவ எங்கத் தெருவுல அரிச்சலில்லாம நடந்து வருது. அலுசியமாயிருக்கே''

''வேற ஒண்ணும் இல்ல பூவம்மா. நம்மப் பேரப் பய மூணுநாளா காச்சல்ல கெடந்து நொம்பலப்பட்டுக்கிட்டிருக்கான். சந்திரமதிகிட்ட வந்து தண்ணிக்கோரி எறிஞ்சிட்டுப்போனா சொகமாயிருமின்னு எங்கத் தெருவுல சொல்லிக்கிட்டாவா. அதான் அவளப் பாத்துட்டுப் போவலா மின்னு வர்றேன்.''

''ஓ அப்படி வேற இருக்கா? போங்க போங்க...சந்திரமதியப் போய்ப் பாருங்க''

காதுகளில் தடித்தத் தண்டட்டிகளோடு பெருத்த மலைகெணக்கா வந்து கொண்டிருந்த பொன்னம்மாவின் தோளில் துணி மூடலுடன் ஒரு சிறுவன் படுத்துக்கிடந்திருந்தது தெரிந்தது. கவிழ்த்தத் தலையை நிமிர்த்த முடியாமல் அவளின் மெத்தைப்போன்ற தோளில் அழுத்தமாய் முகம் புதைத்திருந்தான்.

''சந்திரமதி ஒரு கன்னியதான சொமந்துகிட்டு ஆடுதா? தெய் வானைய. கன்னியவுட கூடுன சாமி ஒலகத்துல உண்டாக்கும்? அவாக் கைப்பட்டா எல்லாம் கொணமாவுமாங்கும்''

‘‘அதான? எங்களுக்குத்தான அப்பிடியொரு ரோசனையே இல்லாமப் போச்சி. சந்திரமதி இப்போதான் காட்டுலருந்து கரையேறி வந்திருக்கா. ஒடனே ஒங்கப் பேரனக் கொண்டுபோய் அவாக்கிட்டக் காட்டுங்க’’

பூவம்மா எளப்பமாகச் சொல்லிவிட்டு மீண்டும் குனிந்து முற்றத்தைத் தூத்தெடுக்க ஆரம்பித்தாள். அவளும் செத்த மின்னாடிதான் காட்டிலிருந்து பொசலாந்துபோய் வந்திருந்தாள். வீடு, முற்றம் எல்லாம் குப்பைகளில் மூச்சுமுட்டிக்கொண்டு கிடந்திருந்தன. செத்தநேரம் அச்சலாத்தியாய் இருந்துகொண்டு, சடவு முறிந்ததும், மூலையில் கிடந்த வாரியலை எடுத்துத் தன் வேலையை ஆரம்பித்திருந்தாள்.

பூவம்மா முற்றத்தில் நின்று மேற்கில் பார்த்தாள்...சந்திரமதியின் முற்றம் தெளிச்சலாகத் தெரிந்தது. சுற்றுச் சுவர்கள் இருந்தால்தானே அடுத்தவர்கள் வீட்டு முற்றங்கள் தெரியாமல் இருப்பதற்கு? எல்லோருடைய வீட்டு முற்றங்களுமே திறந்த வெளிகள்தான்.

பொன்னம்மா தன் பேரக் குழந்தையுடன் சந்திரமதி வீட்டின் முற்றத்தில் கால்வைத்து உள்ளே போனது தெரிந்தது. தெற்குத்தெருப் பொம்பளைகளின் கால்கள் அவ்வளவு லேசில் வடக்குத் தெருவில் பதிந்து விடாது. கவுரவம் கெட்டுப்போகுமாம்... சாதிக் கவுரவம்! ரொம்பவும் தவிர்க்கமுடியாதத் தருணங்களில்தான் அவர்களின் மிடுக்கான கால்கள் வடக்குத் தெருவுக்குள் வலம் வருகின்றன - தெற்குத்தெருச் சண்டியன் களுக்குத் தினவெடுக்கிற சமயங்களில் வடக்குத் தெருவில் நுழைவதற்கு வரைமுறைப் பார்க்காத மாதிரி.

சாயந்தர வேளை என்பதால் தெருவில் சனங்களின் நடமாட்டம் நெறுபறியாய் இருந்தது. காட்டுச்சோலிகளை முடித்துவிட்டு வீட்டுக்கு வந்தப் பொம்பளைகள் குடங்களைத் தூக்கிக்கொண்டு தெருக்கிணற் றுக்குத் தண்ணீர்க் கோரச் செல்வதும் வருவதுமாய் பரபரப்பைக் காட்டிக் கொண்டிருந்தார்கள். ஆம்பளைகள் கடைகண்ணிகளுக்குப் போவதும், போய்விட்டு வருவதுமாய் அவசரத்திலிருந்தார்கள். குழந்தைகள் தெருமத் தியில் நின்று கும்மரிச்சாம்போட்டு விளையாடிக் கொண்டிருக்க... தெரு சுறுசுறுப்பாய் இயங்கிக்கொண்டிருந்தது. பூவம்மாவுக்கும் தெருக் கிணற்றில் தண்ணீர் எடுக்க வேண்டியதிருந்தது. கூப்பிடும் தூரத்தில், தெருவின் ஈசான மூலையில் கிடந்தது கிணறு.

முற்றத்தைத் தூர்த்துவிட்டுச் சடவோடு எழுந்து நின்றாள் பூவம்மா. மீண்டும் தன் பேரக் குழந்தையைத் தோளில் கிடத்திக்கொண்டு பொன்னம்மா திரும்பி வருவது தெரிந்தது. நல்லத் திடகாத்திரமானத் தேகம்தான் அவளுக்கு. பேரக்குழந்தையைக் கொண்டிருந்ததால் அவளை வயசாளி என்று சொல்வதற்கில்லை. தோலும் சதையுமாய் எடுப்பாகவே

இருந்தாள். சந்திரமதி தண்ணீர்க் கோரி எறிந்திருக்கவேண்டும் அவளின் பேரப்பயலுக்கு. காரியம் முடிந்திருந்த நிம்மதியிருந்தது அவள் பனங்காய் முகத்தில்.

''செழமா வெளிய வந்திட்டிய? நீங்கப் போவதுத் தெரிஞ்சி சந்திரமதி தண்ணீக் கோரி ரெடியா வச்சிருந்தாளா?'' பூவம்மாவின் வார்த்தைகளில் பரிகாசம் இழைந்திருந்தது. அதைக் கண்டுகொள்கிறவளாக பொன்னம்மா இல்லை இப்போது. தன் பேரக்குழந்தைக்கு சுகம் கிடைக்கவேண்டும்.

''இல்ல. நாப் போனப்பெறவுத்தாம் தண்ணிக் கோரிட்டு வந்தா. அவா நல்லா இருக்கணும். உள்ளப் போனப்போ வாடிப் பதங்கொலஞ்சிக் கெடந்தப் பய - அவா தண்ணிக்கோரி எறிஞ்சப் பொறவுத்தாம்-சிலாத்தா கண்ணத் தொறந்து பாத்தாம். வூட்டவுட்டு வெளிய வந்தப்பொறவு எப்பிடி அசந்து தூங்குதாம் பாரு. அவென் மொகத்துல தெளிச்சலும் வந்துட்டு. அவா நல்லா இருக்கணும். அவளோட வம்சம் தழைக்கணும்''

''ஆமா தாயே. கொழந்த இப்போதான் ஐஸ்வரியமா இருக்கமாரித் தெரியுது''.

பொன்னம்மாவை நாலைந்துபேர்கள் வந்து சூழ்ந்துகொண்டனர்... எல்லோரும் அந்தத் தெருப் பொம்பளைகள்தான். அவளிடம் குசலம் விசாரிக்கவும், அதிசயமாய் அவள் இந்தத் தெருவுக்குள் வந்திருந்த காரணத்தைப் பற்றிக் கேட்கவுமாக போக்குக்காட்டிக் கொண்டிருந்தனர்.

பொன்னம்மா அவர்களிடம் அப்பிராணியாய் நின்று பதில் சொல் லிவிட்டு - ''இங்கதாம்...சந்திரமதியப் பாக்க வந்தென்...எம் பேரப் பய லுக்குத் தண்ணிக்கோரி எறியணும்'' - அசடுவழியச் சிரித்துக்கொண்டு வெளியேறிப்போனாள்.

''குண்டிக் காஞ்சா குதிரையும் புல்லத் திண்ணுமாமில்ல?''

பொன்னம்மா போனப்பிறகு பூவம்மா தன் பக்கத்தில் நின்றிருந் தவளைப் பார்த்து எளப்பமாகச் சொல்லிச் சிரித்துக்கொண்டாள்.

இப்போதெல்லாம் சின்னக் குழந்தைகளுக்குக் காய்ச்சல் அடித்தாலும் சரி, வயிற்றுப்போக்கு ஆனாலும் சரி, உடனே அவர்களை வலுக்கட்டா யமாகத் தூக்கிக் கொண்டு வடக்குத் தெருவுக்கு சந்திரமதியை நாடி ஓடிவந்துவிடுகிறார்கள் - இரண்டு தெருக்காரர்களும்தான்.

சந்திரமதி தண்ணீரைக் கோரி அடித்து கைசோர்ந்துபோனாள். ஆனாலும் 'நடேர்' என்று வந்து நிற்கிற யாரையும் 'முடியாது' என்று முகம் சுளித்து விரட்டியதில்லை. அவள் தண்ணீர் அடித்துவிட்டதில் யோகபா கமாய் சில குழந்தைகளுக்குச் சுகம் கண்டுவிட்டிருந்தது. சில குழந்தை

களுக்கு ஆசுபத்திரிக்குச் சென்று மருந்து மாத்திரை என்று போட்டால் தான் சுகம் கிடைத்தது. சுகமடையாதக் குழந்தைகளின் குடும்பத்தார் சந்திரமதியை - தெய்வானையைக் - கரித்துக்கொட்டியதில்லை. தாங்கள் சுத்தப்பத்தமாக இல்லாததால்தான் தங்கள் குழந்தைகளுக்குச் சுகம் கிடைக் கவில்லை என்று நினைத்து சமாதானம் அடைந்துகொண்டார்கள்.

✳

நிலா பகட்டாய் ஒளிர்ந்துகொண்டிருந்தது. நாளையோ நாளை மறு நாளோ பவுர்ணமியாக இருக்கலாம். முழு வடிவத்தை அடைவதற்கு அது அவகாசம் பார்த்துக்கொண்டிருந்ததுபோலத் தோன்றியது.

தெருக்காரர்கள் எல்லோரும் சந்திரமதியின் வீட்டுக்கு முன்னால் தெருவில் கொத்துக்கொத்தாக அமர்ந்திருந்தார்கள். ஊர்க் கூட்டம் என்றால் அங்கே நிச்சயமாக செல்லப்பா இருப்பார். ஏனெனில் அவர்தான் அந்தத் தெருவுக்கு நாட்டாமை மாதிரி. மாதிரிதான். 'நாட்டாமை' என்று யாரையும் வாயால் சொல்லி அமர்த்தியிருக்கவில்லை அவர்கள். அந்தத் தெருவில் அவர் மட்டுமே நாலெழுத்துப் படித்தவராக இருந்ததால் - சி ன்ன வயதில் முக்கித்தக்கி நான்காம் வகுப்புவரைப் படித்திருந்தார்- ஊர்க்கோயில் வரவு செலவுக் கணக்குகள் அவரின் கைக்குள் கட்டுப்பட்டுக் கிடந்தன.

''சரிப்பா. எல்லோரும் வந்திருப்பியன்னு நெனைக்கென்''

செல்லப்பா முத்தாய்ப்பாய் தன் துவக்க வார்த்தையை எடுத்துப் போட்டார். கூட்டத்தை முடித்துவிட்டுத்தான் எல்லோரும் அவரவர் வீட்டுக்குப்போய் வயிற்றை நிரப்பிக்கொள்ள வேண்டும். அநேகப் பொம் பளைகள் வீட்டு அடுப்பாங்கரையில் நின்றிருந்ததால் இப்போதையின் கூட்டத்தில் சொற்பமானப் பொம்பளைகளே தலைக்காட்டியிருந்தனர்.

''வந்திருக்கோம். சொல்லுங்க.''

கூட்டத்தின் முன்னே உட்கார்ந்திருந்த சித்திரை துடுக்காக வார்த் தைகளை எடுத்துப் போட்டான். வழக்கம்போல இன்றும் அவன் 'தண்ணி' தான் போட்டிருந்தான். அவன் எதுவும் சில்லுண்டித்தனம் பண்ணாமல் இருந்தால் சரிதான் என்று நினைத்துத் தனக்குள் சமாதானப்பட்டுக் கொண்டார் செல்லப்பா.

''நல்லாக் கேட்டுக்குங்க. நாம மொத்தம் நாப்பது தலக்கட்டு இருக்கோம். உள்ளூர்ல இருக்கவன், வெளிநாட்டுக்குப் போனவன் எல்லாரையும் சேத்தா அம்பது தலக்கட்டு வரும். அதனால, நாம எல்லாரும் கொஞ்சம் கொஞ்சமா பணம் போட்டு தெய்வானைக்கு

சின்னதா ஒரு கோயிலக் கட்டிருவோம். அவா நம்மப் புள்ள. நமக்கு அனுசர ணையா இருப்பா. கன்னியா இருக்கதுனால நமக்கு நோய்நொடி வராமப் பாத்துக்குவா...நம்மள காத்துக் கருப்பு அண்டாமயும் காப்பத்துவா. மேக்குப் பக்கம் கோவிலை ஒட்டியே இருக்கட்டும். கும்புடுததுக்கு வாக்கா இருக்கும். என்ன சொல்லுதிய?''

அவர்களுக்குள் சன்னமாய் சலசலப்புக் கேட்டது. ஒருவருக்கொருவர் கலந்துப்பேசி முடிவுப் பண்ணுகிறார்கள்போல.

''இதுல ரொம்பத் தேரம் ரோசிக்கதுக்கு என்ன இருக்கு? தெய்வான நம்மப் புள்ளத்தான? அவளுக்குக் கோயில் கட்டிக் குடுத்திறதுல என்னத் தாயமாட்டம் இருக்கு? வழக்கம்போல இன்னும் ஆறு ஏழு மாசத்தில அம்மன் கோயிலுக்குக் கொட வேறக் குடுக்கவேண்டியதிருக்கு. அதனால நம்மளால அவளுக்குப் பெரிசாக் கட்டிக்குடுக்க முடியலைன்னாலும் நம்மத் தகுதிக்குத் தக்கன சின்னதாவது ஒரு கோயிலக் கட்டிக் குடுத்திரு வொம். என்ன நாச் சொல்லுதது?''

சித்திரை குடி மப்பில் கூட்டத்தைப் பார்த்து சத்தம்போட்டுக் கேட்டு விட்டு சடக்கென்று தன் தலையைக் கவிழ்த்திக்கொண்டான். உச்சத்தில் ஏறியிருந்தக் கிறக்கம் தலையைத் தூக்கவிடாமல் முரண்டுப் பிடித்தது அவனுடன்.

சித்திரை சொன்னதிலும் நியாயமிருந்தது புரிந்தது எல்லோருக்கும். கலகண்டரமாகச் சிரித்துக்கொண்டார்கள்...சம்மதத்திற்குச் சமிக்ஞையாய் அந்தச் சிரிப்பு.

பெருமாள்சாமி உற்சாகமாகச சொன்னார். ''சித்திரச் சொல்லுததும் சரிதான. பொன்ன வைக்கித எடத்திலப் பூவ வைப்பொம்...நம்மளால முடிஞ்சது. நம்மக்கிட்டயும் வருமானம் வேணுமில்ல? ஆறு மாசத்துலக் கோயில் கொடவேறக் குடுக்கவேண்டியதிருக்கு. அம்மன்கோயிலயும் வெறுமனே போட்டிர முடியாது. அதனால கொஞ்சமா வரியப்போட்டு அவளுக்குச் சினனதா ஒரு கூடாரத்தக் கட்டிக் குடுப்பொம். ஒரு மனுசித் தான அவா? சின்னதாக் கட்டிக்குடுத்தாப் போதும்''

''அதவும் சரிதாம். அப்பிடியே செய்வொம்''

ஒரத்தில் உட்கார்ந்திருந்த முக்குவீட்டு மாரியப்பன் 'கெத்'தாகச் சொல்லிக்கொண்டான். ஏற்கெனவே செல்லப்பாவின் மூத்தமகனின் பெயர் மாரியப்பனாக இருந்ததால் அவனிடமிருந்து இவனை வேறு படுத்திக் காட்ட இவன் குடியிருந்த வீட்டை அடையாளமாகச் சொல்லிக் கொண்டார்கள். செல்லப்பாவின் வீட்டுக்கு எதிரில் கிழக்கு முக்கில் இருந்தது மாரியப்பனின் வீடு.

செல்லப்பா முடிவுக்கு வந்திருந்தார்.

‘‘சரிப்பா நீங்கச் சொல்லுதது கெணக்காவே கொறச்சலா வரியப் போட்டுக்குவொம். நீங்கச் சொல்லததிலேயும் நியாயமிருக்கு. ரெண்டு மூணு மாசத்திலே நாம வரியையெல்லாம் குடுத்திரணும். அப்பதான் செழமா வேலைய முடிக்க முடியும். சரியா?’’

‘‘அது சரிதான். நீரு என்ன, தெரியாமலா சொல்லுவீரு...’’

கூட்டத்திலிருந்து இணக்கமாக ஒரு குரல் கேட்டது. எல்லோரும் அந்தக் குரலைத் தங்களுடையதாகவே நினைத்துத் தலையாட்டிக் கொண்டார்கள்... தலையாட்டல் சம்மதத்திற்குச் சமிக்ஞையாக

✳

தெய்வானை தெற்குத்தெருக்காரர்களுக்கு சிம்மச் சொப்பனமாகிப் போயிருந்தாள். அடாதுடிக்காரன் கண்ணையன் அநியாயமாய் இரத்தம் கக்கிச் செத்த மறுவாரத்தில் அவனின் மூத்தமகன் ராஜபாண்டி விபத்தில் சிக்கி வங்கொலையாய் இறந்திருந்தான். அவன் மோட்டார் சைக்கிளில் சிங்கிக்குளத்தை நோக்கிச் சிட்டாகப் பறந்துகொண்டிருந்தபோது எதிரில் வந்த லாரியில் மோதியிருந்தான். சிட்டு உடல் நசுங்கி உயிரை விட்டிருந்தது. கருக்கல் நேரம் அது. முக்குவீட்டு மாரியப்பன் தெருவுக்கு ஓட்டமாய் ஓடிவந்து சங்கதியைதிச் சொன்னதுதான் தாமசம், சந்திரமதிக்குத் தேகம் பதற ஆட்டம் கண்டிருந்தது...அவள்மேல் தெய்வானை இறங்கியிருந்தாள்.

‘‘ஏய்...இங்க என்ன நடந்துகிட்டிருக்கு தெரியுதா? யாரும் அதக் கவனிக்கியளா? ஆங்...? நீங்கக் கவனிக்காம இருக்கது கொஞ்சமும் நல்லா இல்ல.’’

திண்ணையில் தளர்வாய் உட்கார்ந்திருந்த சந்திரமதி திடுதிப்பென்று இறங்கி நின்று வெறிப்பிடித்தவளாய் கர்ஜிக்கத் துவங்கினாள். வெறிதான்...தெய்வானை அவள்மேல் இறங்கிவந்து ஆடும் வெறி. ஓடும் ரயில் வண்டியைப்போல அவள் தேகம் கட்டுக்கு அடங்காமல் குலுங்கத் துவங்கியிருந்தது. சாதாரணக் குலுங்கல் இல்லை...பூமியை அதிரவைத்தக் குலுங்கல். அவளைக் கைப்பிடித்து நிறுத்தியிருந்த பக்கத்து வீட்டு ராசம்மாவுக்கும் அந்தக் குலுக்கல் தொற்றிக்கொண்டதுபோலிருந்தது... அவளும் தன் இளந்தாரியான வயசை மீறி கிழடுகட்டையைப்போலத் தேகம் குலுங்கிக்கொண்டிருந்தாள்.

தெருச்சனங்கள் சரம்சரமாய் கூடிவிட்டிருந்தனர்.

மீண்டும் சந்திரமதி பூமி அதிரும்படி சத்தம்போட்டு ஆடினாள். ‘‘ஏய்...? நீசப் பாவிகளா... இங்கன என்ன நடந்துகிட்டிருக்கு? தெரியுமா ஒங்களுக்கு?’’.

எல்லோரும் பொறி கலங்கிப்போய் நின்றிருந்தார்கள். சப்த நாடிகள் அடங்கி, ரத்தம் உறைந்துபோனதுபோல ஆயிற்று அவர்களுக்கு.

''என்ன தாயீ...? என்ன நடந்துகிட்டிருக்கு இங்கன? எங்களுக்கு ஒண்ணும் தெரியலயே தாயீ. நீதான் அதச் சொல்லணும்.''

ராசம்மா அவளுக்கு முன்னே விரைசலாய் ஓடிவந்து நின்று அதறபதறக் கேட்டாள். கொலைப் பதற்றமிருந்தது அவளுக்கு. அம்மனிடம் கேள்விக் கேட்பது என்பது சாதாரண விசயமா என்ன? மனத் தைரியம் வேண்டும். அந்தத் தைரியம் ராசம்மாவுக்கு இருந்தது.

''நாந்தான் அதச் சொல்லணுமா? ஒங்களுக்கெல்லாம் கண்ணில்ல? நா வல்லடியா ஒங்கக் கையளப் பிடிச்சி இழுத்துக்கிட்டுப்போயா அதக் காட்டணும்? ஆங்...?''

சந்திரமதி ஆத்திரப்பட்டாள். அவளிடமிருந்து ஒவ்வொரு வார்த்தையும் அதட்டலாய் வந்து விழுந்தது. தேகம் சன்னதம் கண்டு ஆடிக் கொண்டிருந்தது அவளுக்கு.

''வேண்டாம் தாயீ...நாங்களே அதத் தெரிஞ்சிக்கிருதொம்.''

''நா இன்னைக்கி ரொம்ப சந்தோசமா இருக்கென். அதாவது தெரியுமா ஒங்களுக்கு?''

கலகண்டரமாகச் சிரித்தாள் சந்திரமதி. கிணற்றின் விளிம்பில் நின்று தலை கவிழ்த்து சத்தம்போட்டால் கர்ணகடூரமாய் எதிரொலிக்குமே - அதுபோல மூர்க்கமாய் ஒலித்தது அவள் சிரிப்பு.

''தெரியலயே தாயே. நீ சொன்னாத்தான எங்களுக்குத் தெரியும்.''

''ஆ...மா. நா இன்னைக்கி சந்தோசமாத்தான் இருக்கென். இது ஆரம்பந்தான். இன்னும் நெறைய அறுவடை இருக்கு. அவென் குடும்பத்தையே கருவறுக்கணும்...அப்போதான் என் ஆத்திரம் அடங்கும். அது வரைக்கும் என் ஆட்டத்த யாராலும் தடுத்து நிறுத்தமுடியாது. தெரிஞ்சிக்குங்க''

கொலைவெறியுடன் ஆடிக்கொண்டே சொன்னாள் சந்திரமதி - தெய்வானை! உதறிப்போட்ட வைக்கோல் தளைகளாய் அவள் கூந்தல் மயிர்களும் அவிழ்ந்துகிடந்து ஆடின. அவளிடம் அபயாஸ்தமாய் ஓடிச் சென்று அவள் உடுத்தியிருந்த சேலையை ஒழுங்குப்படுத்தி இறுக்கிக் கட்டிவிட்டாள் ராசம்மா.

தனக்கு முன்னால் குறைந்த எல்லையை வகுத்துக்கொண்டு தெருவில் ஓடவும் வரவுமாக இப்போது தன் ஆட்டத்தின் போக்கை மாற்றி

யிருந்தாள் சந்திரமதி. கைகள் இரண்டையும் நெஞ்சாங்கூட்டை மறைக்கும் கவசமாகக் குறுக்குமறுக்காகக் கட்டிக்கொண்டு, கால்களை மட்டுமே விரைசலாக எடுத்துப்போட்டு அங்கும் இங்கும் ஓடவும் வரவுமாக வேகம் காட்டினாள். சுருக்கில் மாட்டிக்கொண்ட பன்றிக் குட்டியின் இரைச்சலாய் அவளின் மூச்சுக்காற்று சத்தம்கூட்டி ஒலித்துக் கொண்டிருந்தது, 'வீர்...வீர்...' என்று.

''புரிஞ்சிது தாயீ''.

நினைத்துப் பார்த்துத் தணிவாய் சொன்னாள் ராசம்மா. கண்ணையா வின் மூத்தமகன் ராஜபாண்டி இன்று விபத்தில் வங்கொலையாய் செத்ததைத்தான் சந்திரமதி பூடகமாகச் சொல்கிறாள் என்பது புரிந் திருந்தது ராசம்மாவுக்கு. அப்படி என்றால், ராஜபாண்டியின் உயிரையும் தெய்வானைத்தான் அடாதுடியாய் பறித்துக்கொண்டாளா? விபத்து என்பது சாக்குப்போக்குத்தானா? ரோசனையாக இருந்தது ராசம்மாவுக்கு.

சந்திரமதி ஆக்ரோசமாகப் பேசிக்கொண்டே ஓடினாள்... ஆக்ரோச மாகப் பேசிக் கொண்டே திரும்பி வந்தாள். ஓடும்போதும் வரும் போதும் அவளின் வாயிலிருந்து கொட்டிய வார்த்தைகள் கீழே விழுந்து பொறிகளாய் தெறித்துக்கொண்டிருந்தன...தீப்பொறிகளாய்.

''நீங்க பாத்துக்கிட்டே இருங்க. அவென் குடும்பத்தையே வரிசையாக் கருவறுக்கேனா இல்லையான்னு? அதுவரைக்கும் என்னைய நீங்க எந்தத் தொந்தரவுக்கும் ஆளாக்கக் கூடாது. தெரிஞ்சிதா?''

இப்போது வடிவு அனுதாபத்துடன் வாய்திறந்தாள்...

''அய்யோ அவென் குடும்பம் பாவம் தாயீ. அவனுவ செஞ்சக் கொடுமைக்கு அவென் குடும்பம் என்னச் செய்யும்? அவிய பாவம். ஒனக்குக் கொடுமை செஞ்ச மூப்பு ஒண்ண ரத்தம் கக்கிச் சாவ வச்சிட் டில்லா? அது போதாதா? அதுக்குப் பொறவும் இப்போ அவென் சந்ததி ஒருத்தனையும் காவு வாங்கிட்டியே...இத்தோட ஓங் கோவத்த அடக்கிக்கிடக் கூடாதா? இனியுமா அவென் குடும்பத்தப் பரிசரிக்கப் போற? வேண்டாம் தாயீ. அவியப் பொழச்சிப் போவட்டும். அந்தப் பாவம் நமக்கு வேண்டா''

சந்திரமதியிடம் இணக்கமாக வார்த்தைகளை விட்டுப் பார்த்தாள் வடிவு. சந்திரமதி யாரை மனதில்வைத்துச் சூளுரைக்கிறாள் என்பது வடிவுக்குத் தெரியாமல் இல்லை. முதலில் கண்ணையனை இரத்தம் கக்கிச் சாகவைத்தவள், அடுத்து அவன் மகனை விபத்தில் சிக்கவைத்து உயிரை எடுத்திருக்கிறாள். அடுத்து கொம்பையா, அவனின் மாமா சண்முகம். இருவரின் குடும்பங்களும் ஏகதேசம் இப்போது மௌனத்தில்

உறைந்துகிடந்தன...பயத்தில் உண்டாகுமே அந்த வகை மவுனம். அடுத்த சாவு தாங்களாகக்கூட இருக்கலாம் என்ற பயம் அவர்களுக்கு.

குழந்தை என்றுகூட பாராமல், நாளைக்கு அதற்குக் கல்யாணம் என்ற கரிசனம்கூட இல்லாமல், எப்படி அடாதுடியாய் கண்ணையனும், அவனின் இளையமகன் கொம்பையாவும், கண்ணையனின் மச்சினன் சண்முகமும் ஒன்று சேர்ந்துவந்து தெய்வானையை குண்டக்க மண்டக்கத் தூக்கிக்கொண்டுபோய்...பாறை இடுக்கில் கிடத்தி...அவளை மாறிமாறி துவம்சப்படுத்தி...கடைசியில் அவளின் உயிரையும் அநியாயமாய் உறிந்துக் குடித்துவிட்டிருந்தார்கள்! பாவிகள்! இப்போது சந்திரமதி தன் வீட்டைச் சுற்றி ராட்டினமாய் ஓடிவரத்துவங்கியிருந்தாள்... பேயோட்டம். தெய்வானைக்குக் கோபம் அதிகமாகிவிட்டிருந்ததாகத் தெருச்சனங்கள் ஆவலாதியாய் சொல்லிக்கொண்டார்கள். சாதாரணக் கோபம் அல்ல... பரமசிவன் ருத்ரதாண்டவம் ஆடும்போது அவனின் நெற்றியில் நின்று ஒளிருமே தீப்பிழம்பு - அதுபோன்ற வீரியக் கோபத்தில் சந்திரமதி தகிதகித்தாள்.

எப்படியோ கண்ணையனும் அவனின் மூத்தமகன் ராஜபாண்டியும் வங்கொலையாய் இறந்துபோனார்கள். விதிவசமாகக்கூட இருக்கலாம். இயற்கையான சாவுகளாக இல்லாதிருந்ததால், அதுவும் அவர்கள் துள்ளத் துடிக்க இறந்துபோயிருந்ததால், அவற்றிற்குத் தெய்வானையின் கோபமே காரணம் என்று தெருக்காட்டில் ஒரு பேச்சிருந்தது... அனைத்துத் தெருக் காட்டிலும்தான்.

✳

ஆறு மாதங்கள் ஆகிவிட்டிருந்தன, அந்தா இந்தாவென்று கட்டிட வேலைகளை முடிக்க. தலைக்கட்டு வீதம் வரிப் பணம் போட்டு அவற்றைக் கறாராக வசூல்பண்ணி முடிக்கவே நான்கு மாதங்களாகியிருந்தன. அதற்குப் பிறகு அஸ்திவாரம் தோண்டி.... சுவர் கள் எழுப்பி...மேலே குடைபோல கான்கிரீட்டில் கூரைப்போட்டு முடிக்க - அந்தா இந்தா வென்று கட்டிடவேலைகளை முடிக்கக் கறாராய் ஆறுமாதங்கள் ஆகிவிட்டிருந்தன. கூடாரம்போல பம்மிக்கொண்டு நின்றிருந்த அந்தக் கான்கிரீட் கட்டிடமே இனி தெய்வானையின் உறைவிடம்... கோயில்.

ஆடிமாதம் முதல்வாரச் செவ்வாய் கிழமையாதலால் இன்று தேவ நல்லூரிலிருந்து முனியசாமிப் பூசாரியைக் கூப்பிட்டுக்கொண்டு வந்திருந் தார்கள். மேற்கே மூன்று கிலோமீட்டர் தொலவெட்டில் தேவநல்லூர் இருந்தது. முனியசாமிப் பூசாரி டிவிஎஸ்-50 வண்டி வைத்திருந்தார்.

செல்லப்பா மெனக்கெட்டுப்போய் கூப்பிட்டதும் பத்து நிமிடத்தில் வந்துவிட்டிருந்தார். அவருக்குக் கூலிதான் கண்டது.

கோயிலுக்குள் குத்துக்கல் வடிவத்தில் தெய்வானையை வைத்துப் பிரதிஷ்டை செய்திருந்தார்கள். தெருச்சனங்களில் அநேகம்பேர்கள் இப் போது கூடாரத்திற்கு முன்தான் திரண்டுகொண்டு நின்றிருந்தார்கள். அம்மன்கோயிலின் வாசல்முகப்பில் திண்ணமாய் எரிந்துகொண்டிருந்த குமிழ்விளக்கின் வெளிச்சக் கதிர்கள் சுற்றி நின்றிருந்த இருள் சனியனை வேகமாய் விரட்டிவிட்டிருந்தன. மின்விளக்கு வெளிச்சத்தில் கூடிக் குமைந்துகொண்டிருக்கும் வண்டுகள், பூச்சிகளாய் சனங்கள்.

பூசைக்குரிய காரியங்களைப் பூசாரி மும்முரமாய் செய்து கொண்டிருந்த போது தெற்கிலிருந்து சித்திரை அதறபதற ஓடிவந்தான். தெற்கில் அடைந்துகிடந்த உடைமர மூடுகளை தேடி கருக்கலில் சாராயம் குடிக்கப் போயிருந்தான் அவன்.

''சின்னைய்யா... ஒனக்கு விசியம் தெரியுமா?''

பூசாரிக்குப் பக்கத்தில் நின்று கூடமாட ஒத்தாசனைப் பண்ணிக் கொண்டிருந்த செல்லப்பாவின் அருகில் வந்து அவரின் காதுக்குள் கமுக்கமாய் முணுமுணுத்தான் சித்திரை. அவன் வாயிலிருந்து உதிர்ந்த வார்த்தைகளுக்கு முன்னே சாராய நெடிதான் குபுக்கென்று வெளியே வந்து 'சின்னையனின்' நாசிகளைத் தாக்கியிருந்தது. அவன் முணு முணுத்திருந்தது அவருக்குத் தெளிச்சலாகக் கேட்டிருக்கவில்லை.

''என்னதுல? என்னச் சொல்லுத? செத்தம் சத்தமாத்தாம் சொல்லித் தொலையேன். அம்ம மார்ல பால்குடிச்ச மாரி அணக்கமில்லாம சொல்லுத''.

செல்லப்பா செல்லமாய் கடிந்துகொண்டார் சித்திரையை. மகன் முறைக்காரர்களின் அம்மாக்களைப் பணயம்வைத்துத்தான் சித்தப்பா முறைக்காரர்களோ பெரியப்பா முறைக்காரர்களோ கிண்டலாகக் கடிந்துகொள்வார்கள்.

விகற்பமின்றி சிரித்துக்கொண்ட சித்திரை இப்போது சத்தம்போட்டே சொன்னான்: ''அடத் தாயோளி மொவனே...நம்மக்கிட்ட ஆதாளித் தனம் பண்ணிக்கிட்டு அலஞ்சாமில்ல சம்முகம்?''

''ஆமா''

''செத்த நேரத்துக்கு மின்னாடிதான் துள்ளத்துடிக்க செத்துப் போனான்''

‘‘செத்துப்போனானா? பொலிகாளக் கெணக்கால்லாப்பா அலஞ்சி கிட்டுத் திரிஞ்சான். நேத்துகூட பாலத்துக்குப் பக்கம் வச்சி அவனப் பாத்தனே’’

‘‘அது நேத்து’’

‘‘அடிச்சிக் கொன்னாலும் ஆறு மாசத்துக்கு உசிரு இழுத்துக்கிட்டுக் கெடக்குமேப்பா அவனுக்கு. அதுக்குள்ளேயா செத்துப்போயிட்டான்?’’

‘‘மனுசனுக்குச் சாக்காலம் வந்தா மணிக்கணக்குப் பாத்துக்கிட்டா வரும்? பொறக்கதுக்குத்தாம் ஒரு வழி...சாவதுக்குப் பல வழி இருக்கே சின்னையா’’

‘‘அவனுக்கு எந்த வழியில சாக்காலம் வந்திருக்குல?’’

‘‘எந்த வழியில வரும்? கத்திய எடுத்தவன் கத்தியாலத்தான சாவானாம்? இவனும் இன்னிக்குக் கத்தியாலத்தான் செத்திருக்கான். அவென் சவலப் பாடிதான் அவெனக் குத்தி மலத்தினது. எங் கண்ணாலப் பாத்தென் சின்னய்யா. பாத்தவொடனே, ‘இந்தத் தொரட்டு நமக்கெதுக்கி’ன்னு ஒரே பாய்ச்சல்ல ஓடியாந்திட்டென்’’

‘‘நீதான் சூரப்புலியாச்சே... பயந்தாங்கொள்ளிப் பய. சரி, எதுக்கு அவனக் குத்தினான்?’’

‘‘எல்லாம் யாபாரப் போட்டிதான். தாயாப் பிள்ளையா இருந்தாலும் வாயும் வயிறும் வேறவேறத்தான?’’

‘‘பின்ன?’’சூ

‘‘வழக்கமா சவலப்பாடிக் கிட்டயே போயி சாராயம் குடிச்சவன சம்முகம் வழிமறிச்சித் தன்னோட கடைக்குக் கூட்டிக்கிட்டுப் போயிட் டானாம். சவலப்பாடி சும்மா வுடுவானா? அவனே கிருத்தரம் பிடிச் சவன்.. அதிலும் எளவட்டப் பய. சம்முகத்துக்குத்தான் ஏழு கழுத வயசாச்சே... ஒரு எளவட்டத்த எதுத்து நிக்கமுடியுமா அவனால? அவ னோட ஆதாளித்தனமெல்லாம் அப்புராணிய நம்மக்கிட்டத்தான செல்லுபடியாவும். சம்முகம் பக்கம் வந்தான் சவலப்பாடி. கீழமேல ஒண்ணும் பேசல. ஒரே குத்து...கத்தியாலக் குத்தி அவனக் கீழத் தள்ளிட் டான். சுருள் கத்தியா இருக்கும்பொலுக்கு...கத்திய உருவி எடுத்ததுமே சம்முகத்துக்குக் கொடலு வெளிய வந்துட்டு...கீழ வுழுந்து துடிச்சிக் கிட்டிருந்தான். ஒரே சண்டக்காடா ஆயிருச்சி. தலப் பொழச்சது தம்புராம் புண்ணியமின்னு ஒரே ஓட்டத்தில ஓடியாந்திட்டென். போலிசு வந்தா என்னையில்லா சாட்சிக்கு இழுக்கும். நமக்கு எதுக்கு அந்தச் சீண்ட்ரம்? என்ன சின்னையா?’’

‘‘யாரு இல்லன்னா?’’

அரசல்புரசலாகச் சேதியைத் தெரிந்துகொண்ட தெருக்காரர்களில் சிலர் செல்லப்பாவுக்குப் பக்கத்தில் வந்துநின்று பதற்றப்பட்டுக் கொண்டிருந்தார்கள். சம்முகத்தின் தாட்டியமான உருவமும், தடபுடல் அதிகாரமும் அவர்களின் விழித் திரைகளில் அவனை அதிபயங்கர வில்ல னாய் காட்டிக்கொண்டிருந்தன.

‘‘செத்துத் தொலையட்டும் நாசமுத்துப்போவான். என்ன ஆதாளித் தனம் பண்ணிக்கிட்டிருந்தான்!’’ கூட்டத்தில் நின்றிருந்த வடிவு ஆத்தா மையால் புலம்பிக்கொண்டாள்.

செத்தநேரம்தான் அவர்களிடம் அந்தப் பதற்றம் எல்லாம். பிறகு சகஜமாகித் தன்னிலைக்கு வந்தார்கள். இப்போது அவர்களின் இதய வீடுகளில் தெய்வானை மிடுக்காகக் குடியேறிக்கொண்டாள். அவர் களுக்குப் புல்லரித்தன. எல்லோருடைய கரங்களும் அனிச்சையாகக் குவிந்து மேற்கு நோக்கியே வணங்கின. மேற்கில்தான் கூடாரத்திற்குள் தெய்வானை குத்துக்கல்லாக நின்றிருந்தாள். சொல்லிவைத்த மாதிரி எல்லோருடைய உதடுகளும் ஒரே வார்த்தையைத்தான் உச்சரித் துக்கொண்டன, ‘‘தெய்வானத் தாயே...’’என்று.

‘‘தெய்வானைக்குக் கெடுதல் செய்த பயலுவ எல்லாரும் இப்பத் தான் ஒவ்வொண்ணா துள்ளத்துடிக்க செத்துக்கிட்டிருக்கானுவ. தெய் வானத்தான் அவனுவளக் குறிவச்சி அழிச்சிக்கிட்டிருக்கா. அவக் கோவம் என்னிக்குத்தாம் நிக்கப்போவுதோ தெரியலேல.’’ செல்லப்பா வருத்தத் துடன் சித்திரையிடம் முறையிட்டுக்கொண்டார். ஆனாலும் அவரின் கவனம் பூசாரிக்கு ஒத்தாசனைச் செய்வதிலேதான் கருக்கடையாக இருந்தது.

செல்லப்பாவின் வருத்தம் சித்திரையைப் பாதித்ததாகத் தெரிய வில்லை. அவன் வேறு மாதிரி வியாக்கியானம் சொன்னான். ‘‘சும்மாவா சின்னையா? தெய்வான ஒரு கன்னியாக்கும். ஆயிரம் அம்மன் சாமி களோடப் பலமும் சரி, ஒரு கன்னியோடப் பலமும் சரி, இல்லையா? பலி வாங்கட்டும். அவள எப்படித் துள்ளத் துடிக்கவச்சிக் கெடுத்துக் கொன்னானுவ! அப்போ மட்டும் அவனுவளுக்கு எரக்கம் இருந்திச்சா?’’

சித்திரையின் பொருமல் அகஸ்மாத்தாய் ராசம்மாவின் காதுகளிலும் விழுந்தது. அவனுக்கு ஏண்டு அவளும் அங்கலாய்த்துக்கொண்டாள்.

‘‘தெய்வான சபதமிட்ட மாரி அவனுவளக் கருவறுக்காம ஓயமாட்டா. அவனுவல்ல இன்னும் எத்தனப் பேருவ பலியாவப் போறானுவளோ தெரியல. சாவட்டும் நாயுங்க’’

வார்த்தைகளினூடாகவே ராசம்மா எல்லோருடைய முகங்களையும் கூர்மையாகப் பார்வையிட்டாள். அவை எல்லாம் பரவசத்தில் சிலாகித் திருந்தது தெரிந்தது. அவர்களை அச்சுறுத்திக்கொண்டிருந்த விசக்கிருமிகள் தொடுபிடியாகச் செத்துக்கொண்டிருக்கின்றன என்றால் பரவசம்தானே? அதுவும் அவர்களால் அழிக்கவே முடியாதிருந்த விசக்கிருமிகள். ராசம் மாவின் முகமும் கலகலப்பாகிக்கொண்டது.

கான்கிரீட் கூடாரத்திற்குள் நடுநாயகமாக வைக்கப்பட்டிருந்த குத்துக் கல்லில் தெய்வானைப் பிரதிஷ்டை செய்யப்பட்டிருந்தாள். இரண்டடிக்கு குத்துக்கல் உயர்ந்திருந்தது - இல்லை, தெய்வானை நின்றிருந்தாள். குத்துக்கல்லின்மேல் எண்ணெய் சாத்தப்பட்டிருந்ததால் அதன் மேனி பளபளப்பாய் மின்னுவது தெரிந்தது. கல்லின் நெற்றியில் சந்தனமும் குங்குமமும் மிளிர, அதன் தோளில் பெரிய மாலை ஒன்று பருவெட்டாய் தொங்கவிடப்பட்டிருந்தது.

கல்லுக்கு முன்னே விஸ்தாரமாய் இலைவிரித்து படையலிட்டிருந் தார்கள். ஆட்டுக்கறிச் சோறும், நாலைந்து அவிச்ச முட்டைகளும் படையலில் தூக்கலாக இடம்பிடித்திருந்தன. சோற்றுக் குவியலின் மத்தியில் கொத்தாகச் செருகப்பட்டிருந்த ஊது வத்திகளிலிருந்து அருவி ஓட்டமாய் பாய்ந்துவந்த புகைக்கீற்றுகள் வரிசைக்கட்டி மேல்நோக்கிப் போய்க்கொண்டிருந்தன. இலைக்கு மின்னாடி தரையில் மல்லாக்க வைத்திருந்த தீபாராதனைக் கரண்டியிலிருந்து எழுந்தப் புகைக்கீற்று களும் மேல்நோக்கித்தான் போய்க்கொண்டிருந்தன. வாய் விரித்திருந்த அந்த இரும்புக் கரண்டிக்குள் தணல்களின் தகதகப்பு... ரத்தச் சிவப்பில்.

நேரம் எட்டுமணியைக் கடந்திருந்தது. செத்த நேரத்துக்கு முன்தான் திருநெல்வேலிக்குக் 'கணபதி டிரான்ஸ்போர்ட்' பேருந்து கர்ணகடூர மாய் இரைந்துகொண்டு சென்றிருந்தது. அது ஏழரை மணிக்குக்களக் காட்டிலிருந்து புறப்படும். அவர்களின் ஊர்ப் பேருந்து நிறுத்தத்தில் 'டாண்' என்று எட்டுமணிக்கு வந்து நிற்கும். செத்த நேரத்திற்கு முன்பு தான்வந்து நின்றுவிட்டுப் போயிருந்தது அது. கோயில் முகப்பு விளக்கின் கரிசனத்தால் எல்லோருடைய முகங்களும் தெளிச்சலாகத் தெரிந்து கொண்டிருந்தன... அவர்களால் நிசாரமாக இயங்கிக்கொள்ளவும் முடிந்தது. சில கிழட்டுக் கட்டைகளைத் தவிர இப்போது தெருமுச்சூடும் தெய்வானைக் கோயிலுக்கு முன்னால்தான் வந்து குமைந்துகொண்டு நின்றிருந்தார்கள், பூசை முடிந்ததும் தெய்வானையைத் தரிசிக்க.

ஆயிற்று. தெய்வானையை ஜோடிக்கும் வேலை செம்மையாய் முடிந்தது.

பீடத்தின்முன் வைத்திருந்த மணியை எடுத்து பூசாரி வெரசலாய் குலுக்கினார். அவ்வளவுதான்... கூட்டத்திற்கு முன்னே நின்றிருந்த சந்திர

மதி தன்னக்கட்டி நிற்கமுடியாமல் தன் தேகம் குலுங்க ஆடத் துவங்கினாள். இரண்டு பொம்பளைகள் அவளை வல்லாத்தல்லையாய் பிடித்து நிறுத்தி சேலையைச் சீராகக் கட்டிவிடுவதற்கு முனைப்புக்காட்டினார்கள். ராசம்மாவும் வடிவும்தான். மற்றவர்கள் கோயிலுக்கு முன்வந்து நின்று சந்திரமதியைப் பயபக்தியுடன் கும்பிட்டுக்கொண்டனர்... ''தாயே தெய்வானம்மா''

பூசாரியின் கைமணி பலம்கூட்டி ஒலித்தது.

சந்திரமதியை இப்போது சுதந்திரமாய் ஆடவிட்டிருந்தார்கள். ஆக்ரோசமான ஆட்டம்.

''ஏய் பூசாரி.....'' தெய்வானை உச்சத்தில் குரலெழுப்பிக் கூப்பிட்டாள். பூசாரி மணிஆட்டுதலை நிறுத்திவிட்டு பதற்றத்துடன் அவள் முகத்தை ஏறிட்டுப் பார்த்தார்.

''என்ன தாயே...''

''எனக்குக் கோயில் கட்டிக் குடுத்தா மட்டும் போதுமாப்பா?''

''வேற என்னச் செய்யணும் தாயே?''

''செவ்வா, வெள்ளிக் கருக்கல்ல கட்டாயம் பூசை நடத்தணும்பா. எம் மனசுக் குளிரணும்''

''வெள்ளிச் செவ்வாய் ஒனக்குத் தொடுபிடியாப் பூச நடத்தணு மின்னா, இந்தத் தெருக்காரவியள நீ செழிப்பா வச்சிருக்கணுமில்லா தாயே? சட்டியில இருந்தாத்தான அகப்பையில வரும்? அவியள நீ நல்லா வச்சாத்தான அவிய ஒனக்குச் செழிப்பா நடத்துவாவா?''

''அப்பிடிச் சொல்லுங்க பூசாரி''. கூட்டத்திலிருந்து ஒரு குரல் கெந்தளிப்பாய் வந்து விழுந்தது. அது முக்குவீட்டு மாரியப்பனுடையதாக இருக்கலாம். அவன்தான் இப்படி எடக்குமடக்காய் வார்த்தைகளைத் தூக்கிப்போட்டு மற்றவர்களின் கவனத்தை அதிகப்படுத்துபவன்.

ராசம்மாவின் குரல் தெய்வானையிடம் பணிந்தது. ''சரி தாயே...நீ சொன்ன மாரியே செய்யுதொம்''

தெய்வானை அங்குமிங்கும் தாண்டுகாலில் பாய்ந்துகொண்டு ஆடினாள். தன் கைகளிரண்டையும் அடிவயிற்றில் ஒன்றாகச் சேர்த்து வைத்துப் பிடித்திருந்தாள். அவளின் மூச்சுக்காற்று தொண்டைக்குள் ளிலிருந்து 'கிர்புர்'ரென்று ஓசையெழுப்பிக்கொண்டிருந்தது. ஒவ் வொரு அம்மனும் ஒவ்வொரு விதமானப் பாவனையில் ஆடுகிறது. தெய் வானைக்கு இந்தப் பாவனையில் ஆடுவதுதான் விருப்பம்போல என்று இணக்கமாக நினைத்துக்கொண்டார் செல்லப்பா.

“என்னப் பொம்பளையளா... எல்லாரும் வாய்க்குள்ள என்னத்தப் போட்டிருக்கிய? ஒரு கொரவத்தான் வுடுங்களேம்... வாயென்ன வெந்தாப் போவும்?” மாரியப்பன் பெண்களைப் பார்த்து பரிகாசமாய் சிரித்துக்கொண்டு சத்தம் போட்டான்.

அருவிச் சலசலப்பாய் பொங்கிப் பாய்ந்தது குலவைச் சத்தம். குலவைச் சத்தத்தைக் கேட்டதும் தெய்வானைக்கும் உற்சாகம் பொங்கி வழிந்திருக்கவேண்டும். நடை வேகத்தை இன்னும் அதிகப்படுத்திக் கொண்டு பெருங்குரலெத்து ஊளையிட்டாள்.

பூசாரியின் கைமணி தொடுபுடியாய் குலுங்கிக்கொண்டிருந்தது. எல்லோரின் மனவெளியிலும் மணியின் ஓசை அதிர்வுகள். பக்தியினாலும் பயத்தினாலும் உருப்பெற்ற ஓசை அது.

தெய்வானையின்கைக்குஇப்போதுதிருநீற்றுக்கொப்புரைவந்திருந்தது. தன்முன்னே வந்து வணங்கிக்கொண்டு நின்றிருந்தவர்களின் நெற்றிகளில் திருநீறைப் பூசிவிட்டு, சிறிதளவு எடுத்து அவர்களின் கைகளிலும் கொடுத் துக் கொண்டிருந்தாள். திருநீறை வாங்கிக்கொண்டவர்கள் நிதானமாகக் காலெடுத்து வைத்து தூரே நகன்றுபோனார்கள்.

அட... யார் அந்தப் பொம்பளை? தெய்வானையிடம் வந்து நின்று திருநீறு வாங்கிக்கொள்ளாமலும், அந்த இடத்தைவிட்டு இம்மிகூட நகராமலும் பவ்யமாய் கும்பிட்டுக்கொண்டே நின்றிருப்பது?

அவளைப் பார்த்ததும் பிரேக் போட்டுக்கொண்ட வாகனத்தைக் கெணக்கா தெய்வானைக்குத் திடுமென்று ஆட்டம் தவங்கியது. சடக் கென்று தன் ஆட்டத்தை நிறுத்திவிட்டு அவளை முறைத்துப்பார்த்தாள். அந்தப் பொம்பளை குனிந்திருந்த தன் தலையை அகஸ்மாத்தாகக்கூட நிமிர்த்துவதாகத் தெரியவில்லை. செத்தநேரம்... செத்தநேரம்தான் தெய் வானை தாயமாடிக்கொண்டு நின்றிருந்தது. அவளுக்குப் பொறுமை இல்லை. மீண்டும் கால்களை விரைசலாய் எடுத்துப்போட்டு தன் ஓட்டம் சாட்டமான ஆட்டத்தைத் தொடர்ந்தாள்.

✳

ஓட்டைப் பானையில் நீர் ஒழுக்கும் சத்தத்தைக் கெணக்கா தெய்வானைக்குக் கலகலவென்று சிரிப்பு வந்தது. தன்னை மறந்து சிரித்தாள். இப்போது திடீரென்று அவளின் சிரிப்பின் தன்மை மாறியது... தகர டப்பாவுக்குள் கற்களைப்போட்டுக் குலுக்குவதுபோல கடபுடாவென்று ஒலித்தது. ஆனால் அவளின் கண்கள் மட்டும் தன் எதிரில் நின்றிருந்தப் பெண்ணின் முகத்தை எரித்துக் கொண்டிருப்பதிலிருந்து இம்மியளவும்

பின்வாங்கியிருக்கவில்லை. நின்ற இடத்திலே நின்று நிலைமறந்து ஆடிக் கொண்டிருந்தாள் தெய்வானை.

எல்லோரும் இப்போதுதான் அந்தப் பெண்ணைக் கூர்ந்து பார்த் தார்கள். தாட்டியமான உடம்பில் அழுத்தமானக் கட்டங்கிச் சேலையைக் கட்டியிருந்தாள் அவள்...பச்சைநிற கண்டாங்கிச் சேலை. உதைப்பான முகம். அருகிலிருந்த பாறையைக் கெணக்கா பரந்த நெற்றி. கூந்தலைக் கொண்டைப்போட்டு கோபுரம் கெணக்கா உயர்த்தியிருந்தாள். காதுகள் இரண்டும் சரளைக் கற்களைக் கட்டித் தொங்கவிட்டிருந்தது மாதிரிப் பாம்படங்கள் போட்டிருந்தன. குமிழ் விளக்கு வெளிச்சத்தில் அவை தங்கப் பாளங்களாக மின்னின.

அட, இது தெற்குத்தெரு கொம்பையாவின் பொஞ்சாதிக்காரி சுப்புலச்சுமி இல்லையா? ஆமாடியோவ்... அவளேதான். அந்த அடாங் காப்பிடாரிதான். வடக்குத் தெருவில் கால் பதிப்பது என்றால் அவளுக்கு வாந்தி வந்துவிடுமே... இப்போது எந்த முகத்தோடு வடக்குத் தெருக்காரர்களின்-தெய்வானையின் - கோயிலுக்கு வந்திருக்கிறாள்? அவள் கால்மாட்டில் பத்துவயதில் பாவாடை, சட்டைப் போட்டுக் கொண்டு ஒரு பொட்டப்புள்ளையும் குதங்கலாக நின்று தெய்வானையைப் பக்தியோடு கும்பிட்டுக்கொண்டிருக்கிறதே.

பெண்கள் குரவையிட்டுக்கொண்டிருந்ததைக் கைகாட்டி நிறுத்தினாள் தெய்வானை. அதோடு பூசாரியின் மணிக்குலுக்கலும் நின்றுகொண்டது. போதும், இவ்வளவு நேரம் பூசைசெய்துகொண்டிருந்தது. இணக்கமான முடிவுக்கு வந்திருக்கவேண்டும் பூசாரி. அச்சலாத்தியாய் ஓர் ஓரத்தில்போய் ஒதுங்கி நின்றுகொண்டார். அவரின் சட்டையில்லாதிருந்த கருத்த மேனியும், விறைப்பான மீசையும், அம்மனையே மிரளவைத்துவிடும்போல இருந்தன. அவற்றுக்கெல்லாம் பயப்படுகிறவளா தெய்வானை!

இப்போது சுப்புலச்சுமியிடம் வாய்திறந்து பேசினாள் தெய்வானை. உடல் உதறிக்கொண்டு நின்றிருந்தது தெய்வானைக்கு. இன்னும் அருளில் தான் நிற்கிறாள் அவள்!

“இத்தன நாளும் என்னைய நீ தேடி வராம இருந்திட்ட....இல்ல? இப்பதான் எங்கிட்ட வரணுமின்னுத் தோணிச்சா? ஆங்ங்ங்...?”

வன்மத்துடன் அதட்டிக்கொண்டு கேட்டாள் தெய்வானை. உதட்டை மடித்துக் கடித்துக்கொண்டிருந்தாள். அவள் விழிகள் முள்ளம்பன்றியின் மேல்தோலைக் கெணக்கா விறைத்துக்கொண்டு நின்றிருந்தன. முகம் உதைப்பாகப் பெருத்திருந்தது... கோபத்தில் புடைத்திருந்த உதைப்பு.

சுப்புலச்சுமி அரண்டுவிடவில்லை. அசராமல் நின்றுகொண்டே அழுத்தமானக் குரலில் பதில் சொன்னாள்: “ஒரு தப்பு நடந்ததப்

பத்தி இப்பதான் எனக்குத் தெரிய வந்திச்சி தாயே. அதுக்கு இப்ப நீ தொடுபிடியா தண்டனக் குடுத்துக்கிட்டிருக்கதும் தெரிஞ்சிது. அதான் ஒங் காலடியில சரணமடைய ஓடிவந்திருக்கென். எந் தாலிப் பாக்கியத்த நீ தாம் காப்பாத்தணும்.''

''நடந்து பல வருசமாச்சி. இப்பதான் ஒனக்குத் தெரியுமிங்க? என்ன?''

''ஆமா தாயே...எம் புள்ளமேல சத்தியமா சொல்லுதன், இப்போதான் -பல உசிருப் போனப்பொறவுதான் - எனக்குத் தெரியவந்திச்சி. என்னைய நம்பு''

''எங்க அந்தக் குருமான? இப்போ எனக்குப் பாக்கணும் அவன.''

மனிதர்களைக் 'குருமான்' என்றுதான் அம்மன், சாமிகள் அழைத் தார்கள். தெய்வானைக்கு கொம்பையாக் 'குருமான்' ஆகியிருந்தான்.

''வேண்டாம் தாயே. இப்பதான் அவருக்குப் புத்தி வந்திருக்கு. ஓம் மூஞ்சில முழிக்கத் தைரியமில்லாம மூலையில மொடங்கிக் கெடக்காரு. இன்னிக்கு எறந்துபோனவரு அவரோட மாமன்தான் தாயே. அவரும் ஒனக்கு அக்குருமம் பண்ணவர்தான். இன்னைக்குத்தான் எம்புருசன் ரோசிக்க ஆரம்பிச்சிருக்காரு தாயே. அவியக் கூட்டாளியில அவர் மட்டுந் தான் இப்ப மிச்சம். மத்த எல்லாரையும் நீ காவு வாங்கிட்டம்மா.''

''ஆங்... அதுக்காவ?''. தெய்வானை கொந்தளிப்பாய் அதட்டினாள்.

சுப்புலச்சுமி இப்போதும் அரண்டுவிடவில்லை. ஏதோ ஒரு முடிவில் தான் வந்திருப்பாள்போலத் தோன்றியது.

''அவரையும் நீ காவு வாங்கிட்டனா நாக் குடும்பத்தோட தெருவுலத் தான் வந்து நிக்கணும் தாயே. அவருக்கு ஒரு அழிமாட்டத்தக் குடுத்திரக் கூடாது தாயே நீ. ஒரு பொண்ணடியக் கண்ணீரு சிந்தவைக்கது எவ்வளவுப் பாவங்கிது ஒனக்குத் தெரியாதாம்மா?''

இப்போதுதான் சுப்புலச்சுமிக்கு அழுகை வந்திருந்தது. எவ்வளவு நேரத்துக்குத்தான் ஆற்றாமையை அடக்கிக்கொண்டே நிற்கமுடியும்? அழுதுகொண்டே தெய்வானையின் காலில் விழுந்தாள் அவள். தன் அருகில் நின்றிருந்த குழந்தையையும் தட்டிக்கொடுத்து விழவைத்தாள்.

தெய்வானை மீண்டும் கலகலவெனச் சிரித்துக்கொண்டே அங்கு மிங்கும் வேகம்கூட்டி நடைபோடத் துவங்கினாள். படுபயங்கரமானச் சிரிப்பு. அந்தச் சிரிப்பைக் கேட்டால் யாருக்கும் சிலாகித்துக்கொள்ளத் தோன்றாது... பயத்தில் உடம்பை சுருட்டிக் கொள்ளவே தோன்றும். அப்படித்தான் தோன்றியது சுப்புலச்சுமிக்கு. சுதாரிப்புடன் தன்னக்கட்டி நின்றுகொண்டாள்.

உணர்ச்சிக் கொந்தளிப்பில் நின்றிருந்த செல்லப்பா உக்கிரமாய் பெண்களின் கூட்டத்தைப் பார்த்தார்.

''இன்னும் ஒரு தடக்க பெலமா கொல வுடுங்க. ஏஞ் சேர்ந்துபோய் ஒக்காந்திருக்கிய? தெய்வான துடியா எறங்கியிருக்கால்ல?''

குலவைச் சத்தம் சுருதி உயர்ந்து முழங்கியது, சிமெண்டுத் தரையில் பத்துப் பதினைந்து கோலிக் குண்டுகளை மொத்தமாய் சேர்த்து உருட்டி விட்ட ஓசையாய்.

தெய்வானைக்கு உற்சாகம் அகோந்தரமாய் தொற்றிக்கொண்டது. முன்னைவிட வேகம்கூட்டி ஓடவும், மூச்சிரைக்கவும், ஆடவும் அவசரம் காட்டினாள். திடீரென்று சுப்புலச்சுமிக்கு முன்வந்து நின்று குலுங்கினாள். இன்னும் தலை கவிழ்ந்தே தரையில் கிடந்திருந்தாள் சுப்புலச்சுமி. ஆனால், குழந்தை எழுந்திருந்து வெகுநேரம் ஆகியிருந்தது.

''இந்தா...''.ஆவேசமான அழைப்பு, தெய்வானையிடமிருந்து சுப்புலச்சுமிக்குத்தான்.

நிதானமாகத் தலையைத் தூக்கிப் பார்த்துத் தளர்வாக எழுந்து நின்றாள் சுப்புலச்சுமி. அவளின் முன்னந்தலை மயிர்கள் மண்ணில் பதிந்து கசங்கலாகிப் போயிருந்தன. ஒட்டியிருந்த மண்ணை விரலால் தட்டிவிட்டிச் சரிப்படுத்திக்கொண்டாள். சேலைக்கட்டு குறுக்கமறுக்காகக் கிடந்தது... முன்னும் பின்னும் இழுத்துவிட்டு ஒழுங்குப்படுத்திக்கொண்டாள். மீண்டும் அவளின் கைகள் பணிவாய் குவிந்துகொண்டு தெய்வானையை வணங்கின. எதிரில் குலுங்கிக்கொண்டு நின்றிருந்த தெய்வானையை.

தன் கையில் வைத்திருந்த திருநீற்றுக் கொப்பறைக்குள் விரல்களை நுழைத்து கொத்தாகத் திருநீறை அள்ளினாள் தெய்வானை.

''அந்தக் குருமான என் சந்நிதிக்கு வரச்சொல்லு...சரியா? அவனுக்கு ஏண்டுகிட்டு நீ வராத. அவன வரச் சொல்லு''

''வரதுக்குப் பயந்துகிட்டுக் கெடக்காரு தாயே''

''பயமா? அவனுக்கா? வழக்கமா மத்தவங்களத்தானப் பயங்காட்டுவான் அவன்?''

கெக்கலிப்புவிட்டுச் சிரித்தாள் தெய்வானை...பரிகாசச் சிரிப்பு. நிலைகொண்டு நிற்கமுடியாமல் ஆட்டத்துடன் அங்குமிங்கும் விரைசலாகப் போய்வந்தாள். அங்கு நின்றிருந்தவர்கள் எல்லோருக்கும் சன்னமாய் சிரிப்பு வந்தது. உள்ளூர அவர்களுக்குப் பயமும் இருந்தது.

''எத்தன நாளைக்குத் தாயே மத்தவியளப் பயங்காட்டிக்கிட்டு வாழ முடியும்? இப்பதான் அந்த மனுசனுக்குப் புத்தி வந்திருக்கு. அவரு செஞ்சத்

தப்புக்கு நானும் எம் மொவளும் சேந்து ஓங்கிட்ட மன்னிப்புக் கேட்டிக் கிருதோம்... அவர ஒண்ணும் செஞ்சிராத தாயே''

சம்முகத்தை அவனின் சகலப்பாடிக் குத்தி மலத்தியதும்தான் கொம் பையாவுக்குச் சொரணைத் தட்டியிருக்கிறது. கண்ணையா மற்றும் அவனின் மகனின் சாக்காலமும், சண்முகத்தின் சாக்காலமும், யாரோ திட்டம்போட்டு நடத்தியது மாதிரி வரிசைக்கிரமமாக நடந்து முடிந் திருக்கின்றன. துள்ளத்துடிக்க இறந்துபோயிருந்த அவர்கள் எல்லோரும் ஒருவகையில் தெய்வானையின் மரணத்தோடு சம்மந்தப்பட்டவர்கள். தெய்வானைதான் எமனோடு சேர்ந்து திட்டம்போட்டுக்கொண்டு சாவுகளை வரிசையாக நடத்துகிறாளோ என்னவோ! கண்ணையாவின் மகன் விபத்தில் வங்கொலையாக இறந்தபோதே தெய்வானை ஆடி அமளிதுமளிப்படுத்தியிருந்தாள் என்கிற சேதி அரசல்புரசலாய் கொம் பையாவுக்கும் கிடைத்திருந்தது. அதன் தொடர்ச்சி நீளும் என்று அப்போது நினைத்திருக்கவில்லை அவன். அதன் பிறகுதான் கண்ணையாவின் மூத்த மகன்... இப்போது சம்முகம் மாமா. துயரம் தொடுபிடியாக நீண்டு கொண்டிருப்பதை நினைத்ததும் கொம்பையாவின் மனசில் கிலிப்பிடிக்கத் துவங்கியிருந்தது. அதன் பிறகுதான் பல வருடங்களுக்கு முன்னால் தாங்கள் தெய்வானைக்குச் செய்திருந்த அழிமாட்டத்தை தன் பொஞ்சா தியிடம் விக்கிவிக்கிச் சொல்லியிருந்தான் கொம்பையா. 'அடப்பாவி மனுசா... நீ இழுத்த இழுப்புக்கெல்லாம் வளஞ்சிக்குடுக்க நா இருந்துமா, அந்தக் கீச்சாதிப் பொண்ணப் போயி அலங்கோலப் படுத்தியிருக்க? அதுவும் கூட்டுச் சேந்து? பெண்பாவம் பொல்லாததாச்சே சனியனே. அடுத்து ஒன்னோடச் சாவுதான் அவளுக்குக் குறியோ என்னவோ தெரியலியே பாவி.' சுப்புலச்சுமி தன் செல்லக் குழந்தையைக் கையோடு கூப்பிட்டுக் கொண்டே அதறபதற வடக்குத் தெருவுக்கு ஓடிவந்தாள். தெருவில் சந்திரமதி இல்லை என்றதும் நேராக ஒரே பாய்ச்சலில் கோயிலுக்கு ஓட்டம் பிடித்தாள். தன் கோயிலுக்கு முன்நின்று அருள்வந்து ஆடிக்கொண்டிருந்தாள் சந்திரமதி... தெய்வானை!

''அவியத்தான் கால்ல வுழுந்து மறுவுதாவுல்லா? பாவம், புள்ளக் குட்டிக்காரவிய. அவியப் புருசன் செஞ்சத் தப்புக்கு அவிய என்னச் செய்வாவ? அவரத் தண்டிக்கது இவியளத் தண்டிக்கமாரியில்லா ஆயிரும்? வேண்டாம். பாவம். ஒங் கோபத்த விட்டுரு. ஒன்னையக் கெணக்கா அவியளும் ஒரு பொண்ணுதான? அவியக் கண்ணீருக்கு எரக்கம் காட்டு''

செல்லப்பா கரிசனத்தோடு தெய்வானையிடம் கோரிக்கை வைத்தார். மற்ற நேரங்களில் எல்லாம் வடக்குத் தெருக்காரர்களிடம் எடுத்தெறிந்து பேசுகிற சுப்புலச்சுமி இப்போது அவர்கள் மின்னாடி உடல் குறுகிப் பணிவாக நின்றதைப் பார்த்தபோது எல்லோருக்கும் அவள்மேல் இரக்கப்படவே தோன்றியது. ஏழைகளிடம் வெகுவாய் கிடைப்பது இரக்கம்தானே!

‘‘போ. அவன நா ஒண்ணும் செய்யல. அவன, அடுத்த அம்மன்கோயில் கொடையோட என் சன்னதியில வந்து சரணடையச் சொல்லு. அவனப் பாக்கணும் நா.’’ தெய்வானை விசனத்துடன் உத்தரவுப் போட்டாள் அவளிடம்.

‘‘சரிதாயே... அப்படியே செய்யுதென். நீதான் எங்களக்காப்பாத்தணும்’’

வணங்கிக்கொண்டு நின்றிருந்த சுப்புலச்சுமியின் நெற்றியிலும் அவள் குழந்தையின் நெற்றியிலும் தெய்வானையின் கை திருநீறைப் பூசிவிட்டது. எதனாலோ சுப்புலச்சுமியின் கையில் திருநீறை அள்ளிக் கொடுக்கவில்லை தெய்வானை.

*

சந்திரமதி அந்த ஊரின் அபாய ரட்சகி ஆகிவிட்டிருந்தாள். ஊர் என்றால் வடக்குத் தெருவும் தெற்குத் தெருவும் சேர்ந்துதான். சின்னக் குழந்தைகளுக்கு ஒரு மண்டையடி, காய்ச்சலா? அவளிடம் வந்துதான் எல்லோரும் - சாதிப் பாகுபாடு பார்க்காமல் - தண்ணீர்க் கோரி எறிந்து விட்டுச் சென்றார்கள். பெரிசுகளுக்கு ஒரு தலைவலி, வயிற்றுக் கடுப்பு என்றாலும் அவளிடம் வந்து நின்று திருநீரை வாங்கி வாய்க்குள் போட்டுக் கொண்டு சென்றனர். செத்தநேரத்தில் நோய் குணப்பட்டு விடுவதாக நம்பிக்கை.

‘‘தாயே... கையில நாலு காசு தங்கமாட்டங்கு தாயே. அன்னாடம் சம்பாரிக்கது வயித்த நெறப்பத்தான் சரிப்பட்டு வருது. மத்தவிய மாரி நாங்களும் நாலு காசு சம்பாரிச்சி சீண்டரமில்லாம வாழணும் தாயே. நீ தான் அதுக்கொரு பொவுலச் சொல்லணும்.’’

சந்திரமதி திடுதிப்பென்று எழுந்து கொண்டாள். வீட்டுக்குள் விசுக் கென்று சென்று சொம்பில் நீர்க்கோரி வந்து முற்றத்தில் நின்று தன் முகம், கை, கால்களைக் கழுவிக்கொண்டாள். துடைத்துக்கொள்வதற்குத் தயாராய் அவளின் முந்தானை நீண்டது. மீண்டும் வீட்டுக்குள் பாய்ச்சலாய் சென்று மூலையில் வைத்திருந்த திறுநீற்றுக் கொப்பரையை எடுத்துக்கொண்டு வந்தாள். மேற்கு நோக்கி - தெய்வானை இருக்கும் திசைப் பார்த்து - திரும்பி நின்று கண்களை இறுக்கமாய் மூடிக் தியானித்துக்கொண்டாள். சட்டென்று அவள் தேகம் குலுங்கிக்கொண்டது... அவள் தேகத்தில் தெய்வானை இறங்கி விட்டதாக அர்த்தம்! படக்கென்று தன் கண்களைத் திறந்து கொண்டு கொப்பரையிலிருந்து திருநீறைக் கிள்ளியெடுத்து மேற்கு நோக்கி காற்றில் சிறுதுளிகள் வீசிவிட்டு, மீந்திருக்கும் திருநீறால் எதிரில் நின்றிருந்தவரின் நெற்றியில் பட்டையாகப் பூசிவிட்டாள்.

‘‘தாயே... எல்லாம் உன் செயல்’’. வணங்கி நின்றவர்கள் உணர்ச்சிப் பெருக்கில் பூரிப்படைந்துகொண்டார்கள்... புல்லரித்தும் போனார்கள்.

“இனி செல்வம் கூடும் ஒனக்கு. போ”. அதட்டலாக உத்தரவுப் போட்டு விட்டு ஆத்தலாக வீட்டுத் திண்ணையில் வந்து உட்கார்ந்து கொண்டாள் சந்திரமதி.

இது மாதிரி நிகழ்வு எல்லாம் அவள் வேலைசோலி முடித்துவிட்டு வீட்டுக்கு வந்தப் பிறகு நடந்தது. சந்திரமதியின் வீடே இப்போது ஒரு கோயில் மாதிரி கொண்டாடப்பட்டுக்கொண்டிருந்தது... ஓலைக்கீற்று களை கூரையாகக் கொண்ட கோயில். எதிர்பக்கம் அருமாண்டுக் கிடந்த தெய்வானையின் பூர்வீக வீட்டை அடிக்கடிப் பார்த்து மூச்செ றிந்துகொண்டாள் சந்திரமதி. தெய்வானை அந்த வீட்டிலிருந்தபோது அது எவ்வளவு கலகண்டரமாகக் காட்சி தந்துகொண்டிருந்தது!... வெளிச் சத்துடனும், தெய்வானையின் ஓயாதச் சலனத்துடனும் எவ்வளவு கலகண்டரமாக!

சந்திரமதியின் மீது என்றைக்குத் தெய்வானை இறங்கியிருந்தாளோ அன்றிலிருந்தே தெற்குத்தெருச் சண்டியர்கள் வடக்குத்தெருவுக்குத் தரும் தடாலடி வருகை சன்னஞ்சன்னமாய் நின்றுபோயிருந்தது. வடக்குத் தெருப் பொம்பளைகள் தங்கள் உடம்புகளுக்கு தெற்குத்தெருச் சண்டியர் களால் சேதாரம் ஏற்படாமலிருந்ததால் ரொம்பவும் சந்தோசப்பட்டுக் கொண்டிருந்தார்கள். எல்லாம் தெய்வானையின் அருள் கடாட்சம் என்று நினைத்தார்கள்.

தெய்வானையை நினைத்து சண்டியர்களுக்கும் பயமிருந்ததால்தான் வடக்குத்தெருவுக்கு வருவதை நிறுத்தியிருந்தார்கள். கண்ணையனையும், அவனின் மகனையும், சம்முகத்தையும் துள்ளத் துடிக்கச்சாகடித்தது போல தங்களையும் அவள் சாகடித்துவிடக்கூடாதே என்கிற பயம். ‘சவம், கீழ் சாதிக்காரிய உடம்புக என்ன இனிக்கவா செய்யுது? அவையும் அவர்கள் பொஞ்சாதிகளின் உடம்புகளைப்போல வேர்வைகள் பூத்துப் புழுக்கை வாடைதானே அடிக்கிது...’ விநயமாக யோசித்துப் பார்த்த சண்டியர்கள் வேண்டாவெறுப்போடு தங்கள் அடாதுடிகளை நிறுத்திக் கொண்டனர். இப்போதெல்லாம் அவர்களின் பெருங்கவலை, தாங்கள் சாகடிக்கப்பட்டு விடக் கூடாது என்பதுதான்.

✳

“தேரம் ஒருவாடு ஆயிக்கிட்டிருக்கப்பா. செழமா வரியப் போடுங்க. வவுறு வேற தீயாக் காந்த ஆரம்பிச்சிட்டு...”

அவசரப்பட்ட செல்லப்பா, கோயில் வாசலுக்கு முன் வதங்கிப்போய் உட்கார்ந்திருந்தார். பகல் முழுவதும் பண்ணை வயலில் நின்று வாழை களுக்குப் பட்டம்போட்ட வேலை, அவரை நிமிரவிடாமல் குனிய

வைத் திருந்தது. சுவரோடு முதுகைச் சாய்த்துக்கொண்டே தரையில் உட்கார்ந்திருந்தார் அவர்.

''வரி என்ன வரி... போன வருசம் ஐநூறு ரூவாப் போட்டிருந்தோம். இந்தத் தடக்க அறுநூறு போட்டாத்தான் செலவச் சரிக்கட்ட முடியும். வெலவாசி எல்லாந்தான் ஏறுக்குமாறா போய்க்கிட்டிருக்கே''. பூவம்மாவின் புருசக்காரன் பெருமாள்சாமி தனக்குத் தோன்றியதைத் தடுதலை இல்லாமல் சொன்னான். எப்போதும் துடுக்கானப் பேர்வழியாகத் தானிருந்தான் அவன். மற்றவர்கள் செய்வதற்கு அரிச்சல்பட்டுத் தயங்குகிற காரியத்தை அவன் தடாலடியாகச் செய்து முடித்துவிடுவான்.

செத்தநேரம் அமைதி நிலவியது அங்கே. தடையில்லாமல் வீசிக் கொண்டிருந்த குளிர்காற்று கோயிலுக்கு முன்னால் உட்கார்ந்திருந்தவர்களை குளிப்பாட்டிக் கொண்டிருந்ததாகத் தோன்றியது. தூரத்தில் நின்றிருந்த உடைமரக் கிளைகளில் அந்நேரத்திலும் ஒன்றிரண்டு காக்கைகள் உட்கார்ந்து அடித்தொண்டையில் குரலெடுத்துக் கரைந்து கொண்டிருந்தன...மெய் உருகியக் கரைதல். பாறையிடுக்கில் ஓடிய நீரில் மீன்கள் தெரிகின்றனவோ என்னவோ! காக்கைகளின் கரைதலுக்கு வேறு அர்த்தம் புரிந்திருக்கவில்லை அவர்களுக்கு. சுற்றிலும் கும்மிருட்டு. கோயிலுக்குமுன் ஒளிர்ந்துகொண்டிருந்த குமிழ்விளக்கு வெளிச்சத்தில் கூடிக்கிடந்தார்கள் அவர்கள். வெளிச்சத்தில் உட்கார்ந்து வெளியே பார்த்தால் சுற்றிலும் முற்றுகையிட்டிருக்கும் இருளின் அடர்த்தி கூடுதலாகவே தெரியும்; தெரிந்தது அவர்களுக்கு.

''சரிப்பா. இப்பிடியே ஒக்காந்திருந்தா காரியம் ஆவாது. பெருமாள் சாமி சொன்னது மாரி தலைக்கட்டுக்கு அறநூறெல்லாம் போடாண்டாம். நம்மாலத் தாக்குப்பிடிக்க முடியாது. ஆறு மாசத்துக்கு மின்னாடித்தான் தலக்கட்டுக்கு எரநூறப்போட்டு தெய்வானைக்குக் கோயிலக் கட்டி முடிச்சொம். அந்த சூடுத் தணியதுக்குள்ள கோயில்கொடைக்கு அற நூறுங்கது கஸ்ட்டந்தான். ஐநூறு ருபாயே போட்டுக்குவொம். சரியா? இன்னும் ரெண்டு மாசமிருக்கு...சித்திர மாசம் பதினஞ்சாம் தேதி யிலிருந்து வளர்பிறத் தொடங்குது. நாமும் அன்னிக்கே கொடைய வச்சிக்குவொம். எல்லோருக்கும் சம்மதந்தானப்பா?''

உட்கார்ந்தும் சாய்ந்தும் கிடந்திருந்தவர்களைப் பார்த்து நிமிர்ந்து உட்கார்ந்துகொண்டு பலமாகச் சத்தம்போட்டுக் கேட்டார் செல்லப்பா. சத்தம்போட்டுக் கேட்டால்தான் தூரத்திலிருந்தவர்களின் காதுகளிலும் விழுகிறது. அவர்தான் தெருவின் கணக்கு வழக்குகளைப் பார்க்கிறவர். கறாராக இருந்தால்தான் காரியத்தைக் குளறுபடி இல்லாமல் கிரமமாக நிறைவேற்றமுடியும் என்ற அனுபவம் கொண்டவர்.

செல்லப்பாவைப் பார்த்து சித்திரை சிரித்துக்கொண்டான்... சத்த மில்லாத மொண்ணையானச் சிரிப்பு. 'நீ சொல்லுதது சரிதாம் சின்னையா...' - சமிக்ஞையாலே ஆமோதிக்கும் சிரிப்பு. இப்போ

தெல்லாம் சித்திரை முன்னை மாதிரித் தொடுபிடியாய் தண்ணி அடிப் பதில்லை. சம்முகத்தின் கொலையை நேரில் பார்த்ததிலிருந்தே அவனுக்குத் தெற்குத் தெருவுக்குப் பாய்ந்து செல்வதில் தாயமாட்டம் இருந்தது. அதற்காக அவனைச் சுத்தவாளி என்றும் சொல்லிவிட முடியாது. எப்போது அவனுக்கு ஆசைத் தலைக்கேறியதோ அப்போது மட்டும் தன்னக்கட்டி நின்றுகொள்ள முடியாமல் தெற்குத் தெருவுக்கு விரைசலாய் ஓடிப்போய் அவசரம்அவசரமாய் சாராயத்தைக் குடித்துவிட்டு வந்தான்.

''சரி சின்னைய்யா. நீங்கச் சொன்னதுகெணக்கவே போட்டுக்குவொம். மாசம் ரெண்டு கெடக்கில்லா? அதுக்குள்ள வரிப் பணத்தப் பிரிச்சிரலாம், என்ன? எல்லாருக்கும் சம்மதந்தானப்பா?''

அங்கே இருபது சொச்சம் பேர்கள்தான் இருந்தார்கள்... முழுத்த ஆம்பிளைகளும், மீறிய இளவட்டங்களுமாய் இருபதுபேர்கள். 'எல்லாருக் கும்' என்பது அந்த இருபது சொச்சம்பேர்களை உள்ளடக்கியது அல்ல. கூட்டத்திற்கு வரமுடியாதிருந்தவர்களையும் சேர்த்துதான். இவர்களிடம் சம்மதம் வாங்கினாலே அவர்களிடமும் வாங்கியதுபோல்தான் என்பது நடைமுறையில் வழக்கமாக இருந்தது.

''சம்மதந்தான்...சம்மதந்தான்.'' முக்கு வீட்டு மாரியப்பன் முனைப் போடு சொல்லிக்கொண்டான். இதுவரைக்கும் தூண் ஒன்றில் தன் முதுகைச் சார்மானத்தில் வைத்துக்கொண்டு கிடந்திருந்தான். இப்போது விசுக்கென்று நிமிர்ந்து உட்கார்ந்திருந்தான்.

''இந்த வருசக் கொடைக்கு தெய்வானக் குடும்பத்தக் கூட்டிக்கிட்டு வரணுமின்னு தோணுது. நாம அவளுக்கு மட்டும் கோயில்கட்டிக் கும்புட்டது போதாது...அவக் குடும்பத்துக்காரவியளையும் கூப்புட்டுக் கிட்டு வந்து மருவாதிச் செய்யணும். அதான் சரின்னு நா நெனைக்கென். ஒங்களுக்குத் தோணுத ரோசனைய நீங்களும் சொல்லலாம்.''

செல்லப்பா திடீரென்று புது குண்டைத் தூக்கிப்போட்டார். புது குண்டுதான்... மற்றவர்களுக்கு அந்த ரோசனை வராமல் அவருக்கு மட்டுமே வந்திருந்ததால்! அவரின் பலநாள் ஆசையாக இருந்தது அது.

மாரியப்பன் இடைமறித்தான். ''ஆளில்லாத ஊருக்கு வழிக் கேட்டது கெணக்கால்லாத் தெரியுது. இப்போ அவிய எல்லாம் எங்கன இருக்கா வளோ...யாருக்குத் தெரியும்?''

''மதுரைக்கு வழி வாயில... கேட்டாத் தெரிஞ்சிட்டுப்போவுது. பாப் பாங்கொளத்துக்குப் போறதாவத்தான காசி சொல்லிட்டுப் போனான்? பாப்பாங்கொளம் என்ன அமேரிக்காவுலயா இருக்கு? இந்தா இந்த ராதாபுரத்துக்குப் பக்கத்துல இருக்க ஊரு''

அங்கிருந்து ராதாபுரம் கொஞ்சம் தொலவெட்டில்தான் இருந்தது. பஸ் ஏறிப்போனால் ரெண்டுமணி நேரமாவது ஆகிவிடும். மாச்சல் பார்க்காமல் ரெண்டு பஸ்கள் ஏறவேண்டும். அதற்குப் பக்கத்தில்தான் பாப்பான்குளம் இருந்தது. அவர்களுக்கு அதிகம் பழக்கமில்லாத ஊர். ஒரு பேச்சுக்காகத்தான் ஏதோ பக்கத்திலிருக்கிற ஊர் கெணக்கா 'இந்தா இந்த ராதாபுரத்துக்குப் பக்கத்துல இருக்கிற ஊர்' என்று பாப்பான்குளத்தைச் சொல்லிவிட்டிருந்தார் செல்லப்பா.

''சரி. எனக்கு பஸ் செலவுக்கு மட்டும் ஊருல்லருந்து காசு குடுங்க... நானே போயி அவியளக் கூட்டிக்கிட்டு வாரேன்''. கூட்டத்தின் ஓரத்தில் உட்கார்ந்திருந்த சோமு சடக்கென்று தன் விருப்பத்தைத் தெரிவித்தான். அவன் வயசுப் பையன்கள் எல்லோரும் கூட்டத்தின் ஓரத்தில்தான் கும்பலாக உட்கார்ந்திருந்தனர்.

அப்படியென்றால் வயசுப் பையன்களுக்கெல்லாம் தெய்வானையின் குடும்ப உறுப்பினர்களைக் கொடைவிழாவுக்குக் கூட்டிக்கொண்டு வருவதில் சம்மதம் என்பதை அனுமானமாகப் புரிந்துகொண்டார் செல்லப்பா. வயசுப் பையன்களின் அனுசரணையோடுதானே கோயில் கொடைவிழாவை அலப்பறை இல்லாமல் நடத்தமுடிகிறது. ஓடியாடி வேலைச் செய்வதற்கு அவர்கள் இல்லாவிட்டால் எப்படி? அதனால் அவர் களின் விருப்பத்தையும் நீக்குப்போக்காய் நிறைவேற்ற வேண்டியதிருந்தது.

''சரிப்பா அப்படியே செஞ்சிருவொம்''

சன்னஞ்சன்னமாய் சிறிது நேரத்தில் எல்லோரும் செல்லப்பாவின் முடிவுக்கே வந்திருந்தார்கள். ஏக சந்தோசம் அவருக்கு.

''இத்தோட கூட்டத்த முடிச்சிக்குவொம். நாளையிலருந்து ஆக வேண்டியக் காரியத்தப் பாப்பொம்''

எல்லோருக்கும் முன்னால் செல்லப்பாவே எழுந்துநின்றார். அவர் அப்போதே 'வயிறு காந்துகிறது' என்றிருந்த மனுசன். விரைசலாக நடையெடுத்துப்போட்டு வெளியே வந்தார். அவரைத் தொடர்ந்து மற்றவர்களும் அவக்தொவக்கென்று வந்தனர்.

பாறைக்குமுன்னேவந்ததும்நிதானமாய்கால்பாவிநின்றார்செல்லப்பா. அவருக்கு அனுசரணையாய் மற்றவர்களும் நின்றுகொண்டனர். அந்தப் பாறையை இமைக் கொட்டாமல் அழுத்தமாய் பார்த்தார்கள். அதன்மேல் சலசலவென்று ஓசையெழுப்பிய நீரின் ஓட்டம் அந்தப் பாறையின் இடுக்கில் பரிதாபமாகக் கதறிச் செத்த தெய்வானையின் அலறல் குரலாகக் கேட்டது அவர்களுக்கு. எத்தனைக் கருக்கடையானப் பெண் தெய்வானை! பரோபகாரியும்கூட. அப்படிப்பட்டப் பெண்ணை மிருகத்தனமாய்

சீரழித்ததும் அல்லாமல் அவள் உயிரையும் எவ்வளவு கொடூரமாய் உறிந்து குடித்துவிட்டிருந்தார்கள், தெற்குத்தெருச் சண்டியன்கள்! சாது மிரண்டால் காடு கொள்ளாது. அப்புராணியான தெய்வானையின் ஆத்திரம் கட்டுக் குள் அடங்கவில்லை... அதனால்தான் இப்போது அவள் அந்தக் காமுகர் களை வரிசைக்கிரமமாகக் கருவறுத்துக்கொண்டிருக்கிறாள்.

சன்னஞ்சன்னமாய் அவர்களின் பார்வைகள் கோயிலுக்கு மேற்குப் பக்கம் ஒதுங்கி நின்றிருந்த தெய்வானையின் கூடாரத்திற்குமுன்னும் கொத்தாக விழுந்தன. கூடாரத்திற்குள் நின்றிருந்த குத்துக்கல்லில் தெய்வானை உயிரோடு காட்சித் தருவதாகத் தோன்றியது அவர்களுக்கு.

மாரியப்பன் ஆற்றிக்கொள்ள முடியாமல் வார்த்தைகளை விட்டான். ''சண்டியன்கள்ல கொம்பையா மட்டும் பாக்கியிருக்கான். கூடிய சீக்கிரம் அவனுக்கும் கூலியக் குடுப்பா தெய்வான''.

நேற்று சாயந்தரத்திலிருந்தே கொடைவிழா களைகட்டத் துவங்கி யிருந்தது. 'கணபதியே வருவாய்...' என்று முதன்முதலில் ஒலிப்பெருக்கியில்

5

சீர்காழி கோவிந்தராஜன் சுருதி கூட்டி அழைப்பு விடுத்தார். அவரை அடுத்து வள்ளியூர் கந்தசாமியின் நாயன வாசிப்புக்கு இசைவாய் ஏர்வாடி சின்னச்சாமிக் குழுவினரின் மேளங்கள் 'கணகண'வென முழங்கின. அது முடிந்ததும் வில்லுக் கச்சேரி - திருக்குறுங்குடி பொன்னம்மாக் குழுவினர் - தன் மேடையைத் தோரணையாய் வந்து பிடித்துக்கொண்டனர். மறு நாள் விடிய விடிய அவர்களின் கதாகாலாச்சேபம்தான் தொய்வின்றி நடந்துகொண்டிருந்தது.

இன்று செவ்வாய் கிழமை. அதிகாலையில் குடிக் கிளப்பி...மதியக் கொடையில் சாமிக்கு வெலிகள் கொடுத்து... அந்தியில் அமர்க்களமாய் கருக்கல் பூசை வைத்து...

இப்போது சாமப் பூஜைக்கு அரக்கப்பரக்க படப்புப் போட்டுக் கொண்டிருந்தார்கள். மணி பன்னிரெண்டு சொச்சம் ஆகியிருந்தது. தற்காலிகமாகக் கரகாட்டத்தை நிறுத்தியிருந்தார்கள். சாமிக்குப் படைய லிடும்போது பேச்சரவம் இருக்கக்கூடாது... படையலை சாமி ஏற்றுக் கொள்ளாது. கோழிக்கறியும் சோறுமாய் இலையிலிட்டிருந்தப் படையல் கமகமத்துக்கொண்டிருக்க, சோற்றுக் குவியலின் விளிம்பில் ஆப்பிள், மாம்பழம், அவிச்ச முட்டைகள் என்று பதார்த்தங்கள் பளபளத்தன.

சித்திரைதான் படப்பு வேலைகளை கருக்கடையாய் செய்து கொண்டிருந்தான். அவன்தான் சமைத்திருக்கவும் செய்திருந்தான். இப்போது கொஞ்ச வருடங்களாக சித்திரைதான் அந்தச் செய்முறை களைக் கிருமமாகச் செய்துகொண்டு வருகிறான். படப்புப் போட்டு முடிந்தபிறகுதான் சுடலைசாமிக்குக் கிடாவெட்டு நடக்கும். அப்புறம் மேளங்கள் முழங்க, நாதஸ்வரங்கள் இசைக்க, அம்மன்களும் சாமிகளும் கெந்தளிப்பாய் துள்ளாட்டம்போட்டுக்கொண்டு ஆடுவார்கள்.

கும்பாட்டக்காரர்கள் தாங்கள் ஆடி முடித்திருந்த இடத்திலே கும்ப லாக உட்கார்ந்து கும்மட்டம் அடித்துக்கொண்டிருந்தனர். சனங்கள் எல் லோரும்-ஆண்களும் பெண்களும் சிறுவர்களும் - அவர்களை விழி கொட்டாமல் பார்த்துக்கொண்டிருப்பதிலே தங்கள் நேரத்தைக் கிளர்ச் சியுடன் கரைத்துக்கொண்டிருந்தனர். ஆட்டக்காரர்களின் ஜிகினா சரிகைகள் இழைந்த ஒப்பனை, சனங்களுக்கு ஆச்சரியத்தை தந்து கொண்டிருந்தது. ஆட்டக்காரர்கள் சிரித்தபோது - விசயமே தெரியாமல் - சனங்கள் சிரித்துக்கொள்வதும், அவர்கள் சில்லுண்டித்தனமாய் விளை யாட்டுக் காட்டியபோது சனங்கள் வெட்கப்பட்டு முகங்கள் சிவப்பதும்... பெருத்த மானக்கேடாகப் போயிற்று குணசீலனுக்கு. ‘பட்டிக்காட்டான் மிட்டாய் கடையைப் பார்த்த மாதிரி’ என்று சொல்வது இது மாதிரி ஆட்களைத்தானோ என்று எளப்பமாக நினைத்துக்கொண்டான்.

கோயிலுக்குக் கிழக்குப் பக்கம் அருவமில்லாமல் நடையைச் செலுத் தினான். கிழக்குப் பக்க வெட்டாவெளியில்தான் காப்பி, டீ வியாபாரம் தடபுடலென்று நடந்துகொண்டிருந்தது. அதற்கென்றே இரண்டு தற் காலிகக் கடைகள் ஓரத்தில் போடப்பட்டிருந்தன. கம்புக் குச்சிகளைத் தூண்களாக்கி, ஓலைத் தட்டிகளைக் கூரைகளாக்கி, காப்பிக் கடைகள் இரண்டையும் தெற்குத்தெருக்காரர்கள் போட்டிருந்ததுதான் குதர்க்க மான காரியமாகத் தோன்றியது குணசீலனுக்கு. தங்கள் தெருக் கொடை விழாவில்கூட கடைகள்போட வடக்குத்தெருக்காரர்களுக்கு அதிகார மில்லை என்பதே காரணமாக இருக்கவேண்டும்.

சிகரெட் வாங்கிப் பற்றவைத்துக்கொண்டால் தேவலை என்று தோன்றியது குணசீலனுக்கு. கடையை நோக்கி முன்னேறி வந்தான். கரகாட்டத்தைப் பார்த்துக்கொண்டு நட்டமயே நின்றிருந்ததில் அவனின் கால்கள் இரண்டும் புண்ணாய் வலியெடுத்துக்கொண்டிருந்தன. கால் களுக்கு செத்தம் ஓய்வுக் கொடுப்பதற்காவது அவன் கடையை நாட வேண்டியதிருந்தது. கடைக்குமுன் போட்டிருந்த பிளாஸ்டிக் நாற்காலியில் சிலாத்தாக உட்கார்ந்துகொண்டு செத்தநேரம் சிகரெட்டைப் பற்ற வைத்து புகைவிட்டால் சுவாரஸ்யம்.

‘‘என்னங்க? எங்கப் போறீங்க? வீட்டுக்கா? சாவி எங்கிட்ட இருக்கு.’’

அசரீரியாய் கேட்டக் குரலுக்கு அதிர்ச்சியுற்று திரும்பிப் பார்த்தான். வாயும் வயிறுமாக சிரமப்பட்டு வந்து நின்ற ராணி அவனை மறித்துக்

கொண்டு கேட்டிருந்தாள். அவள் வேகமாக வந்திருந்ததால் அவளின் நெஞ்சு மேலும்கீழும் பலமாக ஏறி இறங்கிக்கொண்டிருந்தது. 'கேத்பூத்' தென்று இரைச்சலாய் மூச்சுவிட்டாள்.

''ஏன் இப்பிடி எளைக்கிற? மெதுவா வரலாமில்ல?''. அவள்மீது அக்கிசிப்பட்டு சத்தம்போட்டான்.

அவள் மழுப்பலாகச் சிரித்துக்கொண்டாள்...அசடு வழிந்தது சிரிப்பில். சாக்குப்போக்குச் சொன்னாள். ''நா மெதுவாத்தாங்க வந்தென். எனக்குத் தெரியாதா, எப்படி வரணுமின்னு?''.

ராணி இங்கிதம் தெரிந்தவள்... கோபப்படும் ஆம்பளையை அதட்டி மிரட்டிவிட்டால் அவன் பெட்டிப் பாம்பாய் அடங்கி அமைதி யாகிவிடுவான் என்கிற இங்கிதம்.

அவள் நினைத்திருந்தது கெணக்காவே குணசீலன் தன் விகாரமான முகத்தை சகஜப்படுத்திக்கொண்டான். மொட்டு விரிவது மாதிரி தன் இதழ்களை மலர்த்தி முறுவலித்தான்...'உன்னை தவறாகக் கணித்து விட்டேன்...என் அருமை மனைவியே! என்னை மன்னித்துக் கொள்ளேன்'. அவளிடம் அவன் சரணடைந்துகொண்டதற்கான சமிக்ஞை - அந்த முறு வலிப்பு.

''நா வீட்டுக்குப் போகல. எல்லாரும் இங்க இருக்கும்போ நா மட்டும் வீட்டுக்குப்போயி என்னச் செய்றதுக்கு? இந்தக் கடையிலப்போயி ஒக்காரப்போறென். எவ்வளவு நேரமா நட்டம நின்னுக்கிட்டே ஆட் டத்தப் பாத்திருக்கென்?''

இருவரும் காப்பிக் கடையை நோக்கி ஆத்தலாய் வந்து கொண்டிருந் தார்கள். அவர்கள் நடந்துவந்த திசைக்கு அருகிலிருந்தது ஒரு கடை. கடை முகப்பின் வலது பக்கத்தில் மேசைபோட்டு அதன்மீது எரிவாயு அடுப்பொன்று நிதானமாய் எரிந்துகொண்டிருந்தது. அடுப்பின்மீது வைக்கப்பட்டிருந்த அகன்ற எண்ணெய் சட்டியில் விரல் நீளத்துக்கும் தண்டிக்கும் உருட்டிப்போட்ட மாவுகள் பஜ்ஜிகளாக 'சுறுசுறு'வென்று வெந்துகொண்டிருந்தன. முகப்பின் இடதுப் பக்கத்தில் நிறுத்தியிருந்த கண்ணாடி அலமாரிக்குள் பருப்பு வடைகளும், உளுந்தம் வடைகளும், பீடி, சிகரெட்டுகளின் பாக்கெட்டுகளும் - அவை வெளியிலிருந்து பார்த்தாலே தெளிச்சலாகத் தெரிந்தன அவனுக்கு. அவனுக்கு சிகரெட் பாக்கெட்டுகளின் மீதுதான் கண்ணாக இருந்தது.

கடைக்கு முன்னால் வரிசைக்கிரமமாகக் கிடந்த சேர்களுக்கு மத்தியில் சடவாக வந்து உட்கார்ந்துகொண்டான். சேரில் உட்காருவதற்கு முதலில் அவனுக்குத் தயக்கமாகத்தானிருந்தது. மனதளவில் தைரியத்தை வர வழைத்துக்கொண்டு - 'அப்படி என்னதான் நடக்கும் என்று பார்த்து விடலாம்'- திடமாய் வந்து உட்கார்ந்திருந்தான்.

‘‘வா...நீயும் வந்து உக்காரு. கொஞ்ச நேரம் காலாறிகிட்டுப் போவொம்’’. பக்கத்தில் நின்றிருந்த ராணியை இழுத்து இன்னொரு சேரில் உட்காரவைத்தான்.

குழைவாய் நெளிந்துகொண்டே வந்து உட்கார்ந்தாள் ராணி. அவளுக்கும் சேரில் உட்காருவதற்கு முதலில் தயக்கமாகவே இருந்தது. புருசக்காரன் தந்தப் பலம் அவளைத் திடமாய் உட்காரவைத்தது.

‘‘உனக்கு என்ன வேணும்... வடையா? பஜ்ஜியா?’’

‘‘அதெல்லாம் ஒண்ணும் வேண்டா. ஆள விட்டாப் போதும்’’

‘‘இரு இரு...நா ஒரு சிகரெட் வாங்கிப் பத்தவச்சிக்கிருதென். கொஞ்சம் நேரமாகட்டும். அப்பொறமா ரெண்டுபேரும் சேந்து போவலாம்’’.

சேர் ‘சடக்’கென்று ஓசையெழ எழுந்து நின்றவன், விரைசலாய் நடந்து வந்து கடைக்கு முன் நின்றான். ‘‘ஒரு பாக்கெட் கத்திரி சிகரெட்’’. பெரும் சத்தமின்றி தணிவானக் குரலில் கேட்டான்.

கடைக்குள் ஒரு தாட்டியமான மனிதன் மட்டுமே நின்றிருந்தான். அந்த மனிதன்தான் மாவுப் பிசையவும், அதை வாகாய் உருட்டி எண்ணெய் சட்டியில் போடவுமாக சுறுசுறுப்பாய் இயங்கிக்கொண்டிருந்தான். அவனைப் பார்க்கவே அரிச்சலாக இருந்தது குணசீலனுக்கு. பனங்காய் மாதிரித் தடித்த முகமும் எண்ணெய்ப் பிசுக்கேறியத் தலைமுடிகளும் பாளைஅருவாள் கெணக்கா பருவெட்டாய் வளைந்திருந்த அடர்மீசையும் - அவனைப் பார்க்கவே அரிச்சலாக இருந்தது குணசீலனுக்கு தெற்குத் தெருக் காரர்கள் என்றால் இந்த லெச்சணங்களுடன்தான் இருக்கவேண்டும் என்று அவர்களுக்கு விதிக்கப்பட்டிருந்த கட்டுப்பாடுகளோ என்ன எளவோ. அவன் எப்படியும் இருந்துவிட்டுப் போகட்டும்...நமக்கு வேண்டியது சிகரெட் என்று நினைத்து சமாதானப்பட்டுக்கொண்டான் குணசீலன்.

‘‘கத்திரி இல்ல’’. மாவுப் பிசைவதை நிதானமாக்கிக்கொண்டு ரோச னையுடன் அலட்சியமாகவே பதில் சொன்னான் கடைக்காரன். அடுத்து அவன் சொன்ன வார்த்தைகள்தான் குணசீலனுக்குச் சிரிப்பைத் தந்தன. ‘‘சிசர் மட்டுந்தான் இருக்கு’’.

ராணிக்கும் அடக்கிக்கொள்ள முடியாமல் சிரிப்புத்தான் வந்தது... ஆங்கிலம் எந்த அளவுக்குக் கிராமத்தை ஆக்கிரமித்திருக்கிறது என்பதை நினைத்தப் பரிகாசச் சிரிப்பு. ஆனால் அவளால் சத்தம்போட்டுச் சிரிக்க முடியாதுபோலிருந்தது. கடைக்குள் நின்றிருந்தவன் ஒரு கொலைகாரப் பாவி என்பதை அவள் ஏற்கெனவே அறிந்திருந்தாள். போன மாசம்தான் ஜெயிலிலிருந்து விடுதலையாகி வந்திருந்தான். அவனுக்கு எதிராய் யாரும்

❖ தீர்ப்புகளின் காலம் ❖ 93

சாட்சி சொல்ல வராதிருந்ததால் அவன் விடுதலையாகியிருந்தான். அவனை மட்டம்தட்டி சிரிப்பதுத் தெரிந்தால் மனிதன் சண்டைக்கு வந்துவிடுவான்.

குணசீலன் கமுக்கமாய் சிரித்துக்கொண்டே இதமாய் கேட்டான். ''சரி ஒரு சிசர் பாக்கெட்டும் ஒரு தீப்பெட்டியும் குடுங்க''.

நிசாரமாய் நடந்துபோய் கண்ணாடி அலமாரியிலிருந்து ஒரு சிகரெட் பாக்கெட்டை எடுத்துவந்து குணசீலனிடம் தந்தான் கடைக்காரன். அவனிடமிருந்து அதற்குரியப் பணத்தை வாங்கிக் கல்லாப்பெட்டிக்குள் போட்டுக்கொண்டான். மீண்டும் தன் வேலையில் மும்முரமானான் அவன்... மாவுப் பிசையும் வேலையில்.

கடைக்கு சனங்கள் வரவும் போகவுமாக அவசரம் காட்டிக் கொண்டிருந்தார்கள். கொஞ்சம் விறைப்பான ஆம்பளைகள் அவனையும் ராணியையும் வீராப்பாய் முறைத்துக்கொண்டு பார்ப்பதும், அவர்களால் ஒன்றும் செய்யமுடியாமல் போகவே பார்வைப் பிசகி தலை களைக் கவிழ்த்துக்கொண்டு போவதுமாக பாவனைக் காட்டிக் கொண்டு தானிருந்தனர். குணசீலன் அவர்களைச் சட்டை செய்திருக்கவில்லை; ராணியும்தான்.

''இந்தக் கொடைக்கு தெய்வானைக் குடும்பத்தக் கூட்டிக்கிட்டு வரதாவச் சொன்னல்ல? அவுங்க வருவாங்களா?''

''என்ன...அவுங்க நியாபகத்திலேதாம் இருக்கீங்களா?''

''பின்ன? அத அவ்வளவு லேசில மறந்திர முடியுமா? தெக்குத்தெருக் காரங்களையே கிலிப் பிடிக்க வச்சிக்கிட்டிருக்காள்னா, தெய்வான எப்படிப்பட்டவா? அவள நெனச்சா எனக்கு எவ்வளவு சந்தோசமா இருக்கு தெரியுமா? ஏதோ ஒரு வகையில மேச்சாதிக்காரனுவளப் பயங் காட்டிக்கிட்டிருக்காளே...அதான் எனக்குச் சந்தோசம். அவளோட குடும் பத்துக்காரங்களையும் பாக்க ஆசையாயிருக்கு.''

''அவியளக் கூப்புடப்போன சோமுகிட்ட 'சாமக்கொடைக்கு வந்திரு தோமி'ன்னு சொன்னாவளாம்...அப்பா சொல்லிக்கிட்டாரு''

''அதென்ன 'சாமக்கொடைக்கு'?''

''கொடையில அதான மெயினு?''

திடீரென்று கோயிலுக்குள் அமைதி நிலவிக்கொண்டது புரிந்தது. மயான அமைதி. சனங்களின் உதடுகள் பேச்சை மறந்து மவுனத்தில் உறைந்துகொண்டன. கொஞ்ச நேரமாய் கோயில் பக்கம் வீசிக்கொண்டி ருந்த காற்றுகூட இப்போது பயத்தில் மிரண்டுபோயோ என்னவோ

சுத்தமாய் நின்றிருந்தது. இன்னும் சிறிது நேரத்தில் கிடாவெட்டு நடக்கப் போகிறது என்பதை இறுக்கமாகிப்போன சூழலைவைத்துப் புரிந்து கொண்டான் குணசீலன். அவன் மனசுக்குள்ளும் ஒரு நடுக்கம் இருந்ததுதான் உண்மை. அதை வெளிக்காட்டிக்கொள்ளாமல் உள்ளுக்குள்ளே வைத்து அடைத்துக்கொண்டான். ஒரு கிடாவை - ஓர் உயிரை- பலிகொடுக்கப்போவது என்பது அதிர்ச்சித் தரும் விசயமாகவே தோன்றியது அவனுக்கு. கொன்றால் பாவம், தின்றால் தீரும் என்பது வேறுவிசயம். கொலை, கொலைதானே.

"நீ பயந்திராத". பக்கத்தில் உட்கார்ந்திருந்த ராணியைப் பார்த்து இதமாக எச்சரித்துக்கொண்டான்.

"பயமா? எனக்கென்னப் பயம்? நீங்கப் பயப்படாம இருங்க, போதும்"

6

சாமக்கொடை ஆரம்பித்துவிட்டிருந்தது.

"தூக்குல."

உச்சத்தில் ஒரு குரல் கேட்டது, கோயில் பந்தலுக்குள்ளிருந்து.

கிடாவின் ரத்தத்தைக் குடித்த சுடலைச்சாமி மூச்சுப் பரியாமல் தெவிங்கிவிட்டது என்பதை குரலின் தொனியைவைத்துப் புரிந்துகொண்டான் குணசீலன். கொஞ்சநேரத்தில் குடத்திலிருந்து தண்ணீர் கொட்டும் 'கொளகொள' சத்தம்...சாமியின்மேல் தண்ணீரைக் கவிழ்த்துக் குளிப்பாட்டுகிறார்கள்! செத்தநேரத்தில் சலங்கைகளின் கிணிகிணிச் சத்தம்... சாமிக்கு அங்கி, குல்லா மாட்டிவிடுகிறார்கள்! அதற்குப் பிறகுதான் சாமியின் கையில் தீப்பந்தம் கொடுக்கப்படும். மார்பு வெளியில் சந்தனம் பூசப்படும்.

சாமியின் கையில் தீப்பந்தத்தைக் கொடுத்துவிட்டார்கள்போல- பந்தலுக்குள்ளிருந்து பந்தத்தின் வெளிச்சம் பகட்டாய் வெளியே தெரிந்தது.

"அடில மேளத்த."

யாரோ ஒருவர் தினவெடுத்து சத்தம்போட்டுச் சொன்னார். பெரிய கட்டிடம் இடிந்து விழுந்தமாதிரி கணகணவென முழங்கிய மேளங்களின் ஓசைகளுக்கும், அருவியாய் பாய்ந்த நாதஸ்வரத்தின் வாசிப்புக்கும் சன்னதம்கொண்ட சுடலைச்சாமி, 'ஆய்...ஆய்...' கூச்சலுடன் ஆவேசமாக

ஆடத்துவங்கியது. கூடவே கோயில்மணியின் 'கிணிகிணி' சத்தமும், தீபாராதனைப் புகைக்கூட்டமும் பந்தலுக்குள் அடங்காமல் வெளி வாசலை வந்து எட்டிப் பார்த்தன. இப்போது சனங்களைப் பார்க்க வேண்டும்... தங்கள் துயரங்கள் எல்லாம் சாமியின் அருளால் தொலைந்து விடப் போவதாக ஆர்வம்கொண்டு கும்பல் கும்பலாக வந்து சாமியைக் கைகூப்பி வணங்கிக்கொண்டு நின்றிருந்தார்கள்.

வருடம்தோறும் நடக்கிற வைபவம்தானே என்று அலட்சியமாக நினைத்து முறுவலித்துக்கொண்டான் குணசீலன். வருடந்தோறும் அம்மன், சாமிகளும் ஆடுகின்றன... வருடந்தோறும் சனங்களும் திரண்டுவந்து நின்று அவர்களைக் கைகூப்பி வணங்குகிறார்கள். ஆனால், யாருக்கும் இதுவரைக்கும் முன்னேற்றம் உண்டானதாகத்தான் தெரியவில்லை என்றிருந்தது அவனுக்கு. ஆனால், என்றாவது ஒருநாள் தங்களின் நிலைமை மாறும் என்கிற நம்பிக்கை இருக்கிறது அவர்களுக்கு. அந்த நம்பிக்கை பொய்த்துவிடக் கூடாது என்பதற்காகத்தான் கடவுள்களை விடாப்பிடியாகக் கும்பிட்டுக்கொண்டிருக்கிறார்கள் என்றும் இணக்கமாக நினைக்கத் தோன்றியது அவனுக்கு. நம்பிக்கைதான் வாழ்க்கை என்று பெருந்தன்மையுடன் நினைத்துக்கொண்டான்.

சுடலைச்சாமி ஆடுவது முக்குவீட்டு மாரியப்பன் என்பதை கருக்கல் பூசையிலே கண்கூடாகப் பார்த்திருந்தான் குணசீலன். ஆள் தான் ஈர்க்குக் குச்சியைப்போல மெலிந்திருந்தான் ஆனால் அவன் ஆக் ரோசமாய் ஆடுவதைப் பார்த்து அதிர்ந்துபோயிருந்தான் குணசீலன். எவ்வளவு வேகமும், எத்தனை ஆவேசமும் அவனின் ஆட்டத்தில் கொந்தளிக் கின்றன! குறுக்கை வளைத்து நெளித்து ஆடியதில் அவனின் எலும்பு கள் ஒடிந்துவிடக் கூடுமோ என்று பயமெடுக்கத் துவங்கியிருந்தது குணசீலனுக்கு. சுடலைச்சாமி என்றால் இப்படித்தான் சூறாவளியைப் போல வீரியம்கொண்டு ஆடவேண்டுமோ என்னவோ!

திடீரென ஒரு கூட்டம் தெய்வானையின் கோயிலை நோக்கி உருவிக் கொண்டு போனது. சிகரெட்டைக் கீழே போட்டுவிட்டு செருப்பால் நசுக்கிக்கொண்டே எழுந்து நின்றான் குணசீலன்.

''ராணி போ. நீ உன் அம்மாக்கிட்டப்போயி உக்காந்துக்க. நா தெய்வான ஆட்டத்த கொஞ்சம் பாத்திட்டு வர்றென்.''

''அவா ஆட்டத்தப் பாக்க அவ்வளவு ஆசையா?''

''கருக்கல் பூஜையில, கொம்பையாவ சாமக்கொடைக்கு வரச் சொல்லி யிருந்தால்ல தெய்வான? அதான் அவன் வந்திருக்கானா, அவன்கிட்ட அவா என்ன சொல்றாள்னு பாத்திட்டு வரேன்''

தளர்ச்சியுடன் எழுந்து நின்ற ராணி தன் அம்மா உட்கார்ந்திருந்த இடத்தை நோக்கி நிதானமாக அடியெடுத்துவைத்துச் சென்றாள். பெண்கள் கூட்டம் கரகாட்டத்தைத் தொடர்ந்து பார்க்கும் ஆவலில்

அந்த இடத்தைவிட்டு அசையாமல் அழுத்தமாகவே உட்கார்ந்திருந்தது. ராணியின் அம்மாவும் அக்காவும் அதற்கு விதி விலக்கல்ல...அவர்களும் அங்கேதான் அசையாமல் உட்கார்ந்திருந்தார்கள். சாமக்கொடை முடிந்தபிறகு கரகாட்டம் மீண்டும் களைகட்டிவிடும் என்பது அவனுக்கும் தெரியாமல் இல்லை. விடியல்வரை ஆட்டம் நடக்கும்தான்.

குணசீலனின் கால்கள் கோவில் வாசலைத் தாண்டி தெய்வானையின் கூடாரத்திற்குமுன்னே போய் நின்றன. சந்திரமதி தன்னிலை மறந்து ஆடிக்கொண்டிருந்தாள் - தெய்வானையாக. அவளின் ஆட்டத்திற்கு சுருதி சேர்க்கும் முனைப்பில் ஒரு தப்பட்டை நின்று குதித்துக் குதித்து ஆடியது. ‘டண்டக்கு டண்டக்கு...டண்டக்கு டண்டக்கு... டண் டணக்கா...டண்டக்கு டண்டக்கு’.

கூடாரத்திற்குமுன் கட்டியிருந்த குழல்விளக்கின் பகட்டான வெளிச் சத்தில் கயிறுகட்டி நிறுத்தியிருந்ததுபோல நிறையப் பேர்கள் வரிசையில் நின்றிருந்தார்கள். தெய்வானையிடம் எல்லோருக்கும் வெவ்வேறு வேண்டுதல்கள் இருந்தன.

அதோ... வரிசைக்கு முன்னால் தன் பொஞ்சாதி, பிள்ளையுடன் கொம்பையா பம்மலாய் நின்றிருந்ததை குணசீலன் தெளிச்சலாகப் பார்த்துக் கொண்டான். மூவருமே பயப்பக்தியோடு தெய்வானையை வணங்கிக் கொண்டு நின்றிருந்தார்கள். அவர்களுக்கு எதிரில் ஒரு வயதானக் கிழவரும், ஒரு மிடுக்கான வாலிபனும் தெய்வானையின் தவிப்பைப் பார்த்து ஆற்றாமையால் கண்கலங்கிக் கொண்டிருக் கிறார்கள். கிழவருக்கு அறுபது சொச்சம் வயதிருக்கும் என்றாலும், வைரம் பாய்ந்தக் கட்டையாய் திடமாக இருந்தார். வாலிபனுக்கு தாட்டியமானத் தேகம்... உருக்குத் தண்டைப்போல வெடிப்பாக இருந்தான். அவ்வப்போது இருவரும் கொம்பையாவை ஓரக்கண்களால் பார்த்து மனசுக்குள் உருவேற்றிக்கொண்டிருந்தது தெரிந்தது... வன்மம் நிறைந்த உருவேற்றம்,

சுற்றிலும் மயான அமைதி. உடைமரங்களின் இறுக்கமான முற்றுகை. காட்டுப் பறவைகள்கூட அணக்கமின்றி அடைந்துவிட்டிருந்தன. கோயிலுக்குள்ளும் சாமியாட்டம் தொடுபிடியாய் நடந்து கொண்டிருந் தது. இது வெளியே நடக்கிற ஆட்டம்...தெய்வானைக் கன்னியின் ஆட்டம். இங்கேயும் கூட்டம் பெருவாரியாய் திரண்டுவந்து நின்றிருந்தது.

தன் ஓட்டத்தை மிதமாய் நிறுத்திக்கொண்டு கொம்பையாவை கை காட்டி அருகில் அழைத்தாள் தெய்வானை.

அவன் செத்தம் முன்னேறி அவளுக்கு அருகில் அப்பிராணியாய் வந்து நின்றான்.

“நீ பெரிய பாவம் செஞ்சிருக்க மகனே. அந்தப் பாவத்தப் போக்கணு மிங்கது சாதாரணக் காரியமில்ல”

“அம்மா நீ நெனச்சா முடியாதது ஒண்ணு இருக்கா? அதான் ஒங்கிட்ட வந்து சரணடஞ்சிருக்கென்.”

“சரணடஞ்சிருக்கியா? ஆங்...?”

“ஆமா தாயே...சரண்தான் அடஞ்சிருக்கென்”

“நீ சரணடஞ்சிருக்கித தாயோடக் கூடாரத்தப் பாத்தியா? பண்ணிக் குடிசையக்கெணக்கா இல்ல?”

“ஆமா தாயே...அப்படித்தான் இருக்கு”

“இத மாத்தி எனக்கொரு கட்டடம் கட்டிக் குடு- இந்த அம்மன் கோயில வுடப் பெருசா”

அம்மன்கோயில், கான்கிரீட் அறையைக் கொண்டு கம்பீரமாகவே நின்றிருந்தது. அறைக்குள் வீற்றிருந்த அம்மன்கள் சேலை, மாலை ஒப் பனையில் பகட்டாய் தெரிந்தனர். வெளியே மேற்கு பக்கத்தில் கையில் வீச்சரிவாள் ஏந்திய சுடலைச்சாமியும், பக்கத்தில் பேச்சியம்மாவும், பார்வதியும் சிலைகளாக நின்றிருந்தார்கள். எதிர் திசையில் வைரவன், வண்ணாரமாடன் என்று வெறுங்கற்களில் பேர்பண்ணிக்கொண்டு நின்றி ருந்த குட்டிச் சாமிகள்.

கோயிலைவிடப் பெரிதாகக் கட்ட வேண்டும் என்றால் பெருந்தொகை செலவாகும். கொம்பையாவுக்குக் கையைக் கடித்துவிடும்போலத் தோன்றியது...பெரியக் காயமாக ஆகிவிடும்.

“அவ்வளவு செழிப்பில்லையே தாயே எங்கிட்ட”

“அவ்வளவு செழிப்பில்லையா? செழிப்பில்லாமத்தாம் அடிக்கடி வயலும் வாய்க்காலுமா புதுசுப் புதுசா வாங்கிக்கிட்டிருக்கியா? ஒன் வேயாபாரத்தில மொகச்ச இல்ல? எங்கிட்டயே பொய் சொல்லுதியா? எப்பவும் நா ஒன்னயக் கண்காணிச்சிக்கிட்டுத்தானிருக்கென்... ஒனக்குத் தெரியாது”

கண்களை உருட்டினாள் தெய்வானை. உதட்டைக் கடித்துக்கொண்டு நாசியின் வழியே ஆவேசமாய் உறுமலை வெளியேற்றினாள்.

பயந்து நடுங்கிப்போன கொம்பையாவின் பொஞ்சாதிக்காரி சுப்புலச் சுமி தடபுலென்று முன்னே வந்து நின்றுகொண்டாள்.

“நீ சொன்ன மாரியே செய்யுதம் தாயே... நீ கோபப்பட்டுக்கிடாத.” மன்னிப்பு கேட்கிறப் பாவனையில் அழாத குறையாகச் சொன்னாள்.

“ஓம்புருசன் மறுப்புச் சொல்லுதான்...கேட்டல்ல?”

“அவரு கெடக்காரு, பொசக்கெட்ட மனுசரு. அவர் சொன்னத ஓம் மனசுல வச்சிக்கிடாத தாயே. அவருக்கு உயிர்ப்பிச்சக் குடு. எங்களக் கஸ்டப்படுத்திராத... ஒன்ன கையெடுத்துக் கும்பிடுதென்”

தெய்வானை விலகிநின்று கெக்கலிப்புவிட்டுச் சிரித்துக்கொண்டே விரைசலாய் நடந்தாள். சுப்புலச்சுமிக்கு முன்னால் பம்பரமாய் வளையம் வந்தாள். சில நிமிடங்கள் சிலையாக நின்றாள். அவளின் வேகமான நடைக்கு இசைவாய் அவளின் நெடுப்பமான கைகளும் கால்களும் துடுப்புகள் கெணக்கா முன்னும்பின்னும் வேகம்கூட்டி போய்விட்டு வந்தன. சட்டென்று உள்ளே ஓடிச்சென்று திருநீற்றுக் கொப்பரையை விரைசலாய் எடுத்துக்கொண்டு வந்தாள். சுப்புலச்சு மிக்கும், கொம்பையாவுக்கும், அவர்களின் பொட்டப் புள்ளைக்கும் நெற்றியில் அழுத்தமாய் பூசிவிட்டாள். அதன் பிறகேதான் மற்றவர்களின் பக்கம் திரும்பி நின்று திருநீறை விளம்பினாள். புதிதாக வந்து நின்று அழுதுகொண்டிருந்த அந்தக் கிழவர் மற்றும் இளவட்டத்தின் பக்கம் அவள் வந்தபோது அவர்கள் ஓலமிட்டு அழுதார்கள். அதை அவள் பெரிதாக எடுத்துக் கொள்ளவில்லை. வாழ்க்கையில் ரொம்பவும் நொம்பலப்பட்டு வந்திருப்பவர்களாய் நினைத்து அவர்களின் நெற்றியிலும் திருநீறை அழுத்தமாய் பூசிவிட்டாள்.

“ஒண்ணும் கவலப்படாதிய மக்களே...எல்லாம் நல்லப்படியாவே நடக்கும். நானிருக்கன்ல? பயப்படாம இருங்க”. அந்த இருவரையும் பார்த்து உற்சாகமாகச் சொன்னாள் தெய்வானை.

அவர்களுக்கு சத்தம்போட்டு அழத்தான் தோன்றியது. சூழலை மறந்து அழுதும்விட்டிருந்தார்கள். அவர்களின் தன்னெழுச்சியான அழுகையை அங்கு நின்றிருந்த யாரும் கண்டுகொண்டதாகத் தெரியவில்லை. அவர்களின் கவலை அவர்களுக்கு. இருவரும் தங்கள் உருவங்களை வெளியே காட்டிக்கொள்ளாமல் அந்த நரள் பெருத்திருந்த சனத்திரளில் தங்களை மறைத்துக்கொண்டு பம்மலாகவே உட்கார்ந்திருந்தனர்.

சன்னம்சன்னமாய் சாமக்கொடை நிறைவடைந்திருந்தது. கோயிலுக்குள் நின்று ஆடிக்கொண்டிருந்த சாமிகள் கால்கள் சோர்ந்து ஓய்வெடுக்கப் போயிருந்தனர். காற்றடித்ததும் கிளைகளிலிருந்து உதிர்ந்துவிழும் காய்ந்த இலைகளைப்போல, கோயிலுக்குள் வேலை முடிந்ததும் மேளக்காரர்களும், பீப்பிக்காரர்களும் தங்கள் உடைமைகளைத் தூக்கிக்கொண்டு அவக்தொவக்கென்று வெளியேறிக்கொண்டிருந்தார்கள். அவர்களின் வெளியேற்றம் ஆட்டக்காரர்களை நோக்கி இருந்தது. இனி அவர்களுக்கு அங்குதான் வேலை. சனங்களின் முற்றுகையும் கரகாட்டக்காரர்களைச் சுற்றியே மய்யமிட்டுக்கொண்டிருந்தது. சிறிது நேரத்தில் கரகாட்டம் மீண்டும் தொடங்கிவிடும் என்பது குணசீலனுக்குத் தெரியாமல் இல்லை.

ஆனால் தெய்வானையிடம் நின்றிருந்த கூட்டம் கலைந்துபோவதாக இல்லை.

‘‘எம்புள்ளைக்கு ஒருவாரமா சளிக் காய்ச்சல் தாயே. ஆசுபத்திரிக்குப் போனாலும் சரியாவமாட்டெங்கு.’’

‘‘இந்தா. இந்தத் திருநீற கொழந்தையோட வவுத்துலப் பூசு... நெஞ்சிலயும்பூசு...முக்கியமா எம்மேல நம்பிக்க வையி... கொணமாயிரும்’’

‘‘தாயே.. எம்பொண்ணுக்குக் கல்யாணமாவிப் பத்துவருசம் ஆவுது தாயே. அவ வயித்துல இதுவரைக்கும் ஒரு புழு பூச்சிக்கூட உண்டாக மாட்டெங்கு.’’

‘‘மூணு செவ்வாக்கெழம தொடுபிடியா என் சன்னதிக்கு வரச் சொல்லு. இந்தா, இந்த திருநீறை அவக் கையிலக் குடு. இதுல செத் தம்போல அவளோட வாயிலப் போட்டு தண்ணிக் குடிக்கச் சொல்லு. போ’’

பலவிதக் கோரிக்கைகள்... பலவிதங்களில் நிவாரணங்கள்.

கொம்பையாவின் குடும்பம் தங்கள் கோரிக்கை நிறைவேறியிருந்த சந்தோசத்தில் மண்ணுளிப் பாம்புகளாய் கூட்டத்திலிருந்து உருவிக் கொண்டு வெளியே வந்தது. கரகாட்டம் பார்க்க அவர்களுக்கும் ஆவலிருந் தது. சுப்புலச்சுமி தன் பிள்ளையுடன் பெண்கள் பகுதியில் நுழைந்து ஓரம் சாரமாய் இடம் பார்த்து உட்கார்ந்துகொண்டாள். கொம்பையாவுக் குத்தான் உட்கார இடமில்லாதிருந்தது; மனமும் இல்லை. நின்று கொண்டே ஆட்டத்தைப் பார்ப்பதற்குத்தான் அவனுக்கு விருப்பம்போல.

அங்கு திரளாய் நின்றிருந்தவர்களைப்போல குணசீலனுக்கும் தெய் வானையை விட்டு வெளியேவர மனசில்லை. தெய்வானையை மட்டும் அல்ல... அவளுக்கு எதிரில் நின்றிருந்த அந்த முதியவரையும் வாலிபனையும்விட்டுத்தான். ராணி சொல்லியிருந்த தெய்வானையின் அப்பாவும், தம்பியும் இவர்களாகத்தானிருப்பார்களோ! சந்திரமதியைப் பார்த்து மாங்குமாங்கென்று அழுதுகொண்டிருந்தார்கள் அவர்கள். அவளை தெய்வானையாக நினைத்தோ என்னவோ?

தெய்வானை எல்லோருக்கும் நல்வாக்கு சொல்லி திருநீறு கொடுத்து முடிப்பதற்குள் சோர்வடைந்துபோயிருந்தாள். கூட்டமும் கலைந்து போய்க் கொண்டிருந்தது, மாலையிலிருந்து உதிரும் காய்ந்த பூக்களாக.

தெய்வானை தன் பீடத்திற்கு முன்னே வந்து நின்று தளர்ச்சியுடன் தரையில் உட்கார்ந்துகொண்டாள். அவளை ஆசுவாசப்படுத்தும் எத்தனிப் பில் தெருப்பொம்பளைகள் சிலர் அவளுக்குத் தண்ணீர் கொண்டு வந்து கொடுக்கவும், இளநீரை வெட்டிக் கொடுக்கவுமாக அக்கறையோடு

உபசரிக்கத் துவங்கியிருந்தனர். தப்பட்டைக்காரன் தன் வேலை முடிந் திருந்த தெம்பில் திடமாக நடையெடுத்துப்போட்டு கரகாட்டத்தைப் பார்க்கப்போய்க் கொண்டிருந்தான். கூட்டம் கலைந்து கொண்டிருந் ததைச் சாக்காக வைத்து அந்த முதியவரும் இளைஞனும் கூட்டத்தோடு ஒன்றி வெளியேறிப்போனார்கள்.

குணசீலனுக்கும் வெறுமைத்தட்டிப்போனது. மிதமாய் நடையெடுத்து வைத்து கூட்டத்தை நோக்கி வந்தான். ஆட்டம் மீண்டும் களைகட்டத் துவங்கியிருந்தது தெரிந்தது.

7

மீண்டும் கரகாட்டம் துவங்கியிருந்தது. கொஞ்ச நேரம்வரைதான் குணசீலன் அங்கே நின்றிருந்தான். என்ன பாட்டும், ஆட்டமும்! மாறி மாறி ஒரேவிதமானப் பாட்டுகளும் ஆட்டமும்தான். அவனுக்குச் சலிப்புத் தட்டியிருந்தது. கூட்டத்தில் ராணி உட்கார்ந்திருந்த இடத்தை நின்றமேனிக்கே பார்வையால் தேடினான். சற்றைக்கெல்லாம் அவனின் மருமகன் ஓடிவந்தான் அவனிடம்... ராணியின் அண்ணன் மாரியப்பனின் மகன்தான். இறவையாய் இழுத்தது அவன் மூச்சு.

''என்ன மாமா ? என்னத் தேடுதிய?''

''வீட்டுச் சாவி வேணும்டா. ஒங்க அத்தக்கிட்ட இருக்கும். வாங்கிட்டு வா.''

''இருங்க, வர்றென்''

அவளிடமிருந்துதான் வந்திருந்தான் அவன். குணசீலன் கூட்டத்தைப் பார்வையால் துழாவிக்கொண்டு நின்றிருந்ததைத் தெரிந்துகொண்டு ராணிதான் மருமகனை குணசீலனிடம் அனுப்பியிருந்தாள். 'மாமாவுக்கு என்ன வேணும்னு கேட்டுட்டு வாடா.'

மீண்டும் கூட்டத்தை விலக்கிக்கொண்டு ராணியிடம்போய் நின்றான் மருமகன். பொம்பளைகள் எல்லோரும் குறுக்குமறுக்க கால்களை நீட்டி க்கொண்டு தங்கள் விருப்பம்போல உட்கார்ந்திருந்தார்கள். ரொம்பவும் சிரமப்பட்டுத்தான் - எச்சரிக்கை! எக்குத்தப்பாய் அவர்களின் கால்களை மிதித்துவிடக் கூடாது - கடந்துவர வேண்டியிருந்தது மருமகனுக்கு.

''மாமா வீட்டுக்குப் போகுதாம் ... வீட்டுச்சாவி வேணுமாம்,''

‘‘ஆட்டம் பாக்கலியா நீங்க?’’ உட்கார்ந்திருந்த இடத்திலிருந்தே குணசீலனிடம் கை சைகையில் கேட்டாள் ராணி. ஆட்டத்தையும் சுட்டிக் காட்டி அவனையும் சுட்டிக்காட்டினாள்.

‘இல்லை’ என்பதற்கு சமிக்கையாய் அவன் பக்கவாட்டில் விரைசலாய் தலையசைத்துவிட்டு, கைவிரல்களை மலர்த்தி அதற்குமேலே தலையைச் சாய்த்துக் காட்டினான்... ‘தூங்கப்போகிறேன்’ என்பதற்கு சமிக்ஞை. ராணிக்குப் புரியாதா என்ன! மறுநிமிடமே அவள் தன் அருகில் அமர்ந்திருந்த அம்மாவிடமிருந்து சாவியை வாங்கி சிறுவனிடம் கொடுத்தாள். ‘‘மாமாகிட்டக் குடுத்துட்டு வாடா.’’

மருமகனிடமிருந்து சாவியை வாங்கிக்கொண்ட குணசீலன் தெருவை நோக்கி நிதானமாகவே நடந்து வந்தான். அவனின் நினைவுத்திரை முழுவதையும் தெய்வானையும் கொம்பையாவுமே ஆக்கிரமித்திருந்தார்கள். தன் உயிருக்கு ஆபத்து என்றவுடன் என்னமாய் தெய்வானையின்முன் பம்மலாய் வந்து நின்றுகொண்டிருக்கிறான் கொம்பையா! தன் உயிரைப் போலத்தானே ஏழைபாழைகளின் உயிர்களும் என்ற எண்ணம் மட்டும் ஏன் அவனுக்கு இல்லாமல் போனது? நினைத்து வெப்புராளப்பட்டுக்கொண்டான் குணசீலன். தெய்வானையின் வாக்குறுதியில் தன் உயிருக்கு உத்தரவாதமிருந்ததை நினைத்து கொம்பையா சந்தோசம் அடைந்திருக்கவேண்டும். அதனால்தான் அவன் பொஞ்சாதி சுப்புலச்சுமி தெய்வானைக்குக் கான்கிரீட் கோயில் கட்டித் தருவதாக உறுதி அளித்தபோது அவன் அவளிடம் விசனப்படாமல் மவுனமாக நின்றிருந்தான்.

கொம்பையா போன்ற சண்டியர்களுக்கு மனிதப் பகையைப் பற்றியெல்லாம் பயமில்லை. சாமிக்கும் அம்மன்களுக்கும்தான் அநியாயமாய் பயப்படுகிறார்கள். அவை எந்த இலக்கில், எந்த வடிவத்தில் வந்து உயிரை வாங்கும் என்பதை யாரால்தான் கணிக்கமுடிகிறது! தனக்குக் கொடுமை செய்திருந்தவர்களைக் குறிப்பார்த்தே பலிவாங்கிக் கொண்டிருக்கிறாள் தெய்வானை. வரிசைக்கிரமமாக எல்லோரையும் பலி வாங்கிய பிறகு அவன் மட்டுமே மீந்திருந்ததுதான் அவனை இம்சைப் படுத்திக் கொண்டிருந்தது.

எப்பாடா! தலைக்கு வரவிருந்தது இப்போது தலைப்பாகையோடு போன சந்தோசம் உண்டாகியிருக்க வேண்டும் கொம்பையாவுக்கு. அவனின் உயிருக்கு உத்தரவாதம் தந்திருந்தாள் தெய்வானை. சீக்கிரமாக அவளுக்கு கான்கிரீட் கோயில் கட்டித் தந்துவிடலாம் அவன்.

தெருவில் கால்பதித்திருந்தான் குணசீலன். வீடுகளின் கதவுகள் எல்லாம் ‘சிக்புக்’கென்று சாத்திக்கிடந்தன. தெரு அனாதையாக விடப்பட்டிருந்ததுபோல அமைதியில் உறைந்திருந்தது. எல்லோரும் கோயிலுக்குமுன்

உட்கார்ந்து கும்பாட்டத்தில் கிறங்கிப்போய் கிடப்பார்கள் என்பதை மானசீகமாக நினைத்துப்பார்த்தான். அவனின் தனிமைக்குத் துணையாய் ஆட்டக்காரியின் பாட்டு கேட்டது இப்போது... அது கரகரப்புடன் காற்றில் மிதந்துவந்துகொண்டிருந்தது.

'ஓடையிலக் கல் பொறிக்கி
ஒண்ணுரெண்டா சேத்து பாலம் கட்டி
பாலம் கட்டும் வேளையிலே - மச்சான்
பாடுறானே டப்பாங் குத்து...
அந்த மச்சான் இந்த மச்சான் - மச்சான்

அடி வயித்துலக் கைய வச்சான்
அடி வயித்துலக் கைய வச்சி...'

வீட்டை அடைந்திருந்தான் அவன். மயிலிறகால் நீவிவிட்டது கெணக்கா வெளிக்காற்று இதமாக வருடியது. வீட்டைத் திறந்து உள்ளே சென்று பாயையும் தலையணையையும் கொத்தாக எடுத்துக் கொண்டு வெளியே வந்தான். வெறுமனே கிடந்திருந்தத் திண்ணையின் மேனியைப் பாயால் விரித்து மறைத்தான். தலையணை, பாயின் உச்சிக் குப் போனது. பாயின்மேல் அவன் மல்லாக்க தன் கட்டையைச் சரித்துக்கொண்டபோது மற்றொரு கும்பக்காரி, 'இன்று வந்த இந்த மயக்கம்... என்னை எங்கெங்கோ கொண்டு போகுதம்மா...' பாடலைத் தாள லயத்தோடு பாடியது கேட்டது. எப்படியும் காலம்பற நான்கு மணி வரைக்கும் இதே கூத்தாதான் இருக்கும் என்பதை அவன் தெரிந்திருந்ததால் அந்த பாடலைக் கருத்தில்கொள்ளாமல் வல்லடியாய் கண்களை மூடிக் கொண்டான்.

எவ்வளவு நேரம் தூங்கியிருந்தானோ அவன், திடுதிப்பென்று ராணி வந்துநின்று தடாலடியாக எழுப்பியதும் பதறிக்கொண்டு எழுந்தான்.

"என்ன?"

"உள்ளப்போயிப் படுங்க."

அலங்கமலங்க வெறித்தான். அவன் சுயத்துக்கு வர சிறிதுநேரம் பிடித்தது.

"வீட்டுக்குள்ள வந்து படுங்களேன்."

"ஏங்! எதுக்கு?"

ராணியின் அம்மாவும் அவனிடம் கெஞ்சாத குறையாகச் சொன்னாள். "ஆமாய்யா... உள்ளப்போயிப் படுத்துக்குங்க"

'என்ன விசயம்? எல்லாரும் பதற்றமாவே நிற்கிறார்கள். அதறபதற வெறிக்கிறார்கள்!'

❖ தீர்ப்புகளின் காலம் ❖ 103

‘‘ என்ன விசியம்? எல்லாரும் பதற்றமாவே நிக்கிங்க? என்னைய வேற உள்ளப்போயி படுக்கச் சொல்றீங்க. என்ன விசியம்?’’

ராணி விரைசலாய் நடந்துவந்து குணசீலனின் பக்கத்தில் உட்கார்ந்து கொண்டாள்.

‘‘ஒங்களுக்கு விசியம் தெரியாதில்லா? நீங்க வீட்டுக்கு வந்த செத்த நாழியிலயே கொம்பையாவ யாரோ கொலப் பண்ணிட்டானுவ.’’

‘‘அவனையா? நா ஒங்கிட்ட சாவிய வாங்கிட்டு வரும்போ அவென் கும்பாட்டமில்லா பாத்துக்கிட்டு நின்னான். அவென் ஒய்பும் பிள்ளையும் அங்கதான உக்காந்துகிட்டிருந்தாங்க. அப்படி யாரு அவனக் கொலப்பண்ணியிருக்க முடியும்?’’. கம்மியக் குரலில் கேட்டு விழியுயர்த்தினான் குணசீலன். வியப்பாலும் அதிர்ச்சியாலும் உயர்ந் திருந்தன அவன் விழிகள். இதயம் தன் ஓட்டத்தை அதிகப்படுத்தியிருந்தது அவனுக்குள்.

‘‘யாரு, இன்னாருன்னு தெரியலங்க. அங்க ஒரே கொந்தளிப்பா இருக்கு. எப்படியும் கொஞ்ச நேரத்துல போலிசு வரும்னு நெனைக்கென். நம்மத் தெருவுக்குத்தாம் மொதல்ல வரும். கண்ணுலக் கண்டவங்களை எல்லாம் புடிச்சிட்டுப்போயி நொத்தியக் கழத்துவானுவ. நமக்கெதுக்கு அந்தத் தொரட்டு? உள்ள வந்து படுத்துக்குங்க. அதான் நல்லது,’’

குணசீலனுக்குச் சிரமமாக இருந்தது – அந்தச் செய்தியைக் கேட்கவும், மனசிற்குள் போட்டு சீரணித்துக்கொள்ளவும். அதை அத்தனை லெகு வாய் நம்பவும் முடியவில்லை அவனால்.

‘‘கொம்பையாவோட கெட்ட காலம், ‘வீட்டுக்குப் போயிட்டு வர்றென்’னு அவன் பொஞ்சாதிகிட்டச் சொல்லிட்டு வந்திருக்கான். கும்பாட்டம் நடந்துகிட்டிருந்ததால ரோட்டுல அணக்கமில்லாம இருந் திருக்கு. அப்போ பாத்து ஆள அமுக்கிச் சோலிய முடிச்சிட்டானுவ.’’

‘‘அவன ஒருஆளு சாமானியமா போட்டுர முடியாதே. ரெண்டு பேரோ, மூணுபேரோதான் சேந்து செஞ்சிருக்கணும்.’’

‘‘அதான் எல்லாருக்கும் ரோசனையா இருக்கு. சரி அது கெடக்கட்டும். நீங்க மொதல்ல வீட்டுக்குள்ள வாங்க. தெருவுல ஒரு சுடுகுஞ்சியும் லாந்தக் காணோம். சனியம்போல போலிசு வந்து நம்மள சாட்சிக்குக் கூட்டிக் கிட்டுப் போயிரக்கூடாது. உள்ள வாங்க.’’

‘‘வீணா ஏம் பயப்படுற? மனுசன் இப்பதான் அசந்து தூங்கிக் கிட்டிருந்தேன். அதுக்குள்ள வந்து எழுப்பிட்டயாங்கும்?’’

‘‘உள்ள வாங்க... சின்னப்புள்ள கெணக்கா மொரண்டு பிடிக்காதிங்க.

வழியிலப் போற சனியன எடுத்து மடிக்குள்ள வச்சிக்கிட்ட கதையாயிரக் கூடாது. சொன்னாக் கேளுங்க.''

அவளின் தொணதொணப்பு தாங்காமல் சடவுப்பட்டு எழுந்து கொண்டு உள்ளே போனான் குணசீலன். முன்னறையில் விரித்த பாயில் சம்மணம்போட்டு உட்கார்ந்துகொண்டான். இனி எப்படித் தூக்கம் வரும் என்றிருந்தது அவனுக்கு.

''சே... கொம்பையா எவ்வளவு பணிவா தெய்வானைக்கு முன்ன வந்து நின்னுக்கிட்டிருந்தான் தெரியுமா? தன்னோட உசிருக்குப் பாதகம் வந்திரக் கூடாதுன்னுதான தெய்வானைய கும்புட வந்திருந்தான்? அவன் ஒய்பும் தெய்வானக்கிட்ட மன்றாடிக் கேட்டா. பயப்படாதேன்னு வரம் குடுத்திட்டே அவனப் பலி வாங்கிட்டாளா தெய்வான?''

அவனின் வார்த்தைகள் அனுதாபத்தின் வெளிப்பாடா? அல்லது பரிகாசத்தின் உந்துதலா என்பது ராணிக்குப் புரிபடவில்லை. அவனுக்கு கடவுள் நம்பிக்கைக் கிடையாது என்பது மட்டும் ஏற்கெனவே அவளுக்குத் தெரிந்திருந்தது.

''வரம் குடுத்தா அதக் காப்பாத்தாம இருக்கமாட்டாங்க தெய்வான. இது அவா செஞ்சதா இருக்காது. மனுசப் பயலுவ செஞ்சமாரித்தாம் இருக்கு. ஒருத்தனோ அல்லது ரெண்டுபேரோ சேந்துதான் செஞ்சிருக்கானுவ. கொம்பையா மேல என்னப் பொச்சாப்போ அவனுவளுக்கு''

8

''ஏ ராசா... 'இந்தா... வீட்டுக்குப் போயிட்டு வந்திருதமி'ன்னுதான சொல்லிட்டு வெளிய போனிய? இப்பிடி வங்கொலையா குத்துப் பட்டுச் சாவத்தான் எங்கிட்ட சொல்லிட்டுப்போனியளா? இந்த கொடுமைய நா யார்கிட்ட போயி சொல்லியழ? ஏ, தெய்வானத் தாயே... எம்புருசனுக்கு ஒண்ணும் ஆயிரக் கூடாதின்னுதான ஒங்கிட்ட வந்து மன்றாடுன்னென்... நீயும் அவரோட உசுருக்கு உத்தரவாதம் கொடுத்தியே தாயே ... இப்போ என்னாச்சிப் பாத்தல்ல? எல்லாரையும் கெணக்கா எம்புருசனையும் காவு வாங்கிட்டியா நீ? இது என்ன நியாயம் தாயே? ஒனக்கு இது அடுக்குமா?''

அந்த அதிகாலைப் பொழுதில் சுப்புலச்சுமியின் அழுகைக் குரல் குளிர்ப் போர்வையைக் கிழித்துக்கொண்டு பூமியில் விழுந்து உஷ்ணத் தெறிப்புக்களாய் சிதறிக்கொண்டிருந்தது. அவள் பக்கத்தில் சோர்வாக நின்று அழுதுகொண்டிருந்தது பெண்குழந்தை.

காலைக் கங்குல்முங்கலில்தான் அந்த அக்குருமம் நடந்திருந்தது. சிரிப்பும் கும்மாளமுமாய் கும்பாட்டம் சிறகு கட்டிப் பறந்துகொண்டிருந்த வேளை. சிறகின் விசிறலில் எல்லோரையும் கெணக்கா சுப்புலச்சுமியும் மெய்மறந்து உட்கார்ந்திருந்தாள். சனக்கூட்டத்தின் ஓரத்தில்தான் அவளுக்கு இருக்கைக் கிடைத்திருந்தது...தரை இருக்கை. திடீரென தன் முன்னே திடுமாங்காளையாய் வந்து நின்றிருந்த தன் புருசக்காரன் கொம்பையாவைப் பார்த்ததும் சன்னமாய் அதிர்ந்துபோனாள்.

'என்னங்க?'

'வூடு வரைக்கும் போயிட்டு வந்திருதென்'

'இன்னம் செத்தநேரத்துல ஆட்டம் முடிஞ்சிரும்ங்க...எல்லாரும் போவவேண்டியத்தான?'

''இல்ல...இது அவசரம்.'

'என்ன அவசரம்?'

'வந்து சொல்லுதன்'

'செழமா வந்திருங்க...ஆட்டம் செழமா முடிஞ்சிரும்'

செழமாய் அவன் கொலைசெய்யப்பட்டுக்கிடந்த செய்திதான் அவளின் காதுகளுக்கு வந்திருந்தது.

'கொலப் பண்ணது யாரு சித்தப்பா? தெரிஞ்சிட்டுதா?'

கோயிலுக்குள் நின்றிருந்த பெருமாள்சாமியிடம் வந்து நின்று கமுக்கமாகக் கேட்டான் குணசீலன். அம்மன் சாமிகளின் காலைநேரத் தெருச் சுற்றலுக்காக ஆயத்தப்படுத்திக் கொண்டிருந்தார் அவர். அம்மன்கள் தலையில் சுமந்துகொண்டு வரவேண்டிய கும்பங்களைத் தயார் பண்ணவும், சாமிகளுக்கு வல்லைக் கம்பு, அங்கி குல்லாக்களை தயார்ப் படுத்தவும், சூலாயுதங்களை மெருகூட்டவுமாக அரக்கப்பரக்க அலைந்து கொண்டிருந்தார். அம்மன்களும் சாமிகளும் மேளதாளத்துடன் காலையில் தெருவைச் சுற்றிவிட்டு வந்தவுடன் சுடலைச்சாமிக்கு ஒரு கிடா வெட்டு நடக்கும். அதைத் தொடர்ந்து அம்மன்களுக்கு மஞ்சள் நீர் குளியல். கொதித்து நுரைப்பொங்கி வழியும் மஞ்சள் நீர்ப்பானையிலிருந்து அம்மன்கள் வேப்பங்குழையால் கோரி குளித்து ஆட்டம் போட்டு முடிப்பதோடு கொடைவிழா நிறைவுகொள்ளும்.

அறிபறியாய் வேலைசெய்துகொண்டிருந்தாலும், குணசீலனை இணக்கமாக ஏறிட்டுப் பார்த்தார் பெருமாள்சாமி.

“தெரியல தம்பி. ரெண்டு மூணுபேர் மேல சம்சயப்படுதாவா. எப்பிடியும் செழமாத் தெரிஞ்சிரும்...நம்மத் தெய்வான கண்டுபிடிச்சிக் குடுத்திரமாட்டா?”

குணசீலனுக்கு அவர் சித்தப்பா முறை வேண்டும். அத்தை வடிவுக்குத் தம்பி. ஆனாலும் அவர் அவனை ‘மகனே’ என்று முறைப்படி அழைக்காமல், பொத்தாம் பொதுவாய் ‘தம்பி’ என்றுதான் அழைத்துக்கொண்டிருந்தார். தெருவின் மேற்கு அற்றத்தில் அவரின் வீடு. அம்மன் கோயிலுக்கு அருகில்.

கோயில் பிரகாரத்திற்குள்ளும் அச்ச அலைப் பரவலாக வீசிக் கொண்டிருப்பதாகத் தோன்றியது குணசீலனுக்கு... போலிஸ்காரர்கள் திடுதிப்பென்று கோயிலுக்குள் புகுந்து சாமியாடிகளை கேள்விக்கேட்டு குடைந்தெடுத்துவிடுவார்களோ என்ற அச்ச அலை.

சாம்பிராணி ஊதுவத்திகளின் நறுமணங்கள் கோயிலுக்குள் பரவலாகப் படர்ந்துகொண்டு நின்றிருந்தாலும், அவ்வப்போது அநாயசமாய் வீசிய ரத்த வாடையும் உறுத்தலாய் வெளிப்படாமல் இல்லை. கோயிலுக்குக் கீழ்ப்பக்கம் கூடாரம் கட்டி அதற்குள் உரித்துத் தொங்கவிட்டிருந்த கிடாக்களைக் கண்டான் அவன்... பலி கொடுக்கப்பட்ட கிடாக்கள். பந்தலுக்குள் பூச்சிதறல்களும், தாள் சிதறல்களும் கந்தரிக்கோலத்தில் கிடந்திருந்தன. அறைக்குள் வீற்றிருந்த அம்மன்களும் சாமிகளும் மட்டும் மேனிகள் குலையாமல் மிகையான ஒப்பனையில் பரிமளித்துக் கொண்டிருப்பதாகத் தோன்றியது அவனுக்கு.

கோயிலைவிட்டு வெளியே வந்த குணசீலனுக்கு தெய்வானையின் இருப்பிடம் கண்ணில் விழுந்தது. தவிர்க்கமுடியாத காட்சி அது. அம்மன் கோயிலிலிருந்து வெளியேறும்போது எப்படியும் தெய்வானைக் கோயில் கண்ணில் விழத்தான் செய்யும்.

தற்போது ஆள் அரவமற்று வெறுமையாய் கிடந்திருந்தது அது. பீடத்தில் படர்த்திவைத்திருந்தப் படையலும், ராத்திரி தெய்வானை ஆடியபோது சிந்தியிருந்த மலர்த் தூவல்களும், முன்வெளியை பரவலாய் நிறைத்திருந்தன. தெய்வானைக்கு தெருவைச் சுற்றிவரும் அதிகாரம் இல்லை. தன் பீடத்திற்கு முன் ஆடிக்கொள்வதோடு அடங்கிக்கொள்ள வேண்டும். நேற்று இரவோடு அவளின் வைபவம் முடிந்து விட்டிருந்தது... நேற்றிரவு நடந்திருந்த சாமக்கொடையோடு.

பாலத்தின் அருகில்தான் கொலை நடந்திருந்தது. கோயிலில் நின்று பார்த்தபோது பாலம் தெளிச்சலாகத் தெரிந்தது குணசீலனுக்கு. அதைச் சுற்றி ஒரு சுடுகுஞ்சுகூட அணக்கம் இல்லை. மற்ற நாட்களாக இருந்தால் இந்நேரம் பாலத்தின்மீது இளவட்டங்கள் வரிசையாய் உட்கார்ந்து பாடுபேசிக்கொண்டிருப்பார்கள்... தெற்குத்தெரு இளவட்டங்கள்தான்.

பாதையில் போகிறவர்களையும் வருகிறவர்களையும் பார்த்து வீசிய பரிகாசமாகத்தான் இருக்கும் அவை. பேருந்துக்கு வருகிறவர்கள் அற்ப சொற்பமாய் பாலம் வெறுமனே கிடந்தத் தருணங்களில் அதில் உட்கார்ந்து தங்கள் கால்களை ஆற்றிக்கொள்வதும் உண்டு.

இப்போது பாலத்தை நெருங்கவிடாமல் இரண்டு காக்கிச்சட்டை எசமானர்கள் கைகளில் லத்திக் கம்புகளோடு அலைந்து கொண்டிருந் தார்கள். அப்படியும் ஆர்வக் கோளாறில் பாலத்தை நெருங்கியவர்களை மானாங்கண்ணியாய் ஏசி விரட்டவேண்டியதாயிற்று அவர்களுக்கு.

''எத்தனத் தடவ சொல்றது? ஓடுங்க நாய்களா....''

தூரே ஓடிய நாய்கள், கோவிலுக்குப் பின்பக்கம் வரிசைக் கட்டி நின்றிருந்த உடைமர நிழல்களின் ஒதுக்கத்தில் முள்பார்த்து நின்று கொண்டன. சில நாய்கள் பாதையின் சற்றுத் தொலைவில் கும்பலாகக் கூடிக்கொண்டு நின்றன.

கொம்பையாவை வெள்ளைத் துணியால் மூட்டையைப்போல மூடிப் போட்டிருந்தது தெளிச்சலாய் தெரிந்தது. அவனுக்குப் பக்கத்தில் கந்தலாய் உட்கார்ந்து அழுதுகொண்டிருந்த அவன் பொஞ்சாதியும் பிள்ளையும். அவர்கள் மட்டுமே பிணத்திடம் மனிதாபிமானத்துடன் அனுமதிக்கப்பட்டிருந்தார்கள்.

குணசீலனும் உடைமர நிழலுக்குள் ஒதுங்கி நாயாகிக் கொண்டான். அங்கு நின்று பார்த்ததில் வெள்ளை மூட்டையாய் கொம்பையாவும், கந்தல் துணிகளாய் நின்று அழுதுகொண்டிருந்த அவனின் பெஞ்சாதியும் பிள்ளையும் அசங்கல்மசங்கலாய்தான் தெரிந்தார்கள்.

''ஆமா... ஆட்டம் பார்த்துக்கிட்டு நின்னவன் ஏன்ல இந்தப் பாலத் துக்கிட்ட வந்திருக்கணும்? பொஞ்சாதிக்கிட்ட 'வீட்டுக்குப் போயிட்டு வந்திரேன்'னுதான் சொல்லியிருக்கான். இந்தக் கொலையில சூச்சியம் இருக்கமாரியில்லாத் தெரியுது? எந்த தேவடியாமொவன் இப்படி செஞ்சான்னு தெரியலியேல. தெரிஞ்சா அவன அழிக்காம வுடக்கூடாதுல.''

''அதான? இப்படி ஒண்ணு மாத்தி ஒண்ணா உசிரு போய்க்கிட்டி ருந்தா எவென் நம்மள மதிப்பான்? இத இப்பிடியே வுட்டுரக் கூடாதுல. எவென் இதச் செஞ்சாமின்னுப் பாக்கணும். அவென் குடும்பத்தையே கருவறுக்கணும்''

''ஒருவேள இந்தத் தெய்வானத்தான் பேயா வந்து இவனையும் கொன்னிருப்பாளோ?''

''பேயா வந்து கொல்லுதவா கத்தியாலக் குத்தியா கொல்லுவா? இது மனுசங்க செஞ்ச கொலதான்ல. கொம்பையா தனியா வந்த சமயம்

பாத்து செஞ்சிருக்கானுவ. இது ஒருத்தன் தனிச்சு நின்னு செஞ்சது இல்ல... ரெண்டு பேரு சேர்ந்துநின்னு செஞ்சிருக்கானுவ. கொம்பையாவ ஒருத்தன் தனிச்சு நின்னு செஞ்சிக்கிர முடியாது. அவன் பலத்தப் பத்தி எனக்கில்லாத் தெரியும்''

''இந்தச் சேரியில் எந்தப் பயலாவது?''

''நம்ம சாதிப் பேரக் கேட்டாலே கால்வழியா ஒண்ணுக்கிருக்கப் பயலுவளா இதச் செஞ்சிருப்பானுவ? அப்படியொரு பய இங்கனப் பொறந்திருக்கானுவளாக்கும்? தொடை நடுங்கிப் பயலுவ''

உடைமர மூட்டுக்குள் சொத்தாகக் கூடிநின்றிருந்த நாலைந்து இளவட்டங்கள் தங்கள் ஆற்றாமைத் தீராமல் ஆளுக்கு ஆள் வன்மத்துடன் பேசிக் கொண்டிருந்தார்கள். அவர்கள் தெற்குத்தெருக்காரர்கள் என்பது தெளிச்சலாகத் தெரிந்தது குணசீலனுக்கு. கடாமீசையும் ரத்தக் களறியாய் கண்களும்கொண்டு தங்களுக்குள் வாதிப்புடன் தர்க்கம் செய்து கொண்டிருந்தார்கள். போலிஸ்காரர்கள் பாலத்தின் அருகில் நின்று வீராப்புக் காட்டிக்கொண்டிருந்ததால் இவர்களால் அதன் அருகில் போக முடியாதிருந்தது. மொத்தத்தில், அவர்கள் தங்கள் அடாவடித்தனத்தைத் தங்களுக்குள் அடக்கிக்கொண்டு நின்றிருந்ததாக நினைத்தான் குணசீலன்.

புற்றிலிருந்து எறும்புகள் சாரைச்சாரையாய் வெளியேறி வருவதுபோல, வடக்குத்தெருவிலிருந்து சனங்கள் சன்னஞ்சன்னமாய் கோயிலுக்குள் வரத்துவங்கியிருந்தனர். சாமிகளுக்குத் தெருவுலா இருக்கிறது. கொடை விழாவைப் பாதியில் நிறுத்திவிட முடியாது... நிறுத்திவிடவும் கூடாது. சாமிக் குத்தமாகிவிடும். தெருவுக்கு பெருத்த அழிமானம் வந்துசேரும்.

''ஏ ராசா... எங்கள அனாதையாத் தவிக்கவிட்டுப் போயிட்டியே ராசா. இனி எங்களுக்கு ஆள்துணைக்கு யாரிருக்கா? எப்படி இந்தப் பொட்டப்புள்ளயக் காப்பாத்தப்போறனோ தெரியலயே சாமி. கண்ணக் கட்டி காட்டுல விட்டுட்டுப் போயிட்டியே மகாராசா...''

சுப்புலச்சுமியின் அழுகுரல் தனி ஆவர்த்தனமாய் கரகரத்து ஒலித்துக் கொண்டிருந்தது. பக்கத்தில் அவளின் குழந்தையின் கரைதல்... நமுத்துப் போனப் பட்டாசாய் பலமான ஓசையின்றி. இதயமுள்ளவர்களைக் கலங்கவைக்கும் நிகழ்ச்சி அது.

கோயிலுக்குள்ளிருந்து 'டம டம டம'வென்று மேளச்சத்தம் கேட்கத் துவங்கியது... தகர விரிப்பில் கற்களைத் தூக்கிப்போட்டால் எழும் 'டம டம டம'. அம்மன்கள் தலைகளில் கும்பங்களுடனும், சாமிகள் அங்கி குல்லாவுடனும் தெருவுலா வருவதற்காக ஆயத்தமாகியிருந்தார்கள். வடக்குத்தெருக்காரர்களில் அநேகம்பேர்கள் கோயிலுக்குள் வந்து குவிந் திருந்தார்கள். அவ்வப்போது ஓரஞ்சாரமாய் ஒதுங்கிவந்து நின்று

பாலத்தின் அருகில் கிடத்தியிருந்த கொம்பையாவையும், அவனுக்குப் பந்தோபஸ்துக்கு நின்றிருந்த போலிஸ்காரர்களையும் விரக்தியுடன் பார்த்தும் கொண்டனர்.

பாலத்தின் அருகில் வெள்ளைநிறப் போலிஸ் வாகனம் விருட்டென்று வந்து நின்றது. காற்றே நின்றுபோனதுபோல இறுக்கமான சூழல் உருவாயிற்று. வண்டிக்குள்ளிருந்து தடதடவென்று நான்கைந்து போலிஸ் காரர்கள் - அவர்களில் இரண்டு பெண்போலிஸ்காரர்களும் இருந்தார்கள்- இறங்கிவந்து கீழே வரிசையாக நின்றுகொண்டார்கள். அவர்களின் எதிர்பார்ப்பைப் பூர்த்தி செய்தவாறு வாகனத்திற்குள்ளிருந்து வயதான ஒரு மனிதரும், வாலிப முறுக்கோடு ஒரு இளவட்டமும் கைகளில் விலங்குகள் மாட்டப்பட்ட நிலையில் படிகளில் கால்வைத்து மிடுக்காக இறங்கி வந்தது தெரிந்தது.

தெற்குத் தெருக்காரர்கள் அரண்டுபோனார்கள்.'அட... அவர்கள் தெய்வானையின் அப்பா காசியும், தம்பி சிங்காரமும்தானே!'

சந்தேகமே இல்லை...அவர்களேதான்.

9

''இந்த நாய்களா நம்மக் கொம்பையாவக் குத்தி மலத்தினது? விடு, அவனுவக் கொடல உருவிட்டு வர்றென்''

''ஆத்திரப்படாத. போலிசுக்காரனுவ ஏகப்பட்டப் பேரு நிக்கானுவ. திடுதிப்புன்னு நாம எறங்கினா நெலம ஏடாகூடமாயிரும். அப்பொறம் வெறுமனே பல்லக் காட்டிக்கிட்டு கம்பி எண்ண வேண்டியதுத்தான். இருக்கட்டும். எப்படியும் ஜெயில்லருந்து பெயில்ல வெளிய வந்துதான ஆவணும்? கச்சேரிய அப்போ வச்சிக்குவோம்''

உடைமர நிழலில் நின்று கச்சைக்கட்டிக்கொண்டு நின்றிருந்தான் தெற்குத்தெரு இளவட்டம் ஒருவன். அவனைத் தோளில் தட்டி அமைதிப்படுத்தினான் மற்றொருவன்...அவனும் தெற்குத்தெரு இளவட்டம்தான். அவர்கள் மொத்தம் நான்குப்பேர்களாகத் தெரிந்தார்கள்... காடையர்களைப்போல பரட்டைத் தலைகளும், அழுக்கு உடுப்புகளுமாய். ஒருவன் நெஞ்சை நிமிர்த்திக்கொண்டு விசனத்துடன் வெளியேவர முண்டுவதும், மற்றவர்கள் அவனை இதம்பதமாய் சொல்லி இழுத்து நிறுத்தி அமைதிப்படுத்துவதுமாய் போக்குக்காட்டிக் கொண்டிருந்தனர்.

பக்கத்தில் மறைவாய் நின்றிருந்த குணசீலனுக்கு அவர்களின் வீராப்புப் பேச்சுகளும், விதண்டாவாதங்களும் அசரீரியாய் கேட்டுக்கொண்டிருந்தன. வடக்குத்தெரு சனங்கள் எல்லோரும் இப்போது தெருசுற்றும் அம்மன் சாமிகளுக்குப் பின்னால் அணிவகுத்துக்கொண்டிருக்கவேண்டும். நடப்பவற்றைக் காணும் ஆர்வக்கோளாறினால் குணசீலன் மட்டுமே அவர்களிலிருந்து பிரிந்துவந்து அந்த மர நிழலில் ஒதுங்கியிருந்தான்.

சாலை ஓரங்களில் புதர்கள் கெணக்கா கொத்துக்கொத்தாய் அடர்ந்து நின்றிருந்தன உடைமரங்கள். பக்கத்தில் மரங்கள் நின்றிருந்தாலும்கூட ஒருவரையொருவர் தெளிச்சலாய் பார்த்துக் கொள்ள முடியாதிருந்த அடர்த்தி. நிறைய சனங்கள் மரநிழல்களில் நின்றுதான் பாலத்தைப் பார்த்துக் கொண்டிருந்தனர். பாதையின் சற்று தூரத்தில் வழியை மறைத்துக் கொண்டும் சனங்கள் கும்பலாக நின்று குமைந்து கொண்டிருந்தது தெரிந்தது. குஞ்சும் குளுமான்களுமான கும்பல். எல்லோரும் தெற்குத் தெருக்காரர்கள்தான். செத்தநேரத்திற்கு முன் திரண்டுவந்து 'கொம்பையா'வை மொய்த்திருந்தார்கள். சுதாரித்துக் கொண்ட போலிஸ்காரர்கள்தான் அவர்களைத் தூரமாய் விரட்டியடித்திருந்தார்கள்.

வெயில் 'சுள்'ளென உறைக்கத் துவங்கியிருந்தது.

ஒரு போலிஸ்காரர் தன்னிச்சையாய் கொம்பையாவை சுற்றித் தரையில் சாக்குத் துண்டால் கோடுகள் போட்டுக்கொண்டிருந்தார். தன் கையில் வைத்திருந்த டேப்பை நெகிழ்த்திவிட்டு பாலத்திலிருந்து, கொம்பையா கிடந்திருந்த இடம்வரைக்கும் அளவெடுத்து குறித்துக் கொண்டார். பக்கவாட்டிலும் பார்த்துப் பார்த்து அக்கறையாய் எழுதிக் கொண்டார்.

காசியையும் சிங்காரத்தையும் நடக்கவிட்டு அவர்களின் பின்னாலும் பக்கவாட்டிலும் நாலைந்து போலிஸ்காரர்கள் மிடுக்காக வந்து கொண்டிருந்தார்கள். அவர்களைக் கண்காணித்துக்கொண்டு முன்னால் வந்துகொண்டிருந்தார் வளர்த்தியாகவும் எடுப்பாகவுமிருந்த காவல் ஆய்வாளர். சிவந்த முகம். உதட்டுக்குமேல் விறைப்பாய் நின்றிருந்த கத்தி மீசை... கசாப்புக்கடை கத்திபோல.

சுப்புலச்சுமி தன் அழுகையினூடே தலை உயர்த்தி காசியையும் சிங்காரத்தையும் எதேச்சையாகப் பார்த்துக்கொண்டாள். அவள் ஈரக்குலை வெடித்துவிட்டதுபோலிருந்தது. அடக்கிக்கொள்ள முடியாமல் வாப்பாறிக்கொண்டு அழுதாள். ''அட சண்டாளப் பாவியளா...நீங்கதானா எம்புருசக்காரன வங்கொலையா கொன்னது? நீங்க நல்லா இருப்பியளா? எம்பாவம் ஒங்களப் பிடிக்காம வுடுமா?''

யாரும் அதை எதிர்பார்த்திருக்கவில்லை...படக்கென்று எழுந்துபோய் அவர்களை இடைமறித்துக்கொண்டும் அழுதாள் அவள். இருவரின் நடைகளும் தடுதலையாகி நின்றன.

பெண்போலிஸ் ஒருத்தி வேகமாய் ஓடிவந்து சுப்புலச்சுமியின் தோளைப்பிடித்து மெதுவாகத் தள்ளிவிட்டாள்.

''போமா அந்தப் பக்கம். இப்படி அனாவசியமா தொந்தரவுப் பண்ணா அப்பொறம் ஒன்னையும் தூர அடிச்சி வெரட்டவேண்டியதிருக்கும். மரியாதையாப் போயிரு''

சுப்புலச்சுமி 'மரியாதையாகப்' போகவில்லை. இருவரையும் தடுதலைப் பண்ணி மறித்துக்கொண்டே குரலெடுத்து அழுதுகொண்டிருந்தாள்... அவர்களை ஏசிக்கொண்டிருந்தாள்.

''ஒனக்கு வாய்க்கொழுப்பு அதிகம்தான். போடி அங்க''. சுப்புலச்சுமியை இப்போது கொஞ்சம் வேகமாகவே தள்ளிவிட்டாள் போலிஸ்காரி.

''எம்மா நா செத்தேன்...'' அலறிக்கொண்டே கொம்பையாவின் பக்கத்தில்போய் விழுந்தாள் சுப்புலச்சுமி. ''அட நீசப்பாவியா... செத்தமும் இரக்கமில்லையே ஓங்களுக்கு.''

''பேசாம இரு. இல்லன்னா எங்கையினாலே அடிவாங்கி சாவப்போற''

போலிஸ்காரி முறைத்துக்கொண்டு அதட்டியதில் சுப்புலச்சுமி தன் அழுகையின் சுருதியை குறைத்துக்கொண்டாள். அந்த இடத்தைவிட்டு தன்னையும் அப்புறப்படுத்திவிடக்கூடும் என்ற பயம்வரத் துவங்கியிருந்தது அவளுக்கு.

காசியும் சிங்காரமும் கொம்பையாவின் அருகில் வந்து நின்றார்கள். கூடவே ஆய்வாளரும், இரண்டு போலிஸ்காரர்களும்.

ஆய்வாளர் அவர்களை அதட்டினார். ''சொல்லுங்கல... எந்த எடத்துல வச்சி அவனக் குத்தினீங்க?''

காசி திடமாகவே சொன்னார்: ''அவன் செத்துக்கெடக்கித இதே எடத்துல வச்சித்தான் குத்தினென்... நாந்தான் அவனக் குத்தினென்''

''எத்தனக் குத்து?''

''எண்ணலைய்யா. நாலஞ்சிக் குத்தாவது இருக்கும்.''

''நீ ஒருத்தன் மட்டும் நின்னு அவனக் குத்தி மலத்தியிருக்க முடியாது. அவன் ரொம்ப 'மோட்டா'வா இருக்கான். உண்மையச் சொல்லு... யாரெல்லாம் சேந்து இத நடத்தினீங்க?''

இப்போது சிங்காரம் திடமாகப் பதில் சொன்னான். ''நா அவனப் பிடிச்சிக்கிட்டேன்... எங்க அப்பா அவனக் குத்தினாரு.'' பதில் தெளிச்சலாகவே வெளிப்பட்டிருந்தது அவனிடமிருந்து. யாருக்கும் பயப்படாதத் தைரியமிருந்தது அதில்.

“ஓடனே செத்திட்டானா? இல்ல ரொம்ப நேரம் கழிச்சிதான் செத்தானால?”

“ஓடனே சாவலையய்யா. குத்த வாங்கிட்டு ஓடப் பாத்தான். நாங்க ரெண்டு பேரும் அவனப் பிடிச்சி கீழத்தள்ளி கொதவளைய நெறிச்சோம்... அவனால மீள முடியல...தலையத் தொங்கப்போட்டுட்டான். அதக்குப் பொறவுதாம் நாங்க ஸ்டேசன்ல வந்து சரணடைஞ்சோம்.”

அவர்கள் சரணடைந்திருந்தது களக்காடு காவல் நிலையத்தில். இப்போது அங்கிருந்துதான் போலிஸ் வேன் வந்திருந்தது... போலிஸ் காரர்களும் வந்திருந்தார்கள்.

“செஞ்ச கொலைய இவ்வளவு தைரியமாச் சொல்றீங்களே... நீங்கள்லாம் மனுசங்களா, இல்ல காட்டுமிராண்டிகளால?”

“ரொம்ப நாள் மனசிலே வச்சிருந்த கருமிசம் சாமி. எம்மொவள இப்படித்தானய்யா கொன்னுருப்பானுவ? அன்னைக்கி நாங்க எப்படித் துடிச்சொம் தெரியுமாய்யா? எம்மொவா கலகண்டரமாப் பேசி சிரிச்சி வெளையாடிக்கிட்டிருந்தப் புள்ள. ராத்திரி அவளுக்குக் கண்ணாளம்... அதுக்கு மின்னாடியே அவள வல்லடியா தூக்கிட்டுப்போயி கதற கதறக் கொதறி எடுத்துக் கொன்னுப்புட்டானுவ. அன்னைக்கி முடிவுப் பண்ணொம், அந்த மூணுபேரையும் எங்கக் கையாலக் கொல்லணுமின்னு. மத்தவிய எல்லாரையும் எம்மொவளெ பழி வாங்கிட்டதாவச் சொன்னாவா. பாக்கியிருந்த இவம்தாம் எங்கக் கைக்குக் கெடச்சான்.”

பெரிய வீரதீரச் செயலை செய்து முடித்திருந்தது போன்ற பெருமிதத்தில் மிடுக்காய் நின்று பதில் சொன்னார் காசி. அவர் முகத்தில் சந்தோசத்தின் சாயல் பிரகாசமாய் ஒளிர்ந்துகொண்டிருந்தது. கன்னத்தில் சடையாய் மயிர்கள் வளர்ந்து கிடந்திருந்தன. கண்கள் நெருப்புக் கோளங்களாய் தகித்துக்கொண்டிருந்தன. ஆள் கொஞ்சம் சோம்பித்தான் போயிருந்தார். ஆனாலும், மனதின் வைராக்கியம் அவரை நிமிர்த்திக்கொண்டிருந்தது தெரிந்தது.

சிங்காரத்திற்கு அந்தத் தடுமாற்றங்கள் இல்லை. ஆளும் தோளுமாய் நல்ல கதியாகத்தான் நின்றிருந்தான் அவன். ‘என்றைக்கடா இங்கே வந்து பலியெடுப்பது?’ என்று ஏற்கெனவே கங்கணம் கட்டிக்கொண்டிருந்திருக்க வேண்டும் அவர்கள். குருவி உட்காரவும் பனம்பழம் விழுந்தக் கதையாக அவர்கள் ஏற்கெனவே இந்த ஊருக்கு வரப் புறப்பட்டுக்கொண்டிருக்கவும், சோமு போய் அவர்களை கொடைவிழாவுக்குக் கூப்பிடவும் சரியாக இருந்தது.

“உண்மைய சொல்லு, இந்த தெருவுல யாராச்சிம் உங்களுக்கு உடந்தை உண்டா?”

‘‘இல்லய்யா. எங்க திட்டத்தப் பத்தி அவிய யாருக்குமே தெரியாது. நாங்கத்தான் கொடப் பாக்கது மாரி வந்தொம்.’’

‘‘கொல செஞ்சப்போ நேரம் எவ்வளவு இருக்கும்?’’

‘‘ராவு ரெண்டுமணியோ மூணுமணியோ இருக்கும்ய்யா. கரகாட்டம் நடந்துகிட்டிருந்திச்சி.’’

‘‘சரியான நேரத்துலத்தான் ஆளப் போட்டிருக்கீங்க...ம்...’’ வறட்சியாய் சிரித்துக் கொண்டார் காவல் ஆய்வாளர். கொலையின் காரணத்தையும் அது நடந்திருந்த விதத்தையும் தெரிந்துகொண்ட பிறகுதான் ஆய்வாளரின் இதயம் சற்று நெகிழ்ந்துகொடுத்ததுபோல தெரிந்தது. தாங்கள் கொலைப் பண்ணியதை எவ்வளவு நிசாரமாய் விவரிக்கிறார்கள்! அப்படியென்றால் எதிராளிகளின் மீது எவ்வளவு வன்மத்துடன் இருந்திருக்கவேண்டும் இவர்கள்! எதிராளிகளும் எத்தனை நீசர்களாக இருந்திருக்கவேண்டும்? ஆய்வாளருக்கு ஆயாசமாக இருந்தது.

சிறிது நேரத்தில் ஊளையிட்டுக்கொண்டு ஆம்புலன்ஸ் வந்து நின்றது. ஆம்புலன்ஸுக்கு உத்தரவுப் போட்டுவிட்டுத்தான் ஆய்வாளர் வந்திருந்தார்.

சடக்கென்று ஓசையெழ ஆம்புலன்ஸின் பின்கதவைத் திறந்துகொண்டு இரண்டு வெள்ளுடை சிப்பந்திகள் ஸ்ட்ரெச்சரோடு இறங்கினார்கள். ஆய்வாளரிடம் சில வார்த்தைகள் பேசிக் கலந்துவிட்டு கொம்பையாவிடம் வந்தார்கள். சுற்றி நின்றிருந்த சனங்களில் அநேகம்பேர்கள் தங்களைக் கட்டப்படுத்த முடியாமல் இப்போது நெருங்கிவந்துவிட்டிருந்தனர். போலிஸ்காரர்களும் அவர்களைக் கண்டுகொள்ளவில்லை. பிணத்தின் மேல் விழுந்து கதறி அழுதுகொண்டிருந்த சுப்புலச்சுமியையும் அவள் மகளையும் அப்புறப்படுத்திவிட்டு பிணத்தைத் தூக்கி ஸ்ட்ரெச்சரில் வைப்பதற்கு சிப்பந்திகளுக்குக் கொஞ்சம் சிரமப்படத்தான் வேண்டியதிருந்தது. வல்லாதல்லையாய் ஸ்ட்ரெச்சரோடு கொம்பையாவை ஆம்புலன்ஸில் ஏற்றிக்கொண்டார்கள். ஆள்துணைக்கு சுப்புலச்சுமியும் அவள் குழந்தையும்... உறவுக்காரர்களில் இரண்டு இளவட்டங்களும் ஏறிக் கொண்டனர். எல்லோருக்கும் புறமுதுகைக் காட்டிவிட்டு ஆம்புலன்ஸ் பறந்துபோனது.

மழை வெறித்து தூவானங்கள் சொட்டுப்போட்டது கெணக்கா, ஆரம் பத்தில் பதற்றத்துடன் திரண்டிருந்த சனங்கள் இப்போது நிதானப்பட்டு சன்னம்சன்னமாய் கலைந்துகொண்டிருந்தார்கள்.

‘‘வேன்ல ஏறுங்கல’’. காசியையும் சிங்காரத்தையும் பார்த்து அதட்டலாய் சொன்னார் ஆய்வாளர்.

அவர்கள் இருவரும் வாகனத்தில் ஏறிக்கொண்ட பிறகு காவல்காரர்களும் ஏறிக்கொண்டனர்.

இப்போது 'தூவானமும்' அறவே நின்றுபோயிருந்தது.

குணசீலன் பம்மலாய் நடையெடுத்துவைத்து கோயிலுக்குள் வந்தான். கோயில் வெறிச்சென்று கிடந்தது. தெரு சுற்றப் போயிருந்த அம்மன் சாமிகள் இன்னும் கோயிலுக்குள் வந்திருக்கவில்லை. அவர்கள் வருகிற நேரம்தான். தெருவின் கடைக்கோடியில் சனங்களோடு சனங்களாய் அம்மன் சாமிகள் நின்றிருந்தது தெரிந்தது. இன்னும் கால்மணி நேரத்தில் கோயிலுக்குள் வந்து நின்று ஆட்டம்போடத் துவங்கிவிடுவார்கள் அவர்கள்.

அவனின் பார்வை அகஸ்மாத்தாய் பாறையை நோக்கித் திரும்பியது. பாறை கட்டாந்தரையாய் காய்ந்துகிடந்தது. சூரியன் நிசாரமாய் உயரே வந்திருந்தான். பாறைப் பரப்பில் பட்டுத்தெறித்த கதிர்கள் அனலைக் கக்கத் துவங்கியிருந்தன. அந்த அனலிலும் குதியாளம்போட்டு விளையாடும் ஒரு பெண்ணின் 'கலகல'ச் சிரிப்பு அசரீரியாய் கேட்டது போலிருந்தது அவனுக்கு. தெய்வானையின் சிரிப்பு இப்படித்தான் ஒலிக்குமோ? குணசீலன் தனக்கு மட்டும் அந்த சிரிப்பு தடங்கலில்லாமல் கேட்டுக் கொண்டிருப்பதாக நினைத்து சிலாகித்துக்கொண்டான்.

10

கொடைவிழா முடிந்த மறுநாளே குணசீலன் ஊருக்குப் புறப்பட்டுக் கொண்டிருந்தான். வியாழக்கிழமை காலைநேரம். அம்மன்கோயில் கொடைவிழா திங்கட்கிழமை சாயந்தரத்தில் அடியெடுத்துவைத்து புதன்கிழமை மதியத்தில் கால்சோர்ந்து உட்கார்ந்துவிட்டிருந்தது. சுத்துப்பட்டி ஊர்களிலும் கடைப்பிடிக்கப்படும் வழக்கம் தான்.

"வாராவாரம் வந்திட்டுப்போகணும். பொண்டாட்டி கூடயில்லை யேனு சுதந்திரமா சுத்திக்கிட்டு அலையக்கூடாது"

தெருவரைக்கும் அவனோடு வந்துகொண்டிருந்த ராணி அவனுக்கு அறிவுரை சொன்னதுபோல உத்தரவுப்போட்டாள். தெருவில் சனங் களின் அணக்கம் அதிகப்பட்டிருந்தது. நேற்று மதியம்வரை கொடை விழா நடத்தியிருந்ததன் சோர்வில் திண்ணையில் ஆயாசமாய் உட்கார்ந் திருந்தவர்களும் தெருவில் சுவாரஸ்யமாய் நின்று பாடிபேசிக் கொண்டிருந் தவர்களுமாய் சனங்கள் கலகலப்பைக் கூட்டியிருந்தார்கள்.

குணசீலனின் கையில் லெதர்பேக் இருந்தது. அதற்குள்தான் அவன் மூன்று நாட்களும் உடுத்துக் களைந்திருந்த துணிமணிகள் அழுக்கோடு பதுங்கிக்கிடந்தன. வீட்டுக்குப் போனப்பிறகு சவுகரியமாய் ஒரு நாளில் அவற்றைத் துவைத்துக்கொள்ளலாம் என்ற தீர்மானத்திலிருந்தான். அவனுடைய உடுப்புகளை ரொம்பவும் பதனமாய் சோப்புப்போட்டுத் துவைக்கவேண்டும். அந்த நளினம் ராணிக்குக் கிடையாது என்பதை அனுபவப்பூர்வமாகத் தெரிந்திருந்தான்.

லெதர்பேக்கின் கனம் அவனைச் சூட்டிப்பாய் நடக்கவிடாமல் தோளை அழுத்துவதாக உணர்ந்தான். அந்த வேதனையிலும் ராணிவேறு அவனை அதட்டலாய் உத்தரவுப்போட்டு நோகடிக்கிறாள்.

''சரிம்மா தாயே. உத்தரவு. மொதல்ல நீங்க ஒங்க ஒடம்ப நல்லாப் பாத்துக்குங்க.''

''இனி என்னைக்கு இங்க வருவீங்க?''

''அடுத்த வாரம் செவ்வாய்க்கெழம... மேதினம்... ஆபிஸ் லீவுதான். காலையில ஊர்வலம் இருக்கும். அன்னிக்கு ஈவினிங் வாரேன்.''

''இப்போ ஊருக்குப் போனதும் ஒடனே எங்கிட்ட போன் பேசுங்க''

''சரி, பேசறேன். இப்போ ஏன் எங்கூடவே வந்துகிட்டிருக்க? வெயில் அடிக்குதுல்லா? வீட்டுக்குப் போ''

குணசீலனுக்கு மனசு வலித்தது... நடப்பதற்கு அவள் சிரமப்பட்டாள். அவளுக்கு மாதம் எட்டாகியிருந்தது. வயிறு சிறுமூட்டையாய் குவிந்து சற்று கீழே இறங்கியிருந்தது. எதிர்பார்த்திருந்த நாட்களைவிட வெகு சீக்கிரத்தில் பேறுகாலம் இருந்தாலும் ஆச்சரியப்படுவதற்கில்லை என்று நினைத்துக்கொண்டான். அவன் அம்மாவும் அப்படித்தான் சொல்லியிருந்தாள். அப்பாவுக்குச் சுகமில்லாததால் அவர்கள் இருவரும் கொடை விழாவுக்கு வந்திருக்கவில்லை.

தெருவில் எதிர்பட்டவர்கள் எல்லோரிடமும் அவன் விடை பெற்றுக் கொண்டிருந்தான்... அவர்களும் அவனை 'நல்ல மாரி'ச் சொல்லி வழியனுப்பிவைத்துக்கொண்டிருந்தார்கள்.

''போயிட்டு வர்றென் சித்தப்பா''

''சரிப்பா பாத்துப்போ''

''போயிட்டு வர்றென் அண்ணென்''

''சரிப்பா... பதனமாய் போயிட்டு வா''

மாமாவிடம், மச்சான்களிடம், தாத்தா பாட்டிகளிடம்... பலரிடம் அவன் 'போயிட்டு வர்றென்'களும், அவர்கள் மனம் குளிர்ந்து, 'சரிப்பா...

பாத்துப் போயிட்டு வா...'க்களுமாய் அவனின் விடைபெறுதல் ஒரு விசேசமாகவே நடந்துகொண்டிருந்தது. அவன் அந்தத் தெருவுக்கு வந்து விட்டுப் போகும்போதெல்லாம் இப்படித்தான் விமரிசையான வழியனுப் புதல்களாக இருந்தன. வரவேற்பும் விமரிசையாத்தான் இருந்தது. ஏனெனில் அவன் தன் பெயருக்கு ஏற்ற மாதிரியே எல்லோரிடமும் 'குண சீலன்'ஆக நடந்துகொண்டிருந்தான்.

ராணி தெருவின் அற்றம்வரைக்கு வந்திருந்தாள். அற்றத்திற்கு வந்ததும் நிதானித்து நின்றுகொண்டாள். ''அப்போ நீங்க போயிட்டு வரீங்களா? நா வீட்டுக்குப் போறேன்.''

''போ''

அவள் திரும்பிப் போனாள்.

அவன் அம்மன்கோயிலை நெருங்கியிருந்தான். கோயிலுக்குள் போனால் அதிகநேரம் ஆகிவிடும். கொடைவிழா முடிந்ததன் மெருகுக் குலையாமல் பந்தலும் தோரணங்களுமாகப் பகட்டாகத் தெரிந்தது கோயில். அகஸ்மாத்தாக அவன் பார்வை தெய்வானையின் கோயிலிலும், வலப்பக்கம் விஸ்தாரமாக விரிந்துகிடந்த பாறை மேடுகளிலும் மேயத் துவங்கியது. தொடர்பை இழந்துவிட்டுப் போகிற ஏக்கம், அவன் இதயத்தில் கவிந்துகொண்டது.

''மச்சான்... ஊருக்குக் கிளம்பியாச்சா?''

தன்னை அசரீரியாய் துரத்திக்கொண்டு வந்த குரல் கேட்டு அதிர்ந்து போய் திரும்பிப் பார்த்தான் குணசீலன். சோமு அரக்கப்பரக்க ஓடிவந்து கொண்டிருந்தது தெரிந்தது. வாட்டம்சாட்டமானப் பயல். அவன் ஓடி வந்தது ஓர் ஒட்டகம் ஓடிவந்ததுபோலவே இருந்தது. அரையில் கட்டியிருந்த லுங்கியின் முனையைத் தூக்கிப் பிடித்துக்கொண்டே ஓடிவந்தான் அவன். ஊதாவும் வெள்ளையும் கருப்புமாய் கலந்துகட்டி கட்டங்கள் போட்டிருந்த லுங்கி. மேலுக்கு மஞ்சள்நிற அரைக்கைச் சட்டையை அணிந்திருந்தான். இப்போது கோயில் பின்புறத்தைக் கடந்திருந்தான் குணசீலன். சோமு ஒட்டமாய் ஓடிவந்து சீக்கிரத்தில் அவனை நெருங்கிவிட்டிருந்தான்.

''ஏம் மாப்ள இப்படி ஓடிவர்ற? அதான் ஒங்க அக்காவப் பாக்க ஊருக்கு வாராவாரம் வருவேன்ல? அடுத்தவாரம் நா ஊருக்கு வரும்போ நாமப் பேசிக்கிட்டா ஆச்சி.''

சோமுவின் கூடப்பிறந்த அக்காள் இல்லைதான் ராணி. உறவின் நெருக் கத்தைப் பெருமையாக சொல்வதற்குப் பிரியமானவர்கள் 'ஒங்க...'என்ற அடைமொழியைப் பயன்படுத்துவது உண்டு. குணசீலனும் அப்படித்தான் ராணியைப் பயன்படுத்திச் சொன்னான்.

‘‘இந்தத் தடக்க ஓம்மக்கூட செம்மையாப் பேசலையேன்னு எனக்கு வருத்தமாயிருக்கு மச்சான். நீரும் வருத்தப்பட்டுக்கிட்டீரோன்னு நெனச்சேன்’’

‘‘ஓம்மேல வருத்தமா? சே, அப்படியெல்லாம் இல்ல மாப்ள. நீதான் கொடக்காரனாச்சே. ஓனக்குக் கோயில் வேல நெறையக் கெடக்கும்... நாந்தாம் பாத்தனே. ஓம்மேல வருத்தப்பட முடியுமா?’’

‘‘கொண்டாரும் மச்சான், பேக்க நா வச்சிக்கிருதென்.’’

குணசீலனின் கையிலிருந்தப் ‘பேக்’கை சோமு வேகமாய் கைப்பற்றிக் கொண்டு இழுத்தான். குணசீலன் மறுப்புக் காட்டினான். ‘‘வேண்டாம் மாப்ள. வெயிட் இல்ல. நானே வச்சிக்கிருதென். இன்னும் கொஞ்சத் தூரம்தான?’’

சோமு லெதர்பேக்கைப் பிடுங்கிக்கொண்டான். ‘‘கொண்டாருமின்னா... ரொம்பத்தான் பிகுப் பண்ணுதீரே.’’

பேக்கைத் தன் தோளில் போட்டுக்கொண்டு குணசீலனுக்குப் பக்கவாட்டில் இணையாய் நடைகட்டி வந்தான் சோமு. சோமுவின் நளினமான நடையும் குழைவானப் பேச்சும் பெண்மைக்குரிய பாவனைகளாக வெளிப்பட்டுக் கொண்டிருந்ததை குணசீலன் கவனிக்காமல் இல்லை. இது இன்றா, நேற்றா தெரிந்த உண்மை? பல நாட்களாகத் தெரிந்திருந்ததுதான் குணசீலனுக்கு. சோமுவை எல்லோரும் ‘சோமம்மா...’ என்று கிண்டலாக அழைத்து சிரிக்கிறார்கள் என்பதையும் குணசீலன் தெரிந்திருந்தான். இது என்ன, சோமு விருப்பப்பட்டு வாங்கிக்கொண்ட வரமா? அவனின் பிறப்பு அப்படி. அதற்கு அவன் என்ன செய்வான்? அவனைப் படைத்த அவனின் பெற்றோர்கள் செய்திருந்த தவறு... இல்லை. அதை அவர்களின் தவறு என்று சொல்வதுகூட சரியாக இருக்காது. யார்மீதும் குற்றம் சுமத்துவது நியாயம் ஆகாது. இயற்கையின் வினோதம் அது. கருத்தரித்தலின்போது ஏற்பட்டிருந்த குளறுபடி. மறுகலாக நினைத்துக்கொண்டான் குணசீலன்.

கோயிலை கடந்துதான் பாலத்தை அடையவேண்டியதிருந்தது. பாதையின் இருமருங்கிலும் நின்றிருந்த உடைமரங்களில் வெயில்பட்டு, இலைகள் சில்லறைக் காசுகளாய் மினுக்கம் காட்டின. மரங்கள் லேசாக மூச்சுவிட்டுக் கொண்டிருந்ததுபோல காற்று இதமாக வீசிக் கொண்டிருந்தது... வெப்பக்காற்று.

பாலத்தை நெருங்கிவிட்டிருந்தார்கள். பாலத்துக்கு எதிர்திசையில் நின்றிருந்த பேருந்து நிறுத்தக் கட்டிடம் ‘என்னிடம் வராதே...’ என்று எச்சரிப்பது கெணக்கா பம்மிக்கொண்டு உட்கார்ந்திருந்தது. பாலத்துக்கு மின்னாடி சாலையில் குட்டையாய் உறைந்துகிடந்திருந்த இரத்தப் பெருக்கை சாதாரணமாகப் பார்த்துக்கொண்டே கடந்துபோனான் குணசீலன். கொம்பையாவின் ரத்தம் அது. முந்தாநாள் சிந்தியது. இப்போது அது தரையில் உறைந்து கெட்டித்தட்டிப் போயிருந்தது. ரத்தம்

என்றால் யாருக்குத்தான் அரிச்சல் வராது? சோமுவும் அதைக் கடந்துதான் - ஒன்றுக்கும் பயப்படாதவனைப்போல -இயல்பான வேகத்தில் போய்க் கொண்டிருந்தான்.

''என்ன மாப்ள? ஒங்க ஊர்ல கொலையெல்லாம் நடக்கு? பரவால்ல... நம்ம ஆட்களும் அருவாத் தூக்க ஆரம்பிச்சிருங்காங்க. நாமப் பயந்தா, அவனுவ ரொம்பத்தாம் நம்மமேல குதிர ஏற நெனைப்பானுங்க. நீ கோழையா, தைரியசாலியா மாப்ள? போலிஸ்காரனுவ வந்தப்போ ஒன் அணக்கத்தையே காணோம். பயந்து எங்கேயாவதுபோய் ஒளிஞ்சிக் கிட்டியா? அப்போ நீ சரியான பொட்டதாம் போ''

''ஓங்களுக்கு ஒரு விசியம் தெரியுமா மச்சான்? கும்பாட்டம் நடக்கும்போ நாந்தா கொம்பையாவ வெளிய கூட்டிக்கிட்டு வந்தது. தைரியமில்லன்னா அப்படி செஞ்சிருக்கமுடியுமா என்னால?'' சோமு கமுக்கமாக சொல்லிக்கொண்டு வந்தான்.

குணசீலன் அதிர்வடைந்துபோய் நின்று கொண்டான். அவன் இமைகள் அதிர்ச்சியில் மேல்நோக்கி உயர்ந்துகொண்டன. அவனின் பரந்த நெற்றி சுருங்கிற்று. தொண்டை காய்ந்து வாய்க்குள் வறட்சியாகத் தோன்றியது. சோமுவை தீர்க்கமாக வெறித்துப்பார்த்தான் குணசீலன்.

''என்னச் சொன்ன? கொம்பையாவ கூட்டத்தவிட்டு நீதான் கூட்டிக் கிட்டுப் போனியா?''

''ஆமா.''

''எப்படி?''

''எங்கப் பசங்க சாராயம் குடிக்க ஆசப்படுதானுவ...ஒடனே ஒரு கேன் நெறையக் கெடைக்குமா?'ன்னு அவன்கிட்ட கமுக்கமாப் போயி நின்னு கேட்டென். அவந்தான் பெரிய சாராய வேபாரின்னு தெரியுமில்ல. 'ஓ கெடைக்குமே...'ன்னு சொல்லிக்கிட்டு அவனும் விசுக்கின்னு கூட்டத்த வுட்டு வெளிய வந்தான்.''

''அவனக் கூட்டிக்கிட்டு வரச்சொன்னது காசியும் அவரோட மகனும் தானா?''

''ஆமா மச்சான்.''

''அவுங்கப் போட்டிருந்த திட்டத்தப் பத்தி ஏற்கெனவே ஒனக்குத் தெரியுமா?''

''இல்ல. அவிய இங்க வந்தப் பொறவுதான் தெரிஞ்சது. நானும் அதுக்கு 'சரி...'ன்னுட்டென். நா சின்னப் பயலா இருக்கும்போ தெய்வான அக்கா எங்கிட்ட எவ்வளவு பிரியமா இருப்பா தெரியுமா?''

‘‘அடப்பாவி... ஒனக்குள்ள இவ்வளவுக் கொலவெறி இருக்கா? நீ அப்புராணி மாரி அலஞ்சிக்கிட்டிருக்க?’’

‘‘எந்தப் புத்துல என்னப் பாம்புன்னு யாருக்குத் தெரியும் மச்சான்? நானும் மனுசந்தான மச்சான். எனக்கும் உணர்ச்சி உண்டில்ல? சிரிக்கவும் கோபப்படவும் எனக்குத் தெரியாதா என்ன?’’

‘‘அப்போ, கொம்பையாவக் கொலப்பண்ணதுல ஓங் கையும் உண் டுன்னு சொல்லு’’

‘‘சத்தம்போட்டு பேசாதிய மச்சான்.’’

அளவோடு சிரித்துக்கொண்டான் சோமு. அவனின் குழைவான நடைக்கு இசைவாய் பாதையே வளைந்து நெளிந்து கொடுப்பது போலத் தோன்றியது குணசீலனுக்கு. இப்போது வெயில் திண்ணமாக மேலேறி விட்டிருந்தது.

நிறுத்தத்தை நெருங்கியிருந்தார்கள். எப்போதோ கட்டி முடிக்கப் பட்டிருந்த பேருந்து நிறுத்தம், இப்போது ஏகதேசம் சிதிலமடைந்து கிடந்தது தெரிந்தது. சிமெண்டு திண்ணைகளில் போடப்பட்டிருந்த சரளைக் கற்கள் பெயர்ந்து மேலேபார்த்து சிரித்துக்கொண்டு நின்றிருந் தன. தரையில் கீறல்கள் விழுந்து குறுக்கும்நெடுக்குமாக தளம் உடைந்து கிடந்தது... சிமெண்டு தளம். கம்பிகள் வைத்து மறைத்திருந்த சன்னல்கள் துருப்பிடித்து, கம்பிகள் தூக்கு மாட்டியதைப்போல சன்னலில் தொங்கிக் கொண்டு கிடந்திருந்தன.

‘‘சோமு... பெரிய ஆளாத்தான்டே இருக்க. ஓங்கிட்ட இனி எச்சரிக் கையாத்தாம் பேசணும்போல இருக்கு?’’

பயப்படுவதைப் போலப்பாவனை செய்துகொண்டு தன் உடம்பை சிறிதாய் வளைத்துக்கொடுத்தான் குணசீலன். அவன் இதழ் கடையில் மலர்ச்சியாய் புன்னகை தவழ்ந்துகொண்டிருந்ததை சோமு கவனிக்காமல் இல்லை...பரிகாசச் சிரிப்பு.

தன் கையிலிருந்தப் பேக்கை சிமெண்டு திண்ணையின் கோடிவிளிம்பில் கொண்டுபோய் வைத்தான் சோமு. அங்கும் அழுக்கு மண்டிக்கிடந்தது தெரிந்தது.

‘‘சரி, டைம் ஆகுதுல்ல? நீ போயேன். பஸ் வந்ததும் நா ஏறிப் போய்க்கிருதென்’’

‘‘இது நல்லாருக்கே. முழுசும் நனைஞ்சப் பொறவு முக்காடு எதுக்கு மச்சான்? இவ்வளவு தூரம் உங்ககூட அலுப்புப் பாக்காம வந்திருக்கென்...

நீங்கப் பஸ் ஏறுதவரைக்கும் காத்துக்கிட்டு நிக்கமாட்டேனாக்கும்? எனக்கொண்ணும் வேற வேல இல்ல... ஒம்ம வாய மூடும்''

பேருந்து வந்துவிட்டிருந்தது. எதிரே நான்கைந்து பேர்கள், ஆண்களும் பெண்களுமாய் - பேருந்தைப் பிடிக்கும் அவசரத்தில் நிறுத்தத்தை நோக்கி விரைசலாய் ஓடிவந்துகொண்டிருந்தது தெரிந்தது... குதிகால்கள் பிடறியில் படும் ஓட்டம்.

குணசீலன் விரைசலாய் போய் ஏறிக்கொண்டான். உட்கார இடம் கிடைத்திருந்தது அவனுக்கு - சன்னல் ஓரத்தில். சந்தோசப்பட்டுக் கொண்டான்.

சாலையோரம் நின்று அவனையே இணக்கமாய் பார்த்துக்கொண்டிருந்த சோமுவிடம் சிரித்துக்கொண்டே வெள்ளந்தியாய் சொன்னான் குண சீலன்: ''சரி மாப்ள...அடுத்தவாரம் செவ்வாய்க்கெழம வரேன்... அன்னைக் குப் பேசலாம்''

''சரி மச்சான். பாத்துப் போங்க''

ஓடிவந்தவர்கள் பேருந்தில் ஏறிக்கொண்டிருந்தார்கள்.

பயணிகளின் சுமையைத் தாங்கமுடியாமலோ என்னவோ, பேருந்து பெருமூச்சுவிட்டுக்கொண்டு புறப்பட்டுப் போனது.

11

செவ்வாய்க்கிழமை விடுமுறை என்பதால் திங்கட்கிழமை சாயந்தரமே ராணியின் வீட்டுக்கு வந்திருந்தான் குணசீலன். ஞாயிற்றுக்கிழமை பண குடியில் தன் வீட்டிலேதான் அவன் அடைக்கலமாகியிருந்தான். மே ஊர்வலத்தில் கலந்துகொண்டிருக்கவில்லை அவன்.

''அய்யா...ஞாயிற்றுக்கெழம ஒங்க வீட்டிலயே ரெஸ்ட் எடுத்துக் கிட்டீங்கப்போல?'' வாசலில் நின்றிருந்த ராணி குணசீலன் தன் தோளிலிருந்து கழற்றிக்கொடுத்த லெதர்பேக்கை நிதானமாக வாங்கிக் கொண்டே எளக்காரமானச் சிரிப்பில் கேட்டாள்.

''அதான் ஒங்கிட்ட போன்பண்ணிச் சொன்னன்ல, அப்பாவ ஆசுபத் திரிக்குக் கூட்டிக்கிட்டுப் போகவேண்டியதிருக்குன்னு. மறந்திட்டியா? இங்கயிருந்து அழுக்காக் கொண்டுபோன உடுப்புகளை எல்லாம் 'வாஷ்' பண்ணவும் வேண்டியதிருந்திச்சி.''

தளர்வான நடையில் வீட்டுக்குள் சென்றான். வீட்டிலிருந்த அத்தையும் மைத்துனன் மாரியப்பனும் ‘‘வாங்க...’’ என்று அவனை வாஞ்சையுடன் வரவேற்றுக்கொண்டனர். ‘‘ஆமா’’ என்ற ஒற்றை வார்த்தையோடே அவர்களின் வரவேற்பை ஏற்றுக்கொண்டான் அவன்.

‘‘வீட்டுல அப்பா அம்மா நல்லா இருக்காங்களாய்யா?’’ - அத்தையின் அனுசரணையான விசாரிப்பு.

‘‘ஆமாத்த...நல்லா இருக்காங்க’’- குணசீலனின் இணக்கமானப் பதில்.

பையை ஒரு மூலையில் கொண்டுபோய் வைத்தாள் ராணி. நடுவீட்டில் பாய் எடுத்துப்போட்டாள்... அவன் உட்காரவேண்டும் என்ற உத்தரவு - வார்த்தைகளில் சொல்லாமலே.

அவன் நிதானமாய் உட்கார்ந்துகொண்டான்,

‘‘மாமா இப்ப எப்படி இருக்காங்க? டாக்டர் என்ன சொன்னாரு? அத்த நல்லா இருக்காங்களா?’’. அவனின் பக்கத்தில் வந்து உட்கார்ந்துகொண்டு வரிசைக்கிரமமாகக் கேட்டாள் ராணி.

‘‘அம்மா நல்லா இருக்காங்க. அப்பாதான் ரொம்ப சிரமப்பட்டுக் கிட்டிருக்காரு. அடிக்கடி ‘இன்ஹேலர’த்தான் யூஸ் பண்ணுறாரு. கொஞ்ச நேரம்தான் இரைப்பு நிக்கு...திரும்பவும் இரைப்பு வந்து மனுசன டார்ச்சர் பண்ணிருது’’

‘இன்ஹேலர்’ என்பது ஆஸ்துமா நோயாளி தன் மூச்சடைக்கும் போதெல்லாம் நாசியில்வைத்து உறிந்துகொள்ளும் உபகரணம் என்பது ராணிக்குத் தெரிந்திருந்தது. ‘இன்ஹேலரை’ உறிந்துகொண்டதும் சுவாரஸ்யமாய் மூச்சுவிட முடிகிறது நோயாளிகளுக்கு...தற்காலிகமாக இரைப்பு நிற்கிறது. மீண்டும் எப்போது இரைப்புத் தலைத் தூக்குமோ... சொல்ல முடியாது. அப்போதும் ‘இன்ஹேலர்’தான் அதற்கு நிவாரணி. மாமா மூச்சிரைப்போடு எத்தனை வருடங்களாகச் சீண்டரப்படுகிறார்!

‘‘டாக்டர் என்ன செல்றாரு?’’

‘‘அவரு என்ன சொல்லுவாரு? வழக்கமான பல்லவிதான்... வயசாகிட்டதால ‘க்யூராக’க் கொஞ்சம் நாளாகுங்கிறாரு. வேற என்ன சொல்லுவாரு?’’

பெற்றோருடன் குணசீலன் பணகுடியில் இருந்தான். அப்பாவின் பூர்வீக வீடு. ராணியும் அவர்களுடன்தான் இருந்திருந்தாள். பேறுகாலத்திற்காக தாய்வீட்டுக்கு வந்திருந்தாள் இப்போது - இது அவளுக்குத் தலைப்பிரசவம் என்பதால்.

குணசீலனின் அப்பா போஸ்ட்மாஸ்டராகப் பணிசெய்து ஓய்வுப் பெற்றவர். ஐந்து வருடங்கள் ஆகின்றன. அவர் பணி ஓய்வுப்பெற்று வீட்டுக்கு வந்தபோது அவருடன் ஆஸ்துமாவும் ஒட்டிக்கொண்டு வந்திருந்தது. நல்லவேளையாக அம்மா இன்னும் தளர்ந்துவிடவில்லை. அவருக்குப் பாடுபார்க்கிற அளவுக்குக் கதியாக இருந்தாள். வியாதி முற்றி அப்பாவை அலைக்கழிக்கிற நேரங்களில் அவரை மருத்துவமனைக்கும் வீட்டுக்குமாய் கூட்டிக்கொண்டு சென்றாள். குணசீலன் வள்ளியூர் வங்கியில் பணிசெய்துகொண்டிருந்தான்...எழுத்தர் பணி. பணகுடி யிலிருந்து எட்டு கிலோமீட்டர் தூரம். தினமும் வீட்டிலிருந்து பணிக்குப் பேருந்தில் சென்றுகொண்டிருந்தான். அப்பாவுக்கு ரொம்பவும் 'திட்டு முட்டு' அடிக்கிற நேரங்களில் அவன் விடுமுறைப் போட்டுவிட்டு அவரை மருத்துவமனைக்குக் கூட்டிக்கொண்டு போகவும், அவரின் அருகிலிருந்து உபசரிக்கவுமாக தன்னை முழுமையாக ஈடுபடுத்திக்கொண்டான்... அம்மாவுக்கும் ஒத்தாசனைப்பண்ணினான்.

ராணி பணகுடியிலிருந்தவரைக்கும் அவனுக்கு அந்த சீண்டரம் இருந் திருக்கவில்லை. அவளே அப்பாவை ஆசுபத்திரிக்குக் கூட்டிக் கொண்டு செல்லவும், அம்மாவுக்குத் தன்னால் ஏண்ட சோலி களைச் செய்து கொடுக்கவுமாக அனுசரணையாக இருந்தாள். ராணி இப்போது அங்கு இல்லாதிருந்ததால் அவன் கஸ்டப்பட வேண்டிய திருந்தது. நேற்று ராத்திரிகூட அவரை மருத்துவமனைக்குக் கூட்டிக் கொண்டு போய் விட்டுத்தான் வந்திருந்தான். அவருடன் சாமம்வரைக்கும் மருத்துவ மனையில் உட்கார வேண்டியதாயிற்று அவனுக்கு.

''சரி எந்திரிங்க...பின்னால தொட்டிலதண்ணிக் கெடக்கு... குளிச் சிட்டு வாங்க. சாப்புடலாம்''

குணசீலன் சடவாக எழுந்துபோய் குளித்துவிட்டு வந்தான். தடபுட லாய் லுங்கிக்கு மாறிக்கொண்டான். உளுந்தப் பருப்பைத் தூக்கலாகப் போட்டு சாம்பார் வைத்திருந்தாள் ராணி. சாம்பாருக்கே உளுந்தம் பருப்புதான் தனி ருசியைத் தரும். கூடவே முருங்கைக்காய் கூட்டுவேறு.

பேருந்தில் வந்திருந்த களைப்பு அவன் பசியை அதிகப்படுத்தியிருந் தது. வயிறுமுட்டச் சாப்பிட்டுவிட்டு ஓய்வெடுக்க வெளித்திண்ணைக்கு வந்தான். அவன் வந்திருந்தது சோமுக்கு எப்படியோ வேர்த்துவிட்டிருந்தது. ''மச்சான் வாங்க. எப்ப வந்தீய?''. தன் வீட்டு வாசலில் நின்றிருந்தவன், வாய் நிறையக் கேட்டுக்கொண்டே மின்னல் பாய்ச்சலில் ஓடிவந்தான்.

''இப்பந்தான் மாப்ள? எப்படி இருக்க?''

''எனக்கென்னக் கொறச்சல்? நா நல்லாத்தான் இருக்கென். நீங்கதான் மெலிஞ்சிப்போனது கெணக்காத் தெரியுது மச்சான்''

குணசீலனின் பக்கத்தில் வந்து நெருக்கமாய் உட்கார்ந்துகொண்டான் சோமு. இனி அவர்களின் பேச்சு ஊர் உலகத்தைச் சுற்றிவரும் என்பதை அந்தத் திண்ணை அறிந்திருந்தது. ஏனெனில், அதுதான் அவர்களை அத்தனை நேரமும் தாங்கிக்கொண்டிருக்கப்போகிறது. அவர்களின் சவுகரியத்திற்காகவே காற்று மேற்கிலிருந்து சன்னமாய் வீசிக்கொண்டிருந் தது... மேனிகளையும் சுவாசங்களையும் இதமாய் சுகப்படுத்தும் காற்று. தெருவின் மத்தியில் நின்று பகட்டாய் ஒளிர்ந்து கொண்டிருந்த விளக்கின் மஞ்சள் வெளிச்சம் தெருவில் வருவோரையும் போவோரையும் - அவர்கள் கறுப்பாக இருந்ததாலோ என்னவோ - தெளிச்சலாய் காட்டிக் கொண்டிருந்தது.

''என்ன மாப்ள...ஊர்ல என்ன விசேசம்? கொடக் காரியங்கள்லாம் சிறப்பா முடிஞ்சிருச்சின்னு நெனைக்கேன் - நா இங்கதான இருந்தேன். நா ஊருக்குப் போனப்பெறகு தகராறு ஏதும் உண்டா?''

''இல்ல மச்சான். அவனுவ செடிக்குள்ள வுழுந்த பனங்கா மாரி கம்முனுக் கெடக்கானுவ. எப்பொம் எந்திரிப்பானுவன்னு தெரியல. காசித் தாத்தாவையும் அவரு மகனையும் விசாரணைக்கு பொதன் கெழம நாங்குநேரிக் கோட்டுக்குக் கொண்டுவரப் போறாங்களாம்... கேள்விப்பட்டென். அவியளப்போய்ப் பாத்திட்டு வரலாமின்னு இருக்கென்.''

''அப்படியா? பாத்திட்டு வா. செலவுக்குப் பணம் தரேன்''

அங்கிருந்து நாங்குநேரி ஏறக்குறைய முப்பது கிலோமீட்டர் தொல வெட்டில் இருந்தது. களக்காட்டுக்குப்போய் அங்கிருந்து வேறு பேருந்தில் ஏறி நாங்குநேரிக்குச் செல்லவேண்டும்.

சோமு வெள்ளந்தியாக சிரித்துக்கொண்டான்... குணசீலன் தரவிருக் கும் பணத்தை ஏற்றுக்கொள்கிறேன் என்று சம்மதம் தெரிவிக்கும் சிரிப்பு. இதற்குள் நாலைந்து பேர்கள் குணசீலனிடம் வந்து நின்று இணக்கமாய் குசலம் விசாரித்துக்கொண்டனர். அவர்களிடம் தன்மையாக அவனும், ''ஆமா மாமா...நல்லா இருக்கேன்...இப்போதான் வந்தென். நீங்க நல்லா இருக்கீங்களா? ஆமா சித்தப்பா. இப்போதான் வந்தென். நீங்க நல்லா இருக்கீங்களா?'' என்று ஆளாளுக்குப் பதில் சொல்லிவிட்டு அவர்களை குசலம் விசாரித்துக்கொண்டான். சிலர் அவனருகில் வந்து சிநேகமாய் உட்கார்ந்துகொண்டனர். சிலர் அத்தோடு போய் விட்டிருந் தனர்.

வீட்டுக்குள்ளிருந்து சாவதானமாய் வெளியேவந்து நின்ற செல்லப்பா சோமுவைப் பார்த்து கருக்கடையாய் சொன்னார்: ''எல சோமுப்பயல... நாளைக்கு எட்டாங்கெழமச் செலவு... ஞாபகமிருக்கில்ல?''

‘‘ஆமா சித்தப்பா’’

‘‘நாளைக்குக் காலம்பறவே களக்காட்டுக்குப்போயி சாமாங்கள வாங்கிட்டு வந்திரணும்...அயித்திராத என்ன?’’

‘‘சரிப்பா?’’

‘‘ஓங்கூட நானும் வருவென்... பயப்படாத.’’

‘‘எனக்கென்ன பயம் சித்தப்பா?’’

‘சித்தப்பா’ மீண்டும் வீட்டுக்குள்ளே போய்விட்டிருந்தார். வயதானக் காலம்... சடவாக இருக்கவேண்டும் அவருக்கு. எங்கேயாவது கட்டையைச் சாய்த்துக்கொண்டால் தேவலை.

அம்மனுக்குப் பாத்தியப்பட்டது செவ்வாய்கிழமைதான். போனச் செவ்வாய்க்கிழமை அம்மனுக்குக் கொடைவிழா ஆரம்பித்திருந்ததால் இந்த செவ்வாய்க்கிழமை அவளுக்கு தீபாராதனைக் காட்டவேண்டும்... எட்டாம் கிழமைச் செலவு. படையல் போடவேண்டும். கையோடு அம்மனுக்கு ஒரு பாயசமோ கூழோ வைத்து தெருச்சனங்களுக்குப் பந்திப் பரிமாறவேண்டும்.

‘‘நாளை காலைல களக்காட்டுக்கு ஒங்கூட நானும் வரேன் மாப்ள... வீட்ல சும்மாதான இருப்பேன்’’

‘‘அதுக்கென்ன? வாங்க போவோம்’’.

12

கோயிலுக்குள் ஏகத் தடபுடலாக வேலைகள் நடந்து கொண்டிருந்தன. அம்மன், சாமிகளுக்கு முன்னால் விரித்திருந்த இலைகளில் தேங்காய் பழங்களையும், இனிப்புப் பதார்த்தங்களையும் கருக்கடையாய் படர்த்திவைத்துக்கொண்டிருந்தார் செல்லப்பா. அம்மன், சாமிகளுக்கு உடைகள் உடுத்தி, அவற்றின் நெற்றியில் சந்தனம், குங்குமத்தால் பொட்டுகள் வைத்தார். தீபாராதனைக் கரண்டியில் தகிக்கும் கங்குகளோடு சித்திரை நின்றிருந்தான். சோமு கையில் சிறுமணி பிடிமானமாயிருந்தது. அதே நேரம் கோயில் மத்தியில் தகதகவென எரிந்துகொண்டிருந்த அடுப்பில் பாயசம் வெந்துகொண்டிருந்தது. பெருமாள்சாமிதான் அதற்குத் தீப் போட்டுக்கொண்டிருந்தது.

ஏகதேசம் ஊர்ச் சனங்கள் எல்லோரும் கோயிலுக்குள் திமுதிமுவெனக் கூடியிருந்தனர். குணசீலன் ராணியோடு கோயிலின் கிழக்குப் பக்கச் சுவர் ஓரம் உட்கார்ந்திருந்தான் - வழமைப்பேசிக்கொண்டு. காலையில் அவனும் சோமுவும் சேர்ந்துதான் களக்காட்டுக்குச் சென்று பூஜைக்குரிய சாமான்களை எல்லாம் வாங்கிவைத்து ஓர் ஆட்டோவில் போட்டுக் கொண்டு வந்திருந்தார்கள். செல்லப்பாவுக்கு பண்ணையார் வயலில் வேலை இருந்தது. அதுவே குணசீலனுக்கு சோமுவுடன் செல்வதற்குத் தோதாகப்போயிருந்தது. வேலை முடிந்து சாயந்தரந்தான் வீட்டுக்கு வந்தார் அவர்.

''ஏ, ஒருத்தன்போயி தெய்வான அம்மனுக்கும் பணிவடச் செய்யுங் கப்பா. தேரம் கடந்துகிட்டிருக்கில்லா?''

தன் பக்கத்தில் நின்றிருந்தவர்களைப் பாராமுகமாக விரட்டினார் செல்லப்பா. போனவாரம் அம்மனுக்குக் கொடைவிழா நடத்திய போதுதான் தெய்வானைக்கும் விழா எடுத்திருந்தார்கள். விதிப்படி அவளுக்கும் எட்டாங்கிழமைச் செலவு இன்றைக்கு உண்டு. தெய்வானைக் கோயிலுக்கும் சேர்த்தே காலையில் சாமான்களை வாங்கிக்கொண்டு வந்திருந்தார்கள்.

''சரிண்ணே. அங்கப்போயி நாப் பண்றேன்''

கோயில் வாசலில் குவித்துவைத்திருந்த சாமான்களில் தேவையான வற்றை எடுத்துக்கொண்டு தெய்வானையை நோக்கிப் போனார் சித்திரை. அவருக்கு ஒத்தாசனைக்கு பெருமாள்சாமி போனார். தெய்வானையாய் நின்றிருந்த குத்துக்கல்லைக் கழுவவும், செத்தநேரத்தில் அது காய்ந்ததும் அதன்மேல் பச்சை நிறத்தில் ஒரு பட்டுத்துணியைக் கட்டவுமாக தன் வேலையைத் துரிதப்படுத்தினார் சித்திரை. பெருமாள்சாமி ஓடிச்சாடி தெய்வானைக்குமுன் படையல்போடவும், படையலில் பத்திகள் கொளுத் திவைக்கவுமாகச் சுறுசுறுப்பானார். அவர் பக்கத்தில் தரையில் உட்கார்ந் திருந்த சாம்பிராணிக் கரண்டியில் தணல் கங்குகள் தகதகத்துக் கொண்டி ருந்தன. அவ்வப்போது கங்குகளிலிருந்து கிளர்ந்த சாம்பிராணிப் புகை மேகக் குவியல்களாய் மேலெழும்பிக்கொண்டிருந்தது. பாயசம் வெந்து கொண்டிருந்த அடுப்பிலிருந்து சோமுதான் கரண்டியில் கங்குகளை அள்ளிப்போட்டுக்கொண்டு வந்திருந்தான்.

அம்மன்கோயிலில் மணியடித்தது. செல்லப்பாதான் தன் கையில் சிறு மணியைப் பிடித்து அம்மனிடமும் சாமியிடமும் குலுக்கிக்கொண்டு போனார்... கோயில் வளாகமே சன்னமாய் குலுங்கியதுபோல ஓர் அதிர்வு. அவரின் கையிலிருந்த தீபாராதனை கரண்டியிலிருந்து கிளர்ந்தெழுந்த புகைக்கீற்றுகளை அம்மன் சாமிகளுக்குமுன் ரொம்பநேரம் தவழ விட்டார். கோயில் வளாகம் புகைமண்டலமாய் மாறிற்று. அந்தப்

புகைமண்டலத்தின் நடுவிலும் சனங்கள் அம்மனுக்கு முன்னால் பக்திப் பரவசத்தோடு நின்று கும்பிட்டுக்கொண்டிருந்தனர்.

குணசீலனை தனியே விட்டுவிட்டு தன்னிச்சையாய் எழுந்துவந்த ராணியும் மற்றவர்களுடன் கலந்துகொண்டு நின்று அம்மனைப் பயபக் தியோடு கும்பிட்டாள். குணசீலனைக் கூப்பிட்டால் அவன் வரமாட்டான் என்பது அவளுக்குத் தெரிந்திருந்தது.

அம்மன் சாமிகள் ஆடுவோர் யாருக்கும் அருள் வந்திருக்கவில்லை. அது என்னவோ மேளத்தைத் தட்டினால்தான் ‘நான் முந்தி, நீ முந்தி’ என்று போட்டிப் போட்டுக்கொண்டு ஆட வந்துவிடுகிறார்கள். எளப்பமாக நினைத்து முறுவலித்துக்கொண்டான் குணசீலன்.

எல்லோரின் கைகளிலும் வரிசைக்கிரமமாக திருநீறைத் தந்து அனுப் பிக்கொண்டிருந்தார் செல்லப்பா.

கோயிலில் மணியடிப்பு நின்றிருந்தது. போதும், அம்மன் சாமிகளுக்கு இதுவரை செய்திருந்தப் பணிவடைகள்... அவர்கள் மனநிறைவோடு ஏற்றுக்கொண்டிருப்பார்கள் என்று சிலாக்கியமாக நினைத்துக் கொண்டார் செல்லப்பா. அடுத்து தெய்வானையின் தேவையை நிவர்த் திச்செய்வதே முறையானது என்ற தீர்மானத்தில் கோயிலைவிட்டு வெளியே வந்தார். அவரைத் தொடர்ந்து குணசீலனும் ராணியும் வந்தார் கள், தெய்வானைக் கோயிலுக்கு.

இப்போது தெய்வானைக் கோயிலில் மணிச்சத்தம் பலமாக முழங் கியது. புகைந்துகொண்டிருந்த தீபாராதனைக் கரண்டி ஒரு கையிலும், மறு கையில் மணிக் குலுக்கலுமாக குத்துக்கல்லுக்கு முன்வந்து நின்றி ருந்தார் சித்திரை. அங்கேயும் படையாய் சனங்கள் திரண்டுவந்து நின்றி ருந்தனர். சாம்பிராணிப் புகையின் நறுமணம் சனங்களை கிறங்க வைத்துக்கொண்டிருந்தது.

அதை அவர்கள் எதிர்பார்த்ததுதான்... தெய்வானையைக் கும்பிட்டுக் கொண்டு நின்றிருந்த சந்திரமதிக்கு சன்னம்சன்னமாய் ஆட்டம் வந்து கொண்டிருந்தது. சிறிது நேரத்தில் அவளிடமிருந்து ஆவேசமாய் வெளிப் பட்ட ஊளைச் சத்தமும், கலகலவென்று சிதறி ஓடியச் சிரிப்பும் எல்லேரை யும் கிலிப்பிடிக்க வைத்துக்கொண்டிருந்தன.

அங்கே குணசீலன் கண்ட காட்சிதான் அவனுக்குக் குழப்பத்தைத் தந்தது. சன்னதம்கொண்டு ஆடிய சந்திரமதிக்கு முன்னே சுப்புலச்சுமி - கொம்பையாவின் பொஞ்சாதிக்காரி - குதங்கலாக நின்றிருந்தாள். கைக்கூப்பி வணங்கிக்கொண்டிருந்த அவளுக்குப் பக்கத்தில் மறுதலிப்பாய் அவளின் பத்துவயசுப் பெண்பிள்ளை முகம் தாழ்த்தி வதங்கலாக நின்றி ருந்தது.

சுப்புலச்சுமி தேம்பித் தேம்பி அழுதுகொண்டிருந்தாள்.

மீண்டும் அதிவேகத்தில் முழங்கிய ‘தெய்வானை’யின் ஊளை சுற்றுப் புறங்களையே அதிரவைத்தது. சனங்களும் அதிர்ந்துபோனார்கள். அருள் உச்சத்தில் ஏறியிருந்தது அவளுக்கு...‘அடே...’என்று வெடித்த அவளின் திடீர் அதட்டலில் மணிக் குலுக்கல் சடக்கென்று நின்றுபோனது.

‘‘என்னையப் பரிகசிக்க வந்து நிக்கியா? சொல்லு, இப்போ எதுக்கு வந்து நிக்க நீ?’’. சுப்புலச்சுமியைப் பார்த்து கர்ணகடூரமாய் கர்ஜித்தாள் தெய்வானை- சந்திரமதி. சந்திரமதியின் கண்கள் தணல்களாய் தகித் துக்கொண்டிருந்தன. அவற்றை எதிர்கொள்ளும் கண்களை எரித்துச் சாம்பலாக்கிவிடும் வெக்கை, அந்தக் கண்களில் அனலாய் வீசிக் கொண்டிருந்தது. ஊதிப் பெருக்கவைத்தப் பலூனைக் கெணக்கா முகத்தை உப்பலாக வைத்திருந்தாள் சந்திரமதி. அடிஉதட்டைப் பற்கள் அழுத்த, அதை உள்நோக்கி விறைப்பாக மடித்திருந்தாள்.

சுப்புலச்சுமி அரண்டுவிடவில்லை. தன்னக்கட்டி நின்றுகொண்டு கேவலுடனே வார்த்தைகளை உதிர்த்தாள். வார்த்தைகள் திக்கித்திணறித் தான் வெளிவந்து விழுந்தன...

‘‘ஒன்னையப் பரிகசிக்க எனக்குத் தகுதி ஏது தாயே. நீதான் என்னையப் பரிகசிக்கவும், பரிசோதிக்கவும் செய்யுத’’

‘‘தப்பு செஞ்சாத்தான் தண்டனக் கெடைக்கும். தப்புச் செய்யாட்டி தைரியமா இருக்கலாம்’’

‘‘இந்தப் பச்ச மதல, என்னத் தப்ப செஞ்சிரும்? ஏங் அதோடக் கெடந்து மல்லுக்கட்டுத? ஏற்கெனவே ஒரு பெரிய குருமானோட உசிர நீ பறிச்சது போதாதா? இந்தச் சின்னக் குருமானோட உசிரையுமா எங்கிட்டயிருந்து புடுங்க நெனைக்க? என்னைய அனாதையா வுட்டிரணுமிங்கதுதான் ஒன்னோட ஆசையா? அப்படின்னா இந்தா...நா ஒன் முன்னாலத்தாம் வந்து நிக்கென்... எங் உசிரையும் எடுத்துக்க. நிம்மதியா செத்திட்டுப் போறென். ஒன்னால எங் குடும்பமே இல்லாமப் போவட்டும். தாயே என்னைய நீ...’’

வார்த்தைகளைத் தொடர்வதற்கு முடியவில்லை அவளுக்கு. ‘வீக்கிரு வீக்கிரு’ என்று சத்தமெழ அழுதாள். அங்கிருந்த எல்லோரையும் அவள் மேல் இரக்கப்படவைத்த அழுகை அது. ஆனால் அவள் எதற்காக அழுகிறாள் என்ற காரணம்தான் யாருக்கும் புரிபடாததாகவே இருந்தது.

குணசீலன் ராணியின் முகத்தைப் பார்த்து பேந்தப்பேந்த விழித்தான்.

‘‘ஒரு வாரத்துக்கு முன்னதான புருசனப் பறிகொடுத்திருந்தா. இப்போ என்னாச்சி அவளுக்கு? ‘பச்ச மதலெங்கா...உசிரப் புடுங்க நெனைக்கியா?’ங்கா?’’

“யாருக்குத் தெரியும்? பாப்பொம், எப்படி வராள்னு” ராணி சமாதானமாய் சொல்லிக்கொண்டாள்.

மீண்டும் சந்திரமதி பெருங்குரலெடுத்து ஊளைச் சத்தம் போட்டாள். இப்போது வட்டமாய் வளையம் வந்து தன் வழக்கமானப் பாணியில் ஆட்டத்தைத் தொடங்கியிருந்தாள். ஆட்டத்தோடு ஆட்டமாய் ஆவேசத்துடன் தன் பதிலையும் உதிர்த்துக்கொட்டினாள்...

“ஓம் மதலையோட உசிர நா நோகடிக்கல”

“பின்ன? நீதான எம் புருசனக் கொன்ன? அவரு செத்ததப் பாத்த நாள்லருந்துதான் எம் மொவா கெலிப்பிடிச்சி, சாப்பிடாமக் கொள்ளாம கொலப்பட்டினியாக் கெடக்கா. நானும் எத்தனையோ ஆசுபத்திரி ஏறி எறங்கியாச்சி. ரெண்டு மூணு வைத்தியமாருவக்கிட்டயும் கூட்டிக் கிட்டுப்போயிக் காட்டியாச்சி. யாருக்கும் அவா நோயி அகப்பட மாட்டங்கு. எல்லாரும் நீதாம் காரணமிங்காவா. எம் மகள எனக்குக் குடு தாயே. என்னைய அனாதையாக்கிராத. வருசந்தோறும் ஒங்காலடிக்கு வந்து என்னால ஏண்ட மட்டும் பணிவடச் செய்யிதேம். என்னைய வங் கொலையா தவிக்க வுட்டிராத.”

தெய்வானையின் கால்களில் நெடுஞ்சாண்கிடையாக விழுந்தாள் சுப்புலச்சுமி. அவளால் பொருதிக்காக்க முடியாதிருந்தது. ஒருவாரமாக - கொம்பையா கொலைசெய்யப்பட்டு இறந்திருந்த நாளிலிருந்து - அவளின் ஒத்தைக்கொரு பிள்ளை கஞ்சித்தண்ணி குடிக்காமல் கொலைப் பட்டினியாய் கிடக்கிறது, நடக்க ஆவியில்லாமல்...பேச முடியாமல்... பொசலாந்துபோய். அந்தக் குழந்தையும் அவள் கையைவிட்டுப் போய் விடக்கூடாதே என்று தவிதாயப்படுகிறாள் சுப்புலச்சுமி.

குணசீலனுக்கு இப்போதுதான் விசயம் புரிந்தது. ஆனாலும் அவனுக் குள் மறுக்கடியாக இருந்தது... அப்படியென்றால் இன்னும் இவள் தன் புருசனைக் கொன்றது தெய்வானை என்றுதான் நம்பிக்கொண்டிருக் கிறாளோ என்பதை நினைத்து மறுக்கடி. அப்படியென்றால் கொம்பை யனைக் கொன்ற காசி மற்றும் சிங்காரத்தின்மீது இவளுக்கோ, இவள் தெருக்காரர்களுக்கோ கருமிசம் இருக்காதா?

“எல்லாரும் ஏங் ஊமக் கெணக்கா வாயப்பொத்திக்கிட்டு நிக்கிய? வாயிலக் கொளக்கட்டையவாப் போட்டிருக்கிய? சத்தமா ஒரு கொலவப் போடுங்களேம்”. பொம்பளைகளைப் பார்த்து சித்திரை சத்தம்போட்டுச் சொன்னார்.

பொம்பளைகள் குலவையிட்டார்கள். தெய்வானை ஊளையிட்டது கெணக்காவே அவர்களின் குலவைச் சத்தமும் இரைச்சலாய் முழங்கியது.

தொலைந்துபோயிருந்த எதையோ கண்டுபிடித்துவிட்டவளைக் கெணக்கா சடக்கென்று சுதாரித்து நின்றுகொண்ட சந்திரமதி - தெய்வானை - தன் பீடத்திற்கு முன்னிருந்த திருநீற்றுக் கொப்பரையைக் குனிந்து கையிலெடுத்துக்கொண்டாள். நெடுசாண்கிடையாகக் கிடந்திருந்த சுப்புலச்சுமியை விருட்டென்று நெருங்கினாள்.

தன் அருகில் நெருங்கிவந்த தெய்வானையின் அணக்கம் அசரீரியாய் தட்டுப்பட்டிருக்கவேண்டும் சுப்புலச்சுமிக்கு... நிதானமாக எழுந்து நின்றாள்.

திருநீற்றுக் கொப்பரையிலிருந்து கொத்தாகத் திருநீறை அள்ளிய தெய்வானை அதை அப்படியே சுப்புலச்சுமியின் கையில் திணித்தாள்.

''ஓம் மொவளோட மொகத்திலப் பூசி விடு...செத்தம் அவளோட வாயிலயும் குடு. பயப்படாம வீட்டுக்குக் கூட்டிக்கிட்டுப் போ. நாளக் காலையிலருந்து அவா நல்லா சாப்பிடுவா''

தெய்வானைச் சொன்னது கெணக்காவே திருநீறைத் தன் மகளின் முகத்தில் செழம்பரப் பூசிவிட்டாள் சுப்புலச்சுமி. செத்தம்போல அவள் வாயிலேயும் தின்னக் கொடுத்தாள்.

''போ...சந்தோசமா வீட்டுக்குப் போ. உனக்கு நா இருக்கென்''

''இப்படித்தாம் எம்புருசங்கிட்டயும் சொன்ன. ஓனக்குக் கான்கிரீட்டால மண்டபம் கட்டித் தரச்சொன்ன. அவரும் தரணுமின்னுதான் நெனச்சிருந்தாரு. அவரோட உசிருக்குப் பாதுகாப்புத் தரலையே தாயே நீ. அத மாரி எம் மொவா விசயத்திலயும் இருந்திராத அம்மா''

''கள்ளன் பெரிசா? காப்பாம் பெரிசா?''

''கள்ளன்தாம் பெரிசு தாயே''

''அதாம் ஓம்புருசன் விசயத்துல நடந்துபோச்சி. இனி அப்படி நடக்காது... போ''

மீண்டும் தெய்வானையைக் கையெடுத்துக் கும்பிட்டுவிட்டு தன் குழந்தையைக் கையணைப்பாய் கூட்டிக்கொண்டு வெளியேறிப் போனாள் சுப்புலச்சுமி. அவள் போனபிறகு இடம் கலகலத்துக்கொண்டது. ஒருவருக்கொருவர் குசுகுசுவென்று பேசி ஆராய்ச்சிப் பண்ணிக் கொண்டிருந்தார்கள்.

சிரத்தையோடு கும்பிட்டுக்கொண்டு நின்றிருந்தவர்களுக்கெல்லாம் வரிசைக்கிரமமாக திருநீறு கொடுத்துக்கொண்டு வந்தாள் தெய்வானை.

அவ்வப்போது அவளிடம் கோரிக்கை வைத்தவர்களுக்கும் குறைச்சலில்லாமல் வரங்களைக் கொடுத்துக்கொண்டிருந்தாள்.

அதோ இதோவென்று தெய்வானை ஆடிமுடிவதற்கு ஒன்பது மணி சொச்சம் ஆகியிருந்தது. அதற்குப் பிறகே கோயிலுக்குள் வைத்துப் பாயசம் பரிமாறப்பட்டதும்...சாப்பிட்டுவிட்டு எல்லோரும் அவரவர் வீட்டுக்குப் போனதும்.

13

இரண்டு மாதங்களாய் இதுவே சோலியாகப் போயிருந்தது குணசீலனுக்கு. வாரந்தோறும் சனிக்கிழமை சாயந்தரத்தில் ராணியைப் பார்க்க வருவதும்... திங்கட்கிழமை காலையில் அங்கிருந்து புறப்பட்டுப் போவதுமாய் - இரண்டு மாதங்களாய் இதுவே சோலியாகப் போயிருந்தது.

அந்த வாரத்தில் அன்று காலையில்தான் ராணியின் ஊரிலிருந்து திரும்பி வந்திருந்தான். நேராகப் பணகுடிக்குச் சென்று அப்பாவையும் அம்மாவையும் பார்த்துவிட்டு அவசரஅவசரமாய் பணிக்குச் சென்றிருந்தான்.

அவன் பணியில் மும்முரமாக ஈடுபட்டிருந்தபோது சரியாக மாலை மூன்று மணிக்கு ராணியிடமிருந்து செல்போனில் அழைப்பு வந்தது அவனுக்கு.

''என்ன இந்த நேரத்துல? நா டூட்டியில இருக்கேன்''

''என்னைய களக்காடு சுகம் ஆஸ்பத்திரியில சேத்திருக்காங்க. வலி அதிகமா இருக்கு. இன்னிக்கு ராத்திரியே பேறுகாலம் ஆயிருமின்னு டாக்டரம்மா சொல்றாங்க''

''அப்படியா? சரிம்மா. நீ தைரியமா இரு. சாயந்தரம் டூட்டி முடிஞ்சதும் கரெக்ட்டா ஆறுமணிக்கு வந்திடுறேன். இடையில வேலைய விட்டுட்டு வரமுடியாது - ஒனக்குத் தெரியுமில்ல? ஓகேவா?''

''சரிங்க. சீக்கிரம் வந்திருங்க''

மாலையில் பணி முடிந்ததும் நேராகப் பேருந்து நிலையத்திற்குப்போய் பேருந்தில் ஏறி களக்காடு சுகம் மருத்துவமனைக்கு வந்தான்.

அவனை எதிர்பார்த்துக்கொண்டு மருத்துவமனை வாசலில் மாரியப்பன் நின்றிருந்தான் - அவனின் மைத்துனன். குணசீலனைக் கண்டதும்

வறட்சியாகச் சிரித்துவிட்டு ராணியைச் சேர்த்திருந்த பிரசவ அறைக்கு அழைத்துக்கொண்டு போனான்.

‘‘டெலிவரி நார்மலா ஆயிருமிங்காங்களா எப்படி?’’

‘‘முடியாதாம். கொழந்த தலமாத்திக் கெடக்காம். ஆபரேசன்தான் பண்ணனுங்கறாங்க’’

குணசீலனுக்குக் ‘கெதக்’கென்றிருந்தது. ஆபரேசன் பண்ண வேண்டுமா? தன் உடம்பில் கத்தியை வைத்தால் ராணி தாங்குவாளா? அளவளப்பாயிருந் தது குணசீலனுக்கு.

‘‘ராணி இப்போ எங்க இருக்கா?’’

‘‘அவள ஆபரேசன் தியேட்டருக்குள்ள கொண்டு போயிட்டாங்க... அஞ்சு நிமிசம் இருக்கும். சீக்கிரம் ஆபரேசன் பண்ணி ஆவணுமாம்... இல்லன்னா தாய்க்கு ஆபத்துன்னாங்க. நாங்க சரின்னிட்டொம்’’

‘‘தாய்க்கும் குழந்தைக்கும் உயிருக்கு ஆபத்தில்லாம இருக்கணும்’’

பிரசவ அறைக்குமுன் கிடந்த சேர்களில் ராணியின் அம்மா அப்பா ரெண்டுபேரும் பதற்றத்துடன் உட்கார்ந்திருந்தார்கள். குணசீலனைக் கண்டதும் மரியாதை நிமித்தம் எழுந்து நின்றார்கள்.

‘‘வாங்கய்யா...செத்த மின்னாடிதாம் ராணிய அறைக்குள்ள கொண்டு கிட்டுப் போயிருக்காவா. ஆபரேசன் பண்ணாம முடியாதின்னிட்டாவா. கடவுள் வுட்ட வழின்னு நாங்களும் சரின்னிட்டோம். சேருல உக்காருங் கய்யா’’.

வெறுமையாக்கியிருந்தச் சேரைக் குணசீலனுக்குக் காட்டினாள் வடிவு. யோசனையுடன்நடந்து வந்து சேரில் நிதானமாய் உட்கார்ந்துகொண்டான் குணசீலன். அவனுக்குள்ளும் பதற்றம் குடியேறியிருந்தது. பிரசவம் என்றாலே பெண்களுக்கு மறுபிறவிதானே. ஒரு குழந்தை மட்டும் புதிதாய் பிறக்கவில்லை...ஒரு தாயும் புதிதாய்தான் பிறக்கிறாள். தாயும் குழந்தையும் மறுபிறவி எடுத்து நலமாக வரவேண்டும் என்று மனதிற்குள் வேண்டிக்கொண்டான்.

‘‘அந்த தெய்வானக் கிட்டத்தாம் மனசுருகி வேண்டினென், ‘சொக மாப் பேறுகாலம் ஆவணும் தாயே...எம்புள்ளக்கிக் கத்தியக் கித்திய வச்சிரப்புடாதி’ன்னு. ஊருக்கெல்லாம் நல்லதச் செய்யுதா, எம்புள்ளய மட்டும் தவிக்க வுட்டுட்டாளே பாதவத்தி. அவளும் ஓரஞ்சாரமாத்தான நடந்துக்கிருதா?’’. தனியே நின்றிருந்த வடிவு குணசீலனுக்குக் கேட்கிற மாதிரியே புலம்பிக்கொண்டாள்.

மாரியப்பனின் மனைவி பூமாலை நிதானமாகப் படியேறி மேலே வந்துகொண்டிருந்தாள். ‘‘கொழந்த தலமாத்திக் கெடக்கின்னா

தெய்வான என்னச் செய்வா? பேசுதியளே பொசமுட்டிப்போயி. விதிச்ச விதிப்படிதான் எல்லாம் நடக்கும்''.

மேலே வந்தவிட்டிருந்தவள் குணசீலனைப் பார்த்து, ''வாங்கண்ணே...'' என்று தணிவானக் குரலில் வரவேற்றுக்கொண்டாள். அவனும் பதிலுக்கு, ''ஆமாம்மா...''என்று தலையைத் தாழ்த்திக் கூறிக்கொண்டான்.

குழல் விளக்குகள் பிரசாசித்துக்கொண்டிருந்த அந்த வராந்தாவில் திடீர்திடீரெனத் தோன்றி மறைந்த வெள்ளுடைத் தாதிகளின் சுறுசுறுப்பும், சோம்பறையாக நடமாடிக்கொண்டிருந்த நோயாளிகளின் முகஞ்சுளிப்புகளும் குணசீலனுக்குப் புதியனவாகத் தோன்றவில்லை. அவனின் அப்பாவுக்காக எத்தனை முறைகள் மருத்துவமனைகளில் மாச்சல் பார்க் காமல் ஏறி இறங்கியிருக்கிறான் அவன்! மருத்துவமனை என்றால் நோயாளிகளின் புகலிடம் மட்டும் அல்ல... வாழ்க்கையில் வீராப்பாய் பேசுபவர்களையும் கவலைப்பட வைக்கிற இடம். இன்பம் மட்டுமே வாழ்க்கையின் குறிக்கோள் என்று விட்டேத்தியாய் நம்புகிறவர்களை ஒருநாள் இதுபோன்ற மருத்துவமனையில் சும்மாவே கொண்டுவந்து இருத்திவைக்க வேண்டும் என்று வினயமாக நினைத்துக்கொண்டான்.

அரைமணி நேரம் கழித்து ஆபரேசன் தியேட்டர் கதவுத் திறந்தது. முகத்தில் வேர்வைகள் பூத்து நிற்க, வெள்ளுடை நர்ஸ் ஒருத்தி குண சீலனைப் பார்த்து - அவன்தான் கதவின் அருகில் கிடந்திருந்தச் சேரில் உட்கார்ந்திருந்தான் - மென்மையாகச் சிரித்துக்கொண்டாள். அவன்தான் குழந்தையின் தகப்பனார் என்பது புரிந்திருக்கவேண்டும் அவளுக்கு.

''உங்களுக்கு பெண்குழந்தைப் பிறந்திருக்குங்க''.

பூக்களைச் சிதறவிட்டதுபோல இதமாகச் சொல்லிக்கொண்டு நின் றாள். அவளும் பூ மாதிரிதான் மென்மையாக இருந்தாள்...வெள்ளைநிற மல்லிகைப் பூ.

''தாய் நல்லா இருக்காங்களா?'' ராணியைத்தான் அக்கறையாக விசாரிக் கத் தோன்றியது குணசீலனுக்கு... விசாரித்தும்கொண்டான்

''ஓ நல்லா இருக்காங்க. இப்போ மயக்கத்துல இருக்காங்க. மயக்கம் தெளிய கொஞ்ச நேரமாகும். அப்பொறந்தான் ரூமுக்குக் கொண்டு வரு வொம்''

அடுத்து அந்தக் கதவைத் திறந்துகொண்டு தாட்டியமான நர்ஸ் ஒருத்தி பளிச்சென வெளிப்பட்டாள். தொட்டிலாய் ஏந்திக்கொண்டு வந்த அவள் கைகளில் வெள்ளைத் துணியால் இறுக்கமாகப் போர்த்தப்பட்ட குழந்தை கிடந்திருந்தது - தன் கண்களைத் திறக்கமுடியாமல். அவளும் நேராகக் குணசீலனிடமே வந்தாள். அவன்தான் குழந்தையின் அப்பா என்பதைச்

சாடைமாடையாய் அறிந்திருந்தாள்போல. குழந்தையை அவன் கையிலே தந்தாள்.

‘‘இந்தாங்க... ஓங்கக் கொழந்தையப் பிடிங்க’’.

குழந்தையை வாங்கிக்கொள்வதற்கு அவனுக்கு தயக்கமாக இருந்தது. இதுவரை பச்சைக் குழந்தைகளை கையில் வாங்கியிராத அனுபவம் இப்போது தன் குழந்தையையும் வாங்கிக்கொள்ளவிடாமல் அவனைத் தடுத்தது.

‘‘வேண்டாம்...அவுங்கக்கிட்டக் குடுங்க. எனக்குப் பயமாயிருக்கு’’.

பூமாலையைக் காட்டிவிட்டு அரிச்சல்பட்டு ஒதுங்கி நின்றான். குழந்தை எங்கே போய்விடப்போகிறது? வீட்டில்வைத்து ஆசைத் தீர எடுத்துக் கொள்ளலாம் என்று தீர்மானித்து தன்னைத் தேற்றிக் கொண்டான்.

‘‘எம் மருமகள எங்கிட்டக் குடுங்க தாயீ...எம் மகனுக்குப் பொண்ணுப் பெத்துக் குடுத்திருக்கா எஞ்சம்மந்தி.’’

வெள்ளந்தியாய் சிரித்துக்கொண்டே குழந்தையைக் கைநீட்டி வாங்கிக்கொண்டாள் பூமாலை. வெள்ளைநிறத் துணிப் போர்த்தலில் சிவப்பு நிறப் பூப்பந்தாய் குழந்தைப் பளிச்சென்று தெரிந்தது. இப்போது எல்லோரும் அருகில் வந்து குழந்தையை ஆவலுடன் பார்த்தார்கள் - குணசீலன் உட்பட. எல்லோரின் முகத்திலும் பிரகாசமானச் சிரிப்பு ஒளிர்ந்தது.

குணசீலன் மனம் நிறைந்த சந்தோசத்துடன் குழந்தையை மறுகிமறுகிப் பார்த்தான். தானே மீண்டும் பிறந்திருந்ததுபோல எல்லையில்லாத சந்தோசம் அவனுக்கு. தன் குடும்பத்தில் புதிய வரவொன்று சிறகு முளைத்து பறந்து வந்திருந்ததாக நினைத்தச் சந்தோசம். கண்களை மூடி அமைதியாகக் கிடந்திருந்தது குழந்தை. தானே கண்களை மூடிக்கொண்டு அமைதியாகப் படுத்திருப்பதாக நினைவு மறுகிற்று அவனுக்கு.

‘‘குடுங்கம்மா குழந்தைய...வெளிய ரொம்ப நேரம் வச்சிருந்தா கொழந்த காத்தக் குடிச்சிரும். ரூமுக்கு வந்தப் பிறகு நல்லா பாத்துக் கிட்டே இருங்க’’

குழந்தையை வாங்கிக்கொண்ட நர்ஸ் மீண்டும் கதவைத் திறந்து கொண்டு ஆபரேசன் தியேட்டருக்குள் நுழைந்தாள்.

ஒருவாரம் கழித்தே ராணியையும் குழந்தையையும் வீட்டுக்கு விட்டிருந்தார்கள். அந்த ஒருவாரமும் குணசீலன் தினமும் பணிமுடிந்து நேராக மருத்துவமனைக்கே வந்துகொண்டிருந்தான். காலையில் மருத் துவமனையிலே குளித்து முடித்துவிட்டு நேராக அலுவலகத்திற்குப்

பயணித்தான். மாலையிலும் திரும்பிவந்து மருத்துவமனையிலே குளித்துக் கொண்டான். அவள் வீட்டுக்கு வந்தப் பிறகு அந்த அலப்பறை இல்லை அவனுக்கு. சுவாரஸ்யமாய் அவள் வீட்டிலே அவனுக்குக் குளிக்க முடிந்தது. அவள் வீட்டிலிருந்தே நேராக வங்கிக்குச் செல்லவும் முடிந்திருந்தது.

14

''இன்னுமா பொண்ணச் சோடிச்சிக்கிட்டு இருக்காவா? பொண்ணு வெக்கப்பட்டுக்கிட்டு உள்ளயே இருக்காளா? அவளப் பாக்கதுக்கு மாப்ளமாரு எல்லாரும் வெளியக் காத்துக்கிட்டு இருக்காவா...செழமா வெளியக் கூட்டிக்கிட்டு வாங்க அவள''

வயது முதிர்ந்தப் பொம்பளைகள் வக்கணையாய் குரல்கொடுத்து சிரித்துக்கொண்டார்கள். அவர்களுக்கு இசைவாய் சில ஆம்பளைகளும் ''அதான?'' என்று கேட்டு ஆதாளிப் பண்ணிக்கொண்டார்கள். இது சந்தோசத்தால் பொங்கி வழிகிற ஆதாளித்தனம்.

குணசீலன், அவன் மைத்துனன் மாரியப்பன், செல்லப்பா சகிதம் திண்ணையில் உட்கார்ந்திருந்து எல்லோருடைய முகங்களையும் சிநேகமாகப் பார்த்து சிரித்துக்கொண்டிருந்தார்கள். காற்றும் அவ்வப்போது சிலாத்தாய் மிதந்து வந்து அவர்களுடன் உட்கார்ந்து சிரித்துவிட்டுப் போய்க்கொண்டிருந்தது...குசும்புப் பிடித்தக் காற்று.

பதினொன்றாவது நாளில் குழந்தையின் இடுப்பில் கயிறுகட்டிக் குழுந்தைக்குப் பேரையும் விட்டுவிடவேண்டும் என்பது முறை. ஊரிலிருந்து குணசீலனின் அப்பாவும் அம்மாவும் வந்திருந்தார்கள்.

கருக்கல் முடிந்து இரவு துலங்குகிற வேளை. தெருவில் குழந்தைகள் கெந்தளிப்பாய் விளையாடிக்கொண்டிருந்தார்கள். ஆம்பளைகள் வரிந்து கட்டிக் கொண்டு வந்து செல்லப்பாவின் வீட்டுக்கு முன்னே திரண்டு நின்றும், உட்கார்ந்தும் பாடுபேசிக்கொண்டிருந்தார்கள். பொம்பளைகள் வீட்டு முற்றத்தில் குழுமிக்கொண்டு உட்கார்ந்திருந்தார்கள். கூரையின் முகப்பில் தொங்கவிட்டிருந்த குழல்விளக்கின் பிரகாசம் அவர்கள் எல்லோருடைய முகங்களையும் தெளிச்சலாகக் காட்டிக்கொண்டிருந்தது... ராசம்மா, பூவம்மா, சந்திரமதி - இன்னும் பலபேர்களின் முகங்களை.

''இந்தா... பொண்ணு வெளிய வந்துட்டுடோய்...மாப்ளமாருவ எல்லாரும் வந்து பாத்துக்குங்க...அப்பொறம் 'நாப் பாக்கல... நீ பாக்கல'ன்னு ஆவலாதிச் சொல்லக்கூடாது''

கிழம் ஒன்று வினயமாகக் குரல் கொடுக்கவும், கூட்டம் கலகண்டரமாகச் சிரித்துக் கொண்டது. உட்கார்ந்திருந்த சனங்கள் பொலபொலவென்று எழுந்து கொண்டு நின்றார்கள். உற்சாக மிகுதியில் எல்லோரும் முற்றத் திற்குத் திரண்டு வந்தார்கள்.

குழந்தையைத் தோளில் சாய்த்துக்கொண்டு முற்றத்திற்கு வந்தாள் குணசீலனின் தாய். அவனைப் போலவே நல்ல ஓங்குதாங்கலான உருவம் அவளுக்கு. பூந்துவாலையால் பொதிய மூடியிருந்தக் குழந்தையின் முகம் மட்டும் தளிராய் பளிச்சென்று திறந்திருந்தது. குணசீலனின் தாயோடு ராணியும் வடிவும் வந்து நின்றிருந்தார்கள்.

அந்தக் குழந்தையைத்தான் இதுவரைக்கும் அவர்கள் 'பொண்ணு' என்று கேலிப் பேசியிருந்தார்கள். அது தாத்தா, மச்சான் முறையுள்ள வர்கள் வக்கணையாய் பேசிக்கொள்வது.

எல்லோரும் சன்னம்சன்னமாய் வந்து நின்று குழந்தையின் முகத்தை ஆவலோடு பார்த்துவிட்டுப் போனார்கள்.

''பொண்ணு தூங்கிக்கிட்டிருக்கு. அது முழிச்சாத்தான தாலிக் கெட்ட முடியும்?''. தாத்தா முறையுள்ள பெருமாள்சாமி பரிகாசமாகச் சொல்லிவிட்டுச் சிரித்தார்.

குணசீலனின் அம்மாவையும் ராணியையும் மத்தியில் விட்டு அவர் களைச் சுற்றி மற்றவர்கள் நின்று கொண்டனர்.

''ஏ, தாய்மாமன்காரன் பொண்ணுக்கு மோதிரத்தப் போடப் போறானா? செயினப் போடப் போறானாப்பா? வா... வந்து, போடுறதப் போடு''. சித்திரை ஓரத்தில் நின்றுகொண்டு உற்சாகமாகக் குரல் கொடுத்தார்.

அவருக்குப் பக்கத்தில் நின்றிருந்த முக்குவீட்டு மாரியப்பன் கிண்ணா ரமாகச் சொன்னான்: ''என்னத்தப் போட்டாலும் அது கடைசி யில அவென் வூட்டுக்குத்தானப் போவப்போவுது. பொண்ணு அவெம் பையனுக்குத்தானப் பாத்தியப்பட்டவா''

''நீ சொல்லுதது நூத்துக்கு நூறு சரில. அதக்காவ இப்பா செய்ய வேண்டிய செய்மொறன்னு ஒண்ணு இருக்குலா?''. மூத்தவர் ஒருத்தர் தன்மையாக சொல்லிச் சிரித்துக்கொண்டார்.

ராணியின் அண்ணங்காரன் மாரியப்பன் திண்ணையிலிருந்து திடமாக எழுந்து வந்தான். கூட்டத்தை விலக்கிவிட்டு மத்தியில் போய் நின்றான். அவனோடு அவன் பொஞ்சாதி பூமாலையும் சேர்ந்து வந்து நின்றிருந்தாள்.

''எம் மருமொவா, நாங்க பூவக் குடுத்தாலும் அதப் பொன்னா நெனச்சிக்கிடுவா. என்ன மருமொவளே?''. குழந்தையின் கன்னத்தைச் செல்லமாய் தட்டிவிட்டு அசட்டுத்தனமாய் சிரித்துக்கொண்டாள் பூமாலை. மாரியப்பனும் கமுக்கமாய் சிரித்துவிட்டான்.

‘‘ஏ மாமியாரு பஞ்சப்பாட்டுப் பாடுறாள்டே’’. கூட்டத்தில் யாரோ ஒருத்தர் கூப்பாடுப் போட்டார்.

எல்லோரும் கலகலவெனச் சிரித்தார்கள். முற்றத்தைத் தாண்டி தெரு வில் வந்து விழுந்தது சிரிப்பு.

‘‘தாய் மாமன் மொதல்ல கீழ ஒக்காரு’’

சித்திரை தணிவான குரலில் உத்தரவிட, மாரியப்பன் தன் தோள் துண்டை தரையில் விரித்து அதன்மேல் சம்மணம்போட்டு உட்கார்ந்து கொண்டான்.

‘‘கெழக்கப் பாக்க ஒக்காருவே’’

இப்போதுதான் தான் உட்கார்ந்திருப்பது தெற்கு நோக்கி என்பது தெரிந்தது அவனுக்கு. சாயந்தரமே அடித்திருந்த சாராயம். இப்போது ‘சில்’ போதையில் இருந்தான். அசட்டுச் சிரிப்புடன் பிருட்டத்தை நகட்டி கிழக்காக உட்கார்ந்துகொண்டான்.

‘‘தாய்மாமன் கையில மருமொவளக் குடுங்க’’

குணசீலனின் அம்மா நிதானமாய் நடந்துவந்து மாரியப்பன் கையில் குழந்தையைக் கொடுத்தாள். குழந்தையை வாங்கி மடியில் பொன்னம் போல வைத்துக்கொண்டான் அவன். இரண்டு பிள்ளைகளுக்குத் தகப்ப னாய் இருந்தான். பிள்ளையை எப்படி வாங்குவது, எப்படி வைத்திருப்பது என்பதை அனுபவப்பூர்வமாக அறிந்திருந்தான்.

வீசிய மென்காற்றில் குழந்தை, முகம் சுளிப்பது தெரிந்தது.

‘‘பொண்ணு வெக்கப்படுதாடோய்’’ பெருமாள்சாமி கெந்தளிப்பாய் சொல்லிச் சிரித்தார். அவரைத் தொடர்ந்து மற்றவர்களும் சிரித்துக் கொண்டார்கள்.

மாரியப்பன் தன் சட்டைப் பைக்குள் கைவிட்டு சின்ன மோதிரம் ஒன்றை வெளியே எடுத்தான். இரண்டு கிராமில் செய்யப்பட்டிருந்த மோதிரம் அது. ‘‘எம் மருமொவளுக்கு என்னால இப்போ மோதிரந்தான் போட முடிஞ்சது. அவாப் பெரியப் புள்ளையா ஆனதும் செயினுப் பண்ணிப்போடுதன்’’.

குழந்தையின் இடதுகை நடுவிரலில் மோதிரத்தை நுழைத்துப் பார்த் தான். யானை வாய்க்குள் சுண்டெலிப் போனதுபோல இருந்தது, மோதிரத் திற்குள் குழந்தையின் விரல் போனபோது. சுண்டெலி பிடிமானமற்று கீழே கீழே விழுந்தது.

‘‘மோதரத்த வாங்கிக்கா ராணி. அவா பெரிசானப்போ வெரல்லப் போட்டு அழகுப்பாரு’’. செல்லப்பா தன்மையாய் கேட்டுக்கொள்ள,

நிதானமாய் குனிந்து மோதிரத்தை எடுத்து கைக்குள் வைத்துக் கொண்டாள் ராணி. அண்ணன் சின்னதாய் மோதிரத்தைப் போட்டது பற்றி அவளுக்கொன்றும் வருத்தம் இல்லை. அவளின் ஆசுபத்திரிச் செலவுக்கே அவன் அல்லாடிப்போயிருந்ததைப் பற்றி அரசல்புரசலாகத் தெரிந்திருந்தாள்.

''சரி...கொழந்தைக்குப் பேர் வுடணும். என்னப் பேரு வுடப்போறிய? முடிவுப்பண்ணிட்டியளா?''

இதையும் சித்திரைதான் சத்தம்போட்டுக் கேட்டார். இன்றைக்கு இன்னும் தெற்குத் தெருவுக்குப் போயிருக்கவில்லை அவர். குழந்தைக்குப் பேர்வைத்த சந்தோசத்தில் குணசீலனிடம் பணம் வாங்கிக்கொண்டுதான் சாராயம் குடிக்கப் போகவேண்டும் என்பது அவரின் திட்டம். இப்போது நிறையப் பேரின் திட்டமும் அப்படியாகத்தான் இருக்கவேண்டும் என்பது அவருக்குத் தெரியாமல் இல்லை. 'ஒரு விசேச நாளும் அதுவுமா சாராயம் குடிக்காவிட்டால் எப்படி?' என்பதே அவர்களின் வியாக்கியானமாக இருந்தது.

தன் எதிரே நின்றிருந்த குணசீலனிடம் அவனின் அம்மா கமுக்கமாகக் கேட்டாள்: ''குழந்தைக்கு என்னப் பேருடா விடப்போற? நீ முடிவுப் பண்ணி வச்சிருந்தா சொல்லு.''

அவன் முடிவுப்பண்ணி வைத்திருந்ததை எல்லோருக்கும் கேட்கும் படியாக சத்தம்போட்டுச் சொன்னான், ''தெய்வானை'' என்று.

15

''தெய்வானை!

தெய்வானை!

தெய்வானை!''

மூன்று முறைகள் அதன் காதுகளில் சத்தம்போட்டு சொல்லிக் கொண்டாள் குணசீலனின் தாய். மற்றவர்களும் அதை மனதார ஏற்றுக் கொண்ட மாதிரி முகங்களில் மகிழ்ச்சிததவழ, சொல்லிச் சிரித்துக் கொண்டார்கள்.

இரவு உணவு வேளைக்குப்பின் திண்ணையில் குணசீலன் தனித்திருந்த போது ராணி கேட்டாள் அவனிடம் பரிகாசமாக: ''எவ்வளவு நாகரிக

மானப் பேர்கள்லாம் இருக்கு. இந்தப் பேர்தானா ஒங்களுக்குக் கெடச்சது?''

''எம்புள்ளைய ஒரு வீராங்கனை மாதிரியாக்கும் வளக்கப்போறேன்... தெய்வான மாதிரி வீராங்கனையா.''

''ஒங்களுக்குத்தான் கடவுள் நம்பிக்கக் கெடயாதே. பிறகு எப்படி 'தெய்வானை'ன்னு...?''

''தெய்வான ஒரு மனுசித்தான? அவாப் பேரக் கேட்டா மேச்சாதிக் காரப் பயலுவ எல்லாம் நடுங்குறானுவல்லா? அதனால...''

''போ அக்கா. மச்சான் வச்சதுல என்னத் தப்பு? அது சரிதான்''. தன் வீட்டில் நின்று எட்டிப் பார்த்திருந்த சோமு, தன் குழைவான நடையில் தெருவைக் கடந்து திண்ணைக்கு வந்தான்.

எல்லோரும் பாடுபேசிக்கொண்டு வீட்டுக்குள் அமர்ந்திருந்தார்கள். குழந்தை தொட்டிலில் தூங்கிக்கொண்டிருந்தது... நடுவீட்டில்!

''வாடா எம் மாப்ள! நீ சொல்லு ஒங்க அக்காக்கிட்ட, குழந்தைக்குத் தெய்வானைன்னு பேர்வச்சது நாகரிகக் கொறச்சல் இல்லைன்னு''

''தெய்வான! எப்படிப்பட்டவா அவா! தெரியாதாக்கும் ராணி அக்காவுக்கு? எப்பவும் தெய்வானக்கிட்டதானே அக்கா இருப்பா. தெய்வானப் பேரச் சொன்னதும்தான் எனக்கு நியாபகத்துக்கு வருது...''

''என்னது மாப்ள?''

''தெய்வானையோட அப்பாவையும் தம்பியையும் ஜாமீன்ல எடுத்தாச்சி. நானும் போயிருந்தென். இப்போ அவிய இருவரும் பாப்பாங் கொளத்துலதான் இருக்காவா. அடிக்கடி நாப் போயிப் பாத்துட்டு வாரேன் மச்சான்.''

''பெரிய ஆளாயிருக்கேடே மாப்ள. ஒன்னைய எல்லாரும் ஏப்பச் சாப்பையா நெனைக்கறது எவ்வளவுத் தப்புன்னு இப்பத்தான் தெரியுது எனக்கு''

சோமுவை ஆச்சரியமாக விழியுயர்த்திப் பார்த்தான் குணசீலன். அவனின் தோற்றமும் நடையும் பேச்சும் அவனின் செயலுக்கு முற்றிலும் மாறுபட்டவையாகத்தான் இருக்கின்றன.

குணசீலனின் புகழுரையை ஏற்றுக்கொள்ளும் பெருமையில் சன்ன மாய் முகம் சிவந்தான் சோமு. தெருவிளக்கின் ஒளிச் சிதறலில் சோமுவின் முகம் பெண்மைக் கலந்து பிரகாசமாகத் தெரிந்தது.

இரண்டு மாதங்களுக்கு முன்னால் நாங்குநேரிக் கோர்ட்டுக்கு வந்த காசியையும் அவரின் மகன் சிங்காரத்தையும் பார்த்துவிட்டு வரவும், அவர்களுக்குத் தேவையானவற்றை வாங்கிக்கொடுக்கவும் சோமுவின் கையில் இரண்டாயிரம் ரூபாயைக் கொடுத்திருந்தான் குணசீலன். இப்போது அவர்களை ஜாமீனில் எடுத்துவிட்டதாகச் சொல்கிறான். நல்லது. இனியும் அவனுக்கு உதவி செய்யவேண்டும் என்று மனசுக்குள் தீர்மானித்துக்கொண்டான் குணசீலன்.

''நீங்கப் பேசிக்கிட்டிருங்க... கொழந்தையப்போயிப் பாக்கறேன்.''

ராணிக்கு அச்சலாத்தியாய் இருந்திருக்க வேண்டும். கமுக்கமாகச் சொல்லி விட்டு மெதுவாக இடம்பெயர்ந்துகொண்டாள். தெருவில் அவரவர் வீட்டுக்கு முன்னிருந்த திண்ணைகளில் ஆம்பளைகளோ மனுசிகளோ உட்கார்ந்து தெருவை உயிர்ப்பித்துக்கொண்டிருந்தனர். செத்த நேரம் திண்ணைகளில் உட்கார்ந்து வாய்ப்பார்த்துவிட்டு அல்லது யாரோடும் வம்பளந்துவிட்டு இரவு முற்றிய வேளையில் சடவாகப் படுக்கச் செல்வது அவர்களின் வழக்கமாக இருந்தது. சந்திரமதியின் வீட்டுக்கு முன்னும் இரண்டொரு மனிதர்கள் உட்கார்ந்திருந்தது அசங்கல்மசங்கலாகத் தெரிந்தது அவனுக்கு. அவர்களில் சந்திரமதியும் நிச்சயமாக உட்கார்ந்திருக்க வேண்டும் என்று உறுதியாகத் தீர்மானித்துக் கொண்டான். வடக்குத்தெருக்காரர்களோ, தெற்குத்தெருக்காரர்களோ, தங்கள் குழந்தையைத் தூக்கிக்கொண்டு வந்து அவளிடம் தண்ணீர்க்கோரி எறியச் சொல்லி தவிதாயப்பட்டுக்கொண்டு நிற்கலாம் என்று சமாதானமாக நினைத்தான். அவள் வீட்டின் எதிர்வீடும் - தெய்வானையின் வீடு- அகஸ்மாத்தாய் அவனின் பார்வையில் விழுந்தது. எப்போதோ அது வீடாக இருந்தது என்பதற்கு அடையாளங்களாக அதன் குட்டைச் சுவர்களும், சுவர்களுக்குமேல் துருப்பிடித்துக்கிடந்திருந்த பனங்கம்புகளும் துலங்கின. புதர்களைப்போல செடிகள் மண்டிக்கிடந்திருந்ததும் தெரியாமலில்லை அவனுக்கு.

''மாப்ள...தெய்வானைக்குக் கோயில் கட்டிக் கும்புடுதீங்க சரி. அவா வாழ்ந்த வீட்டையும் சரிப்பண்ணி யாராவது ஒக்கார வேண்டியத்தான? அத ஏன் பாழடைய விடுறீங்க? அந்த வீட்டப் பாக்கும்போதெல்லாம் மனசுப் பக்குன்னு இருக்கில்லா?''

''செய்யணும் மச்சான். கொஞ்ச நாள்ல மாத்திருவொம்''

''வீட்ட சரிப்பண்ணு...நாங் கொஞ்சம் பணம் தரேன். பாப்பாங்கொளத்துக்கு அவுங்களப் பாக்கப்போனன்னா நாக் கேட்டதாவச் சொல்லு. சரியா?''

''ஓங்கள அவியளுக்குத் தெரியாதில்லா மச்சான். இதுவரைக்கும் ஓங்கள அவியப் பாத்ததே இல்லியே. பொறவு எப்படி ஓங்களப்பத்திச் சொன்னா அவியப் புரிஞ்சிக்கிருவாவா?''

“இன்னாரு மருமகன்னு சொல்லு...சமயம் வரும்போது பாத்தா புரிஞ்சிக்கிருவாங்க”

“ஓங்களுக்குப் பெரிய மனசு மச்சான்.” வெள்ளோட்டமாய் பேசிக் கொண்டிருந்த சோமு எங்கோ ஓர் இடத்தில் ஓட்டம் தடைப்பட்டதுபோல திடீரென்று குணசீலனின் முகம் பார்த்து பொருமலாய் முணுமுணுக்கத் துவங்கினான். “மச்சானுக்குச் கொழந்த எல்லாம் பொறந்திருக்கு... என்னையத்தான் கவனிக்கல”

அந்த முணுமுணுப்பும் குணசீலனுக்குத் தெளிவாகக் கேட்டு விட்டி ருந்தது. “ஒன்னைய எப்படிக் கவனிக்கணும் மாப்ள? சொல்லு, கவனிச் சிடுறேன்... அவ்வளவுதான?”

“பெரிசா என்னக் கேட்டிரப்போறென்...ரெண்டு கிளாஸ் சாராயத் துக்கும், கொஞ்சம் கைச் செலவுக்கும் பணம்.”

“ஐநூறு ரூவா தந்தா போதுமா?.”

“தாராளமாப் போதும்”

“காலையில எடுத்துத் தாரேன்...இப்போப் போயி எடுத்தா ஓங்க அக்கா ஏகப்பட்ட கேள்விக் கேப்பா. சரி, இன்னும் தெக்கத்தெருவுக் குப்போயித்தான் சாராயம் குடிச்சிட்டு வர்றீங்களா? கொல நடந்தப் பிறகும் அவனுவ ஒங்கள அடிச்சி வெரட்டுல? வெட்டு குத்துன்னு எறங்கல?”

“ஓசிக்கா மச்சான் குடிக்கொம்? பணம் குடுத்துத்தான? பணம் குடுத்தா பல்ல இளிச்சிக்கிட்டு சாராயத்தத் தந்திரப்போறான். இந்தச் சூடு சொரணையெல்லாம் அவனுவளுக்குக் கெடையாது மச்சான். பொழைப் பைப் பாக்கணுமில்ல அவனுவளும்?”

“கொம்பையா இறந்தப் பொறவு அவனுவ கொடி கட்டிக்கிட்டு சண்டைக்கு வரலியா ஒங்கக்கூட?”

“அவனுவத்தான் தெய்வான அக்காவுக்கு ரொம்பப் பயப்படுதானு வளே மச்சான். அன்னிக்குப் பாத்திங்கள்ல, எட்டாங்கெழம செலவுக்கு சுப்புலச்சுமி அவாப் புள்ளையக் கூட்டிக்கிட்டு வந்திருந்தத? தெக்கத் தெருவுல எது ஒரு நோக்காடுன்னாலும் ஒடனே தெய்வானத்தான் கொணக்கிப்போட்டுட்டாங்கித மாரி நெனச்சிப் பயப்படுதாங்க. பொறவு எப்படி நம்மக்கூட மல்லுக்கு வருவானுவ? ஒங்களுக்கொரு விசியம் தெரியுமா மச்சான்? கொம்பையன் பொஞ்சாதி சுப்புலச்சுமி இப்போ சாராயம் காச்சி விக்கா... நானும் அவளோட வாடிக்கையாளுதான் ஆமா. ”

“அவளோட வாடிக்கையாளுன்னா? சாராயத்துக்கா? இல்லன்னா வேறு எல்லாத்துக்குமா?” சிரித்துக்கொண்டே சூசகமாகக் கேட்டான்

குணசீலன்.

"எல்லாத்துக்கும்தான்". நமட்டலாகச் சிரித்துக்கொண்டான் சோமு.

"செஞ்சாலும் செய்வப்பா. அப்புராணிகளத்தான் நம்பக்கூடாது. இருந்தாலும் எச்சரிக்கையா இருக்கணும் மாப்ள. அவனுவ பாம்பு மாரி... வெசத்த வாய்க்குள்ள ஒதுக்கியே வச்சிருப்பானுங்க. சமயம் வரும்போ அவனுவ சண்டியத்தனத்தக் காட்டிப்புடுவானுங்க"

"நம்மத் தெய்வான அக்கா நமக்குப் பாதுகாப்பு தந்துகிட்டிருப்பா மச்சான்."

"பெரிய வீரன் சூரன்னுகிடுவானுங்க."

"ஒரு மயிரும் கெடையாது. சும்மா பாவ்லா"

ஆசிரியரின் பிற நூல்கள்:

கவிதை

பாரம் சுமப்பவர்கள்
எதிராக

சிறுகதை

நோக்காடு
பனைமுனி
ஊர்சோறு
நட்சத்திரங்களைத் திருடியவர்கள்
மற்றவர்கள்

குறுநாவல்

தேட்டம்

நாவல்

நீர் கொத்தி மனிதர்கள்